D1680459

குற்றமும் தீர்ப்பும்

அரசியல் கொலையும் சி.பி.ஐ. விசாரணையும்

குற்றமும் தீர்ப்பும்
அரசியல் கொலையும் சி.பி.ஐ. விசாரணையும்

வி. சுதர்ஷன் (பி. 1962)

நன்கறியப்பட்ட பத்திரிகையாளர், எழுத்தாளர். *தி இந்தியன் எக்ஸ்பிரஸ்* (சென்னை), *தி பயோனீர்* (புது தில்லி), *அவுட் லுக், தி நியூ இந்தியன் எக்ஸ்பிரஸ்* (சென்னை), *தி ஹிந்து* (தில்லி, சென்னை, மும்பை) ஆகிய பத்திரிகைகளில் பணிபுரிந்தவர். இந்திய வெளியுறவுக் கொள்கை, உளவு, பாதுகாப்பு, காஷ்மீர் பிரச்சினை ஆகியவை குறித்து நிறைய எழுதியிருக்கிறார். இவரது கட்டுரைகள் *தி ட்ரிபியூன், டெலிகிராப், தி ஏசியன் ஏஜ், டெக்கான் க்ரானிக்கிள், தி சிட்டிசன்* ஆகிய பத்திரிகைகளில் வெளியாகியுள்ளன. அப்பன் மேனன் மெமோரியல் ஃபெலோஷிப் பெற்றிருக்கிறார் (1998–1999).

இவருடைய நூல்களில் சில

Anatomy of an abduction: How the Indian Hostages in Iraq were Freed.

Adrift: A True Story of Survival at Sea.

His short story "Eclipse" was anthologised in "Madras on my Mind: A City in Stories".

His prize winning short story "Casually, One Sunday Afternoon" was published in "I'm Not Like that and Other Stories".

ஜயந்த மஹாபத்ரா நடத்தும் *சந்திரபாகோ* என்னும் இலக்கிய இதழில் எழுதியிருக்கிறார்.

இவரது 'குற்றமும் கருணையும்: இளம் ஐ.பி.எஸ். அதிகாரியின் தூத்துக்குடி அனுபவங்கள்' என்னும் நூல் காலச்சுவடு பதிப்பகம் வழியாக வெளியானது.

வி. சுதர்ஷன்

குற்றமும் தீர்ப்பும்
அரசியல் கொலையும் சி.பி.ஐ. விசாரணையும்

தமிழில்
ஈசன்

காலச்சுவடு பதிப்பகம்

அன்பார்ந்த வாசகருக்கு,

வணக்கம்.

காலச்சுவடு நூலை வாங்கியமைக்கு நன்றி.

நூலின் உள்ளடக்கம், உருவாக்கம், அட்டைப்படம் இன்ன பிற அம்சங்கள் பற்றிய உங்கள் கருத்துகளையும் ஆலோசனைகளையும் காலச்சுவடு வரவேற்கிறது. தகவல், எழுத்து, வாக்கியப் பிழைகள் தென்பட்டால் அவசியம் தெரிவித்து உதவுங்கள். நூல் தயாரிப்பில் கடும் குறைபாடு இருப்பின் மாற்றுப் பிரதி உங்களுக்குக் கிடைக்கக் காலச்சுவடு ஏற்பாடு செய்யும்.

மின்னஞ்சல்: publisher@kalachuvadu.com

காலச்சுவடு நாகர்கோவில் அலுவலகத்திற்குக் கடிதம் அனுப்பலாம்.

தங்கள்
எஸ்.ஆர். சுந்தரம் (கண்ணன்)
பதிப்பாளர் – நிர்வாக இயக்குநர்

குற்றமும் தீர்ப்பும்: அரசியல் கொலையும் சி.பி.ஐ. விசாரணையும் ♦ அனுபவப் பதிவு ♦ வி. சுதர்ஷன் ♦ தமிழில்: ஈசன் ♦ © வி. சுதர்ஷன் ♦ முதல் பதிப்பு: அக்டோபர் 2023, மூன்றாம் பதிப்பு: அக்டோபர் 2024 ♦ வெளியீடு: காலச்சுவடு பப்ளிகேஷன்ஸ் (பி) லிட்., 669, கே.பி. சாலை, நாகர்கோவில் 629001

kuRRamum tiirppum: Political Murder and CBI Enquiry ♦ Memoirs ♦ V. Sudarshan ♦ Translated by Easan ♦ © V. Sudarshan ♦ Language: Tamil ♦ First Edition: October 2023, Third Edition: October 2024 ♦ Size: Demy 1 x 8 ♦ Paper: 18.6 kg maplitho ♦ Pages: 168

Published by Kalachuvadu Publications Pvt. Ltd., 669 K.P. Road, Nagercoil 629001, India ♦ Phone: 91-4652-278525 ♦ e-mail: publications @kalachuvadu.com ♦ Printed at Mani Offset, Chennai 600077

ISBN: 978-81-19034-40-6

10/2024/S.No. 1217, kcp 5347, 18.6 (3) ass

பொருளடக்கம்

ரஷீத்தின் அறிமுகம்	9
மறைவும் தெளிவும்	14
ஏர்லைன்ஸ் ஹோட்டல்	25
வாழ்க்கையின் நிறம் இளஞ்சிவப்பு	30
1987, ஆகஸ்ட் 14	35
ஆள் கடத்தல்	41
சடலம் கிடைத்தது	46
ஊசியின் கண்	51
மீண்டும் பிணக்கூராய்வு	57
அரசுத் தரப்பு சாட்சி 78	60
புதிய பாதை சொல்லும் கதை	66
ஓமலூர்	70
எலியும் பூனையும்	73
சிவகாசியில் வாண வேடிக்கை	79
சாட்சியம்	86
சுப்பிரமணியம்	93
வேட்டை	100
பூனைக்கு மணிகட்டுதல்	108
ஜாமீன் வேட்டை	118
கோயம்புத்தூர் நாட்கள்	129
சூட்கேஸின் கதை	137
அழையா விருந்தினர்	145
கடைசி சாட்சி	155
நூலாசிரியரின் பின்னுரை	163

1

ரஷீத்தின் அறிமுகம்

1987, ஆகஸ்ட் 6. அதிகாலை, எம்.ஏ. ரஷீத் கொல்லம் செல்லும் கேரள அரசு போக்குவரத்துப் பேருந்தில் ஏறினார். கொல்லம் அவரது மாமனாரின் ஊர். மலபார் கடற்கரைப் பகுதியில் உள்ள துறைமுக நகரம்.

ரஷீத் வழக்கறிஞர். பத்தனம்திட்டா, எர்ணா குளம் நீதிமன்றங்களில் வழக்குகளை நடத்துகிறார். அவருடன் அவரது மனைவி சௌதா, மகன், மகள், அவரது தம்பி ரகமதுல்லா ஆகியோர் பயணித்தார்கள். பக்ரீத் பண்டிகையைச் சௌதாவின் தந்தை, தாய், உறவினர்களுடன் கொண்டாடுவதற்காக அவர்கள் போகிறார்கள். பக்ரீத் விருந்து தயாரிக்க உதவ வேண்டும் என்றால் உரிய நேரத்தில் போய்ச் சேர வேண்டும். அன்று மாலை கடற்கரைக்குச் சென்று சூரிய அஸ்தமனத்தைக் காண வேண்டும். பிள்ளைகள் கொண்டாட்டங்களை ஆவலுடன் எதிர்பார்த்துக்கொண்டிருந்தார்கள்.

ஆனால் ரகமதுல்லா மட்டும் உற்சாகமின்றி இருந்தான். அவனது பள்ளி இறுதி மதிப்பெண்கள் குறைவாக இருந்தன. பெங்களூரில் மாலை நேரக் கல்லூரியில் சேர வேண்டும் என்பது அவனது விருப்பமும் கனவும். அது நிறைவேறுமா என்று தெரியவில்லை. அண்ணன் ரஷீத் கொஞ்சம் நன்கொடை தந்தால் மதிப்பெண் குறைவைச் சரிசெய்துவிடலாம். அவருக்குப் பெங்களூரில் தொடர்புகள் இருந்தன என்பது ரகமதுல்லாவுக்குத் தெரியாது.

ரஷீத் கொல்லத்தில் ஓரிரு நாட்கள் மட்டுமே தங்கத் திட்டமிட்டிருந்தார். சனிக்கிழமையன்று அவரும் ரகமதுல்லாவும் பெங்களூர் செல்லத் திட்டமிட்டுள்ளனர். ரயிலில் சுமார் ஆயிரம் கி.மீ. தூரம். சௌதா தன் பிள்ளைகளுடன் தாய் வீட்டில் இருப்பார். ரஷீத்தின் உறவினர் ஒருவர் ஒரு உதவி கேட்டிருக்கிறார். அவரது நண்பரின் மகள் அம்பிலி, பெங்களூரில் ஒரு கல்லூரியில் படிக்கிறார். பி.எட். தேர்வில் தோற்றுள்ளார். அவரது மதிப்பெண் களை மறு கூட்டல் செய்ய வேண்டும். இதுவும் ரஷீத் திட்டமிட்டுள்ள பணிகளில் ஒன்று.

கன்னியாகுமரியிலிருந்து பெங்களூரு செல்லும் ஐலண்ட் எக்ஸ்பிரஸ் கொல்லத்தில் ஐந்து நிமிடங்கள் நிற்கும். அதில் ரஷீத்தும் அவரது தம்பி ரகமதுல்லாவும் புறப்பட்டார்கள். நான்கு நாட்களில் அதாவது ஆகஸ்ட் 12 அன்று அவர்கள் திரும்பத் திட்டமிட்டிருந்தார்கள். ஆகஸ்ட் 16 அன்று ரஷீத்தின் திருமண நாளைக் கொண்டாட வேண்டும். ஐலண்ட் எக்ஸ்பிரஸ் மறுநாள் (ஞாயிறு) மாலை பெங்களூரு சென்றடைந்துவிடும். சற்று ஓய்வெடுத்துவிட்டு மறுநாள் திங்கள் காலை வந்த வேலை களைக் கவனிக்கலாம்.

ரயிலின் இரண்டாம் வகுப்புப் பெட்டியில் ஏறுமுன், ரஷீத் கொஞ்சம் சிகரெட்டும் குங்குமம் என்னும் மலையாள இலக்கிய இதழும் பிரண்ட்லைன் பத்திரிகையின் இரு இதழ்களும் வாங்கிக் கொண்டார். அவரது சூட்கேஸில் ரீடர்ஸ் டைஜெஸ்ட்டின் இரு இதழ்கள் இருந்தன. ரயிலில் அவற்றை லேசாகப் புரட்டிவிட்டு, பால் மார்ட்டினின் "நிகோலாய் சீசேஸ்குவின் பைத்தியக்கார உலகம்" படிக்கத் தொடங்கினார்.

சீசேஸ்குவின் ஆட்சியில் ருமேனியா இருந்த கதி பற்றிய மனதை உலுக்கும் படைப்பு அது. சீசேஸ்கு இருபது ஆண்டுகள் ஆட்சியில் இருந்தார். அதன் விளைவு, புகாரேஸ்ட் நகரின் கடை களில் இன்று ரொட்டி, தக்காளி, முட்டைக்கோஸ், வெங்காயம், ஆட்டுக்கறி என்று எதுவும் இல்லை. மக்கள் பெட்ரோல் வாங்க மூன்று நாட்கள் வரிசையில் காத்திருந்தார்கள். இரண்டாண்டுகள் கழித்து அந்த ருமேனிய சர்வாதிகாரியும் அவரது மனைவியும் ஒரு கிறிஸ்துமஸ் நாளன்று மரண தண்டனை விதிக்கப்பட்டு, சுட்டுக் கொல்லப்பட்டதைப் பால் மார்ட்டின் அந்த நூலின் பின்பகுதியில் எழுதியிருந்தார். ஆனால் அதைப் படிக்க ரஷீத் உயிருடன் இருக்கப் போவதில்லை.

ஞாயிறு மாலை திட்டமிட்டபடி ரஷீத்தும் ரகமதுல்லாவும் பெங்களூர் வந்தடைந்தார்கள். சுபேதார் சத்திரம் சாலையில் நெரிசல் மிகுந்த ஆனந்த ராவ் சதுக்கம் பகுதியில் உள்ள சந்தியா

லாட்ஜுக்குச் சுமார் ஒரு கிலோ மீட்டர் தூரம் நடந்தே சென்றார்கள். ரஷீத் இதற்குமுன் சிலமுறை பெங்களூர் வந்தபோது இங்குத் தங்கியிருக்கிறார். அது மெஜெஸ்டிக் ஏரியா. பேருந்து நிலையம், சந்தைகள் ஆகியவற்றின் அருகில் உள்ளதால் வசதியான இடமாக அவருக்குத் தோன்றியது. மலையாளிகள் பலர் இங்குத் தங்குகிறார்கள். குறிப்பாக மாணவர்கள், அதிகம் செலவு செய்ய விரும்பாதவர்கள் இங்கு அடிக்கடி வருகிறார்கள். ஆடம்பரங்கள் இல்லாத சுத்தமான அறைகள் நாளொன்றுக்கு 40 ரூபாய் வாடகையில் கிடைக்கின்றன. அங்கு உணவகம் இல்லை. ஆனால் அது பிரச்சினையில்லை. ஏனெனில் அதற்கான வசதிகள் அந்தப் பகுதியில் நிறையவே இருந்தன.

ரஷீத் இருவர் தங்கும் அறை ஒன்றை எடுத்தார். முன்பணமாக 100 ரூபாய் செலுத்தினார். அறை எண் 407. விடுதியின் பதிவேடு களில் கையொப்பமிட்டுவிட்டு அறைக்குச் சென்று இருவரும் குளித்தார்கள். அந்த அறையில் கழிவு நீர் சரியாக வெளியேற வில்லை. வேறு அறை தருமாறு வரவேற்பாளரிடம் கேட்டார்கள். அறை எண் 404 கிடைத்தது.

ரகமதுல்லாவின் கல்லூரி சேர்க்கை தொடர்பாக ரஷீத் வி.சி. ஜோசப் என்பவரைப் பார்க்க வேண்டும். அவரும் பத்தனம்திட்டாவைச் சேர்ந்தவர்தான். அவருக்குக் கல்வித் துறையில் நிறைய தொடர்புகள் இருந்தன. கடந்த ஏப்ரலில் ரஷீத் அவரைச் சந்தித்தபோது, கர்நாடகக் கல்வித் துறையில் எப்படி எப்படிக் காய் நகர்த்த வேண்டுமென்று தனக்குத் தெரியும் என்று கூறியிருந்தார். தற்செயலாக ஜோசப் வேலை பார்த்த சஞ்சய் காந்தி கல்வியியல் கல்லூரியில்தான் ரஷீத்தின் நண்பர் மகள் அம்பிலியும் படித்திருக்கிறாள். (அவளது பி.எட். மதிப்பெண்கள் மறு கூட்டலுக்கு வழி செய்ய வேண்டும் என்பதும் ரஷீத்தின் பெங்களூர் பணிகளில் ஒன்று.) இரண்டு வேலைகளும் ஜோசப் மூலமே முடியும் என்பதில் ரஷீத்துக்கு மகிழ்ச்சிதான்.

மறுநாள் ஆகஸ்ட் 10, திங்கட் கிழமை. ரஷீத்தும் ரகமதுல்லா வும் ஆட்டோ பிடித்து சஞ்சய் காந்தி கல்வியியல் கல்லூரிக்கு வந்தார்கள். கேரளத்தைச் சேர்ந்த நடுத்தரக் குடும்பங்களிலிருந்து ஆசிரியராக விரும்பிய பெண்களிடையே அந்தக் கல்லூரிக்கு நல்ல பெயர் இருந்தது. கல்லூரி நிர்வாக அலுவலகத்திற்குச் சென்று ஜோசப் என்பவரைச் சந்திக்க வேண்டும் என்று கேட்டபோது, அவர் அச்சமயம் அங்கே பணியில் இல்லை என்று பதில் வந்தது. ஆனாலும் ரஷீத் கல்லூரியின் தற்போதைய பிரின்ஸிபால் திருமதி பி.எம். ரத்னா என்பவரைச் சந்தித்தார். அவர் சுமுகமாகப் பேசியதோடு அம்பிலியின் மதிப்பெண்

மறு கூட்டலுக்குச் சம்மதித்தார். அதற்கான விண்ணப்பங்களைத் தந்துவிட்டு இருவரும் லாட்ஜுக்குத் திரும்பினார்கள்.

மதிய உணவுக்குப் பிறகு ரஷீத் பொதுத் தொலைப்பேசியிலிருந்து ஜோசப்பின் வீட்டு நம்பருக்குப் போன் செய்தார். யாரும் எடுக்கவில்லை. சில மணிநேரத்திற்குப் பிறகு மீண்டும் போன் செய்தார். ஆனாலும் பயனில்லை. மூன்றாவது முறையாகத் தொடர்புகொண்டபோது, யாரோ ஒருவர் போனை எடுத்து ரஷீத்தின் தொலைப்பேசி எண்ணையும் அவரைப் பற்றிய விவரங்களையும் சொல்லுமாறு கேட்டார். ரஷீத் தன்னைப் பற்றியும் தான் தங்கியிருக்கும் இடத்தின் விவரங்களையும் கூறினார். தொலைப்பேசியில் பேசியவர், ஜோசப் பின்னர் அவரைச் சந்திப்பார் என்று தெரிவித்தார்.

அன்று மாலை ஜோசப்பிடமிருந்து செய்தி வந்தது. அதில் சில வித்தியாசமான கோரிக்கைகள் இருந்தன. சந்தியா லாட்ஜில் ரஷீத் தன் பெயரிலேயே மற்றொரு அறையை அன்றைய இரவுக்குப் பதிவு செய்ய வேண்டும். அங்கு ரஷீத் ஜோசப்பிற்காகக் காத்திருக்க வேண்டும். இதெல்லாம் வினோதமானதாகத் தோன்றினாலும் ரஷீத் அவ்வாறே செய்தார்.

அந்த அறையில் ரஷீத் பிரண்ட்லைன் வாசித்தபடி புகை பிடித்துக்கொண்டே தன் தம்பியுடன் காத்திருந்தார். அப்போது அறைக் கதவு தட்டப்பட்டது. ஜோசப் ஒருவழியாக வந்து சேர்ந்தார்.

"என்ன இத்தனை பீடிகை?"

"என்ன வேலையா பெங்களூர் வந்தீங்க?" என்று ஜோசப் கேட்டார்.

ரஷீத் தன் தம்பியைக் கல்லூரியில் சேர்ப்பது பற்றிக் கூறினார். ஜோசப், ரகமதுல்லாவின் மதிப்பெண்களைக் கேட்டார்.

"இல்ல, இல்ல, இதெல்லாம் ஒரு மதிப்பெண்ணே இல்ல." ஜோசப் ரகமதுல்லாவைப் பார்த்துச் சொல்லிவிட்டு, ரஷீத்தைப் பார்த்துச் சொன்னார். "பிரதர், இது நடக்காத காரியம். பொறியியல் படிப்பில் சேரக் குறைந்தது 50 பெர்சென்ட் வேணும். இவருக்கு விளையாட்டு வீரருக்கான ஒதுக்கீடுகூடக் கிடைக்காது. வாய்ப்பே இல்ல. உங்க நேரத்தை வீணாக்காதீங்க. இந்த மதிப்பெண்ணுக்கு எந்தக் கல்லூரியிலும் இடம் கிடைக்காது. மறந்துடுங்க."

மனதைச் சோர்வடையச் செய்யும் இந்தச் செய்தியை அவர்கள் உள்வாங்கும்வரை காத்திருந்த பின் ஜோசப் கேட்டார்: "இதுக்காகத்தான் பெங்களூர் வந்தீங்களா?"

“நண்பர் ஒருவரின் மகளுக்கு மதிப்பெண் மறு கூட்டலுக்கு விண்ணப்பிக்க வேண்டியிருந்தது. அவ தேர்வில் தவறிட்டா. கல்லூரிக்குப் போனேன். நீங்க அங்க இல்ல. நான் சென்ற முறை வந்தப்ப ஒருத்தர அறிமுகப்படுத்தினீங்களே. கல்லூரி உரிமையாளர், சதாசிவம். அவரும் இல்ல. கல்லூரி நிர்வாகம் மாறிடிச்சின்னு சொல்றாங்க. என்ன ஆச்சி?”

ஜோசப் பெருமூச்சு விட்டுச் சொன்னார் –“பிரதர், அது ஒரு பெரிய கதை. சொல்றேன். ரொம்பச் சிக்கலானது.”

அதன்பின் ஜோசப் சொன்னது ரஷீத் சகோதரர்களைத் திகைக்க வைத்தது. “நான் தலைமறைவா இருக்கேன். அதனாலதான் உங்க பேர்ல அறை பதிவு செய்யச் சொன்னேன். என் பேர் எதிலும் வந்துடக் கூடாது. நான் இன்னைக்கி இங்க தூங்குவேன். நாளக்கி வேற எங்கேயாவது. மறுநாள் காலை எங்க கண் விழிப்பேன்னு தெரியாமலே ஒவ்வொரு நாளும் நகருது.”

ஜோசப் போலீஸிடமிருந்து தப்பி ஓடிக்கொண்டிருக்கிறார்.

2

மறைவும் தெளிவும்

ஜோசப்பின் முதலாளி சதாசிவம் மருத்துவக் கல்லூரி தொடங்க மேற்கொண்ட முயற்சியும் அதன் விளைவாய் அவர் கர்நாடக மாநில அமைச்சர் ஆர்.எல். ஜலப்பா என்பவருடன் மோத நேர்ந்ததும் தான் எல்லாப் பிரச்சினைகளுக்கும் காரணம்.

ஏழு ஆண்டுகளுக்கு முன் (1980), சதாசிவம், கேரள மாநிலத்தில் உள்ள கொல்லம் மாவட்டத்தில் டுடோரியல் கல்லூரி ஒன்றை நடத்தினார். பெங்களூரில் உள்ள ஆசிரியர் பயிற்சிக் கல்லூரி யிலும் பிற கல்லூரிகளிலும் இடம் வாங்கித் தந்தார். அப்போது கர்நாடகத்தில் கல்வி வணிகம் அமோகமாக நடந்துகொண்டிருந்தது.

கர்நாடகத்தில் தடம் பதிக்கும் முயற்சியில் சதாசிவம் அப்போது கர்நாடக முதலமைச்சராக இருந்த ஆர். குண்டுராவை நெருங்கினார். அவரது ஆசியுடன் பெங்களூரில் ஜவஹர் பாரதி கல்வி அறக்கட்டளையை 1980, ஜூலை 31 அன்று நிறுவினார். அறக்கட்டளையின் தலைவர் சதாசிவம். கர்நாடகாவைச் சேர்ந்த எஸ்.ஓய். மாரியப்பா, கே.ஆர். சீனிவாசன், திருமதி சாரதாம்பாள் ராவ் ஆகியோர் அறக்கட்டளை உறுப்பினர்கள். இக்குழுவில் செரியன் என்னும் மலையாளியும் இருந்தார். இவர்களில் சிலருடன் சதாசிவத்திற்கு ஏற்கெனவே தொடர்பு இருந்தது. கேரளத்திலிருந்து மாணவர்களுக்குக் கர்நாடகத்தில் பல்வேறு கல்லூரிகளில் இடம் வாங்கித் தருவதில் சதாசிவம் இவர்களுடன் சேர்ந்து பணியாற்றியிருக்கிறார்.

1980ஆம் ஆண்டு இந்த அறக்கட்டளை பெங்களூரில் 45, மில்லர்ஸ் சாலை, வசந்த நகர் என்னும் முகவரியில் ஆசிரியர் பயிற்சிக் கல்லூரியைத் துவக்கியது. சஞ்சய் காந்தி கல்வியியல் கல்லூரி என்னும் பெயர்கொண்ட அது பெங்களூர் பல்கலைக்கழகத்துடன் இணைப்புப் பெற்றிருந்தது.

மூன்று மாதங்களுக்குள்ளேயே டிரஸ்டிகளிடையே மோதல் ஏற்பட்டது. சின்னச் சின்ன விஷயங்கள்தான். பின்னர் அதுவே பெரிதாகியது. 1980 அக்டோபர் 2 அன்று கே.ஆர். சீனிவாசன் மாரியப்பாவை அறக்கட்டளையிலிருந்து நீக்க வேண்டும் என்று தீர்மானம் கொண்டுவந்தார். மாரியப்பா அறக்கட்டளை கூட்டங்களிலோ அல்லது அறக்கட்டளை தொடர்பான காரியங்களிலோ பங்கேற்பதில்லை என்பது புகார். ஒன்பது மாதங்களுக்குப் பிறகு சீனிவாசனும் ராஜினாமா செய்தார். சாரதாம்பாள் ராவும் எதுவும் செய்வதில்லை. எனவே உண்மையில் தானும் செரியனும் மட்டுமே அறக்கட்டளையை நடத்திச் செல்வதாகச் சதாசிவம் சொல்லிக்கொண்டிருந்தார்.

அடுத்த ஆண்டு (1982) மாரியப்பாவும் சீனிவாசனும் அடியாட்களை அழைத்து வந்து கல்லூரியின் சன்னல்களை உடைத்து, சொத்துக்களை நாசப்படுத்திவிட்டு அங்கிருந்த 50,000 ரூபாய் ரொக்கத்தையும் சில காசோலைகளையும் எடுத்துச் சென்றார்கள். சதாசிவம் அவர்களுக்கெதிராகச் சிவில் வழக்குத் தொடுத்து இடைக்காலத் தடையாணை பெற்றார். அவர்களால் மாணவர்களுக்கு எந்த இடையூறும் இருக்கக் கூடாது என்ற நிபந்தனையுடன் அவர்கள் கல்லூரிக்கு வர அந்த ஆணை அனுமதியளித்தது.

அடுத்த இரண்டு ஆண்டுகள் சதாசிவம் கல்லூரியை எவ்வித இடையூறுமின்றி நடத்தினார்.

1984இல் மாரியப்பாவும் சீனிவாசனும் இணைந்து மாணவர்களுக்கு ஹால் டிக்கட் வழங்கக் கூடாது என்று தடுத்தார்கள். சதாசிவம் உயர் நீதிமன்றத்தில் வழக்கு தொடுத்தார். உயர் நீதிமன்றம் அவ்வழக்கைக் கீழமை நீதிமன்றத்திற்கே திருப்பி அனுப்பியது. 1984, ஜூலை 26 அன்று சீனிவாசன் உயர் நீதிமன்றத்தில் உறுதிப் பத்திரம் தாக்கல் செய்தார். ஜவஹர் பாரதி கல்வி அறக்கட்டளையில் தான் தொடர விரும்பவில்லை யென்றும் அறங்காவலர் பொறுப்பிலிருந்து விலகிக்கொள்வ தாகவும் அறிவித்தார்.

1983இல் முதலமைச்சர் குண்டுராவ் தேர்தலில் தோல்வி யடைந்தார். இராமகிருஷ்ண ஹெக்டே முதல்வரானார். அவர் கோலார், மாண்டியா மாவட்டங்களில் தலா ஒரு மருத்துவக்

கல்லூரி நிறுவத் திட்டமிட்டார். பட்ஜெட்டில் அதற்கான அறிவிப்பு வெளியானது. சதாசிவத்தின் நண்பர்கள் கோலாரில் மருத்துவக் கல்லூரி நிறுவ இது நல்ல சந்தர்ப்பம் என்று ஆலோசனை கூறினார்கள். இதற்கெனத் தனியாக ஓர் அறக்கட்டளையை உருவாக்கும்படியும் ஆலோசனை கூறினார்கள்.

1983இல் சதாசிவம் சர் விஸ்வேஸ்வரய்யா கல்வி அறக்கட்டளையைப் பதிவு செய்தார். அவரும் அவரது மனைவியும் மட்டுமே அதன் உறுப்பினர்கள் (அறங்காவலர்கள்). பிறகு அவர் கோலார் சென்று அரசியல் நண்பர் மூலமாக 22.7 ஏக்கர் தரிசு நிலத்தை வாங்கினார். பெங்களூர் பல்கலைக்கழகத்தில் 20 இலட்ச ரூபாயை டெபாசிட் செய்தார்.

அவரது மருத்துவக் கல்லூரி பெங்களூர் பல்கலைக்கழகத்தின் கீழ் இயங்க வேண்டும். அது இலாபகரமான முயற்சியாகவே தோன்றியது. அந்நாட்களில் நிலம் ஒரு ஏக்கர் சுமார் 5000 ரூபாய்தான். சதாசிவம் எளிதாக வாங்க முடிந்தது.

ஆனால் பெங்களூர் பல்கலைக்கழகத்தின் ஆய்வுக் குழு அந்த இடத்தைப் பார்வையிட்டு வசதிகள் திருப்திகரமாக இல்லை என்று தெரிவித்தது. சதாசிவம் பல்கலைக்கழகத்திற்கு மேலும் 30 இலட்ச ரூபாய் டெபாசிட் செய்து 25,000 சதுர அடி கட்டடங்களைக் கூடுதலாக வாடகைக்கு எடுக்க வேண்டியிருந்தது. அங்கிருந்த அரிசி ஆலைகளை வாடகைக்கு எடுத்துப் புதிய கட்டடங்கள் கட்டி முடிக்கப்படும்வரை தற்காலிக ஏற்பாடாகப் பயன்படுத்தலாம். மருத்துவக் கல்லூரிக்கான மரச்சாமான்கள் வாங்கினார். பளபளப்பான விளம்பர அறிக்கை அச்சிட்டார். அதன் முகப்பில் விதான் சவுதாவின் (கர்நாடக மாநில சட்டமன்றக் கட்டடம்) படம் இடம் பெற்றிருந்தது. கோலாரிலிருந்து மருத்துவக் கல்லூரிக்கு வேறு யாரும் விண்ணப்பிக்காததால் தனது விண்ணப்பம் ஏற்கப்படும் என்று சதாசிவம் நம்பினார்.

மாண்டியாவிலிருந்து ஒரு மடாலயம் ஆதிசுஞ்சனகிரி கல்வி அறக்கட்டளை என்ற அறக்கட்டளையை உருவாக்கி மருத்துவக் கல்லூரி அமைக்க விண்ணப்பித்திருந்தது. 1985, ஜூலை 11 அன்று நடந்த அமைச்சரவைக் கூட்டத்தில், சர் விஸ்வேஸ்வரய்யா கல்வி அறக்கட்டளையைப் பெங்களூர் பல்கலைக்கழகத்துடன் இணைப்பதற்கான ஒப்புதல் வழங்கப்பட்டது. அவர்கள் மருத்துவக் கல்லூரி துவக்கலாம். 1985, செப்டம்பர் 23 அன்று முதலமைச்சர் ஹெக்டே இந்த அமைச்சரவை முடிவுக்கான ஆவணங்களில் கையொப்பமிட்டார். அது குறித்த அறிவிக்கை வெளியிடப்பட வேண்டும். அவ்வளவுதான். சதாசிவம் அந்தக் கல்வியாண்டிலேயே கல்லூரியைத் தொடங்கலாம்.

சதாசிவம் முதலமைச்சருக்கு நன்றி தெரிவித்தார். முதலமைச்சரும் அவருக்குப் பாராட்டுக் கடிதம் அனுப்பினார். ஹெக்டே, அக்டோபர் 2, காந்தி பிறந்தநாள் அன்று கல்லூரியின் பூமி பூஜையில் கலந்துகொள்ளவும் இசைவு தந்தார். வரவேற்பிதழ்கள் அச்சிடத் தயாராகின. கல்லூரியின் அங்கீகாரம், இணைப்புக் குறித்து மலையாள மனோரமா பத்திரிகையில் ஆங்கிலத்தில் ஒரு விளம்பரம் வெளியாகியது. கல்லூரியின் பெயர், மகாத்மா காந்தி மருத்துவக் கல்லூரி, கோலார்.

ஆனால் திடீரென நிலைமை மாறியது. 1985, அக்டோபர் 7 அன்று விஸ்வேஸ்வரய்யா கல்வி அறக்கட்டளைக்குக் கோலாரில் மருத்துவக் கல்லூரி துவக்க வழங்கப்பட்ட அனுமதி ரத்து செய்யப்பட்டது. அதற்குப் பதிலாகப் பிற்படுத்தப்பட்ட வகுப்பினர் மற்றும் சாதியினருக்கான ஸ்ரீ தேவராஜ் அர்ஸ் கல்வி அறக்கட்டளைக்கு அனுமதி வழங்கப்பட்டது.

விஸ்வேஸ்வரய்யா கல்வி அறக்கட்டளைக்கு அனுமதி தவறுதலாக – தட்டச்சுப் பிழை காரணமாக – வழங்கப்பட்டு விட்டதாகக் கல்வித்துறைச் செயலாளர் பரத் அறிவித்தார். ஆனால் விஸ்வேஸ்வரய்யா கல்வி அறக்கட்டளைக்கு அனுமதி வழங்கப்பட்டபோது தேவராஜ் அர்ஸ் கல்வி அறக்கட்டளை அனுமதி கேட்டு விண்ணப்பிக்கவே இல்லை என்பதுதான் இதில் விநோதம். அப்படியானால், முதலமைச்சர் தலைமையில் நடந்த அமைச்சரவைக் கூட்டம், அது தொடர்பான ஆவணங்களில் முதலமைச்சர் கையொப்பமிட்டதெல்லாம் என்னவாயின ?

அதிர்ச்சிகரமான இந்த மாற்றத்திற்குக் காரணம், ஆர்.லஷ்மி நாராயணப்பா ஜலப்பா என்பது பின்னர் தெரிந்தது. அவர் அப்போது கர்நாடக மாநிலக் கூட்டுறவுத் துறை அமைச்சர். அவருக்கு மூன்று மகன்கள், நான்கு மகள்கள். கர்நாடக சட்டப்பேரவைப் பதிவுகளில் அவரைப் பற்றிய குறிப்புகளில் சீட்டாட்டமும் சமூகப் பணியும் அவரது பொழுதுபோக்கு என்று உள்ளது. கோலாரிலிருந்து ஒன்றரை மணிநேரப் பயணத்தில் உள்ள தொட்டபல்லாபூர் தொகுதியிலிருந்து 1985 மார்ச் மாதம் அவர் சட்டமன்றத்திற்குத் தேர்வானார். அவர் ராமகிருஷ்ண ஹெக்டேவின் முக்கியக் கூட்டாளி. கோலார் ஜனதா கட்சியினர் ஜலப்பாவுக்கு இந்த ஆலோசனையைத் தந்ததாகத் தெரிந்தது. கேரளத்திலிருந்து வரும் ஒரு வெளியாளுக்குப் பதிலாக ஏன் அவரே மருத்துவக் கல்லூரி நடத்தக் கூடாது ? ஏற்கெனவே 1984, நவம்பர் 16 அன்று அவர் தேவராஜ் அர்ஸ் அறக்கட்டளையைத் தொடங்கியிருந்தார். அதை இப்போது செயல்படுத்தத் தொடங்கினார். மக்கள் நல்வாழ்வுத் துறை அமைச்சர் வழியாக

ஜலப்பா 1985 ஜூலை 9 அன்று முதலமைச்சருக்கு ஒரு கோப்பினை அனுப்பினார். அதில் தேவராஜ் அர்ஸ் அறக்கட்டளை ஏற்கெனவே கோலாரில் மருத்துவக் கல்லூரி தொடங்க பெங்களூர் பல்கலைக்கழகத்திற்கு விண்ணப்பித்திருப்பதாகக் கூறப்பட்டிருந்தது. இந்த அறக்கட்டளைக்குக் கல்வி அமைச்சரின் பரிந்துரை இருந்தது. (அதற்கெனப் பின் தேதியிட்டு ஒரு கடிதமும் தயாரிக்கப்பட்டிருந்தது.)

விஸ்வேஸ்வரய்யா கல்வி அறக்கட்டளைக்கு வழங்கிய அனுமதியை ரத்து செய்ய ஹெக்டேவை ஜலப்பா கேட்டுக் கொண்டதாகச் சதாசிவம் தெரிந்துகொண்டார். ஜலப்பா பலம் வாய்ந்த இடிகா சமூகத்தினரின் பிரதிநிதி. அச்சமூகத்தினரில் பல எம்.எல்.ஏ.க்கள் இருந்தார்கள். எனவே ஹெக்டேவுக்கு இது குறித்துக் கல்வித்துறைச் செயலரிடம் பேச வேண்டிய நிர்ப்பந்தம் இருந்தது. இதை எப்படிச் செய்வது என்பதற்கான வழியைக் கல்வித்துறைச் செயலர் சொன்னார். சதாசிவம் கல்லூரி குறித்த அறிவிக்கை இன்னும் வெளியிடப்படாததால், அது ஒரு பிழை – தட்டச்சுப் பிழை – என்று சொல்லிவிடலாம் என்றார். எனினும் இது தொடர்பாகப் பின்னாளில் பிரச்சினைகள் வரலாம் என்று கருதியதால் முந்தைய ஆணையையும் கோப்பில் வைத்திருந்தார்.

இவ்வாறாக ஜலப்பாவுக்கு மருத்துவக் கல்லூரி தொடங்கும் அனுமதி ஒரு அமைச்சரவைக் கூட்டத்தில் வழங்கப்பட்டது. அந்தக் கூட்டத்தில் ஜலப்பாவும் கலந்துகொண்டார். அவர் எந்த அடிப்படையில் கலந்துகொண்டார் என்று யாரும் கேட்கவில்லை. சதாசிவத்திற்கு அனுமதி வழங்கிய கூட்டத்தில் அவர் கலந்துகொள்ளவில்லை. தனக்கு அனுமதி வழங்கிய கூட்டத்தில் ஜலப்பா கலந்துகொண்டதே பின்னாளில் நீதிமன்றத்தில் பரத் சாட்சியமளித்தபோதுதான் தெரியவந்தது.

சதாசிவம் அடைந்த அதிர்ச்சிக்கு அளவில்லை. அரசியல் நண்பர் மூலமாக அவருக்கு இரு ஆணைகளின் நகல்கள் கிடைத்தன. பிறகு அவர் பி. முத்தண்ணா என்னும் வழக்கறிஞரைக் கலந்தாலோசித்தார். (பின்னாளில் அவர் அட்டர்னி–ஜெனரல் என்னும் உயர் பதவிக்குச் சென்றார்.) அவரது ஆலோசனைப்படி, அவர்கள் 1985, ஜூலை 09 அன்று கர்நாடக உயர் நீதிமன்றத்தில் ஜலப்பாவின் அறக்கட்டளைக்கும் கர்நாடக அரசுக்கும் எதிராக வழக்குத் தொடுத்தார்கள்.

உயர் நீதிமன்றம் இருவிதமாகத் தீர்ப்பு வழங்கியது. ஜலப்பாவின் அறக்கட்டளைக்கு வழங்கப்பட்ட அனுமதியை ரத்து செய்தது. அதே நேரத்தில், சதாசிவத்திற்கு வழங்கப்பட்ட

அனுமதியும் தற்காலிகமானதே என்றும், கர்நாடக அரசு அதனை உறுதி செய்யலாம், திருத்தலாம் அல்லது ரத்தும் செய்யலாம் என்றும் ஆணை வழங்கியது. 1986–87 கல்வியாண்டுக்கு விஸ்வேஸ்வரய்யா கல்வி அறக்கட்டளையின் விண்ணப்பத்தைப் பரிசீலிக்குமாறும் அரசுக்கு உத்தரவிட்டது.

கர்நாடக அரசு எ.பரத் தலைமையில் ஒரு குழுவை அமைத்தது. மனுக்களைப் பரிசீலித்துத் தனது பரிந்துரைகளைத் தருமாறு கேட்டுக்கொண்டது. இந்தக் குழு, அடுத்த ஆண்டு (1986 ஆகஸ்ட் 4 அல்லது 5) தேவராஜ் அர்ஸ் அறக் கட்டளையின் விண்ணப்பத்தைப் பரிந்துரைத்து அறிக்கை அளித்தது.

கல்லூரிக்காகத் தான் உருவாக்கிய கட்டடங்களைக்கூட அந்தக் குழு பார்வையிடவில்லை என்று சதாசிவம் குற்றம் சாட்டினார்.

குழுவின் அறிக்கை தரப்பட்ட மூன்று நாட்களுக்குப் பிறகு, சதாசிவம் கல்லூரிக்காக வாங்கிய 22.07 ஏக்கர் நிலத்தைப் பறிமுதல் செய்து நிலச் சீர்திருத்தங்களுக்கான உதவி ஆணையாளர் ஆணை வழங்கினார். நிலம் வாங்கியதில் முறைகேடுகள் நடந்திருப்பதாகக் குற்றம் சாட்டப்பட்டது. ஜலப்பாவின் டிரஸ்டுக்கு மருத்துவக் கல்லூரி அமைப்பதற்காகத் தமாகா கிராமத்தில் 8 ஏக்கர் அரசு நிலம் வழங்கப்பட்டது. அரசு கூட்டுறவுத் துறைக்குச் சொந்தமான அந்த நிலத்தில் பழைய பயிற்சி நிலையமும் கட்டடங்களும் இருந்தன. அவையெல்லாம் ஜலப்பாவின் டிரஸ்டுக்கு மாதம் ரூ.500 வாடகைக்கு, பத்தாண்டு காலத்திற்குத் தரப்பட்டது. பின் மாதம் ரூ.2500 வாடகைக்கு மேலும் 10 ஆண்டுகளுக்கு நீட்டிக்கப்பட்டது. இதற்கான ஆணைகள் நவம்பர் 26 அன்று வழங்கப்பட்டன.

கர்நாடக அரசு தனது அமைச்சர் ஒருவருக்கு, அவரது தனியார் அறக்கட்டளைக்கு, அரசு நிலத்தையும் கட்டடங்களையும் அடிமாட்டு வாடகைக்கு விட்டது.

சதாசிவம் மிகவும் ஆத்திரமடைந்தார். இரண்டு வழக்குகள் தொடர்ந்தார். ஒன்று தனது நிலம் பறிமுதல் செய்யப்பட்டதை எதிர்த்து. மற்றொன்று ஜலப்பாவின் அறக்கட்டளைக்கு மருத்துவக் கல்லூரி தொடங்க அனுமதி வழங்கப்பட்டதை எதிர்த்து.

1987, ஆகஸ்ட் 14 அன்று உயர் நீதிமன்றம் நிலம் பறிமுதல் செய்யப்பட்டதை ரத்து செய்தது. ஆனால், மருத்துவக் கல்லூரி விஷயத்தில் ஜலப்பாவுக்கு ஆதரவாகத் தீர்ப்பளித்தது. இந்த நாள் (1987, ஆகஸ்ட் 14) இந்தக் கதையில் மிக முக்கியத்துவம் வாய்ந்த நாள்.

இந்த நிகழ்வுகளால் சதாசிவமும் ஜலப்பாவும் தீவிரமான வணிகப் போட்டியாளர்களாக ஆகிவிட்டார்கள். சதாசிவம் தனது நிலத்தைக் காப்பாற்றிக்கொண்டார் என்றபோதிலும் ஜலப்பாவின் தீராத பகையைச் சம்பாதித்துக்கொண்டார்.

மருத்துவக் கல்லூரி ஜலப்பாவிடம் பறிபோனதற்கு எதிர்வினையாகச் சதாசிவம் ஜலப்பாவிற்கெதிராக உச்ச நீதிமன்றத்தில் வழக்குத் தொடர்ந்தார். இந்த விஷயத்தில் கர்நாடக அரசின் முடிவுகள் வெளிப்படையாகவே ஜலப்பாவிற்கு ஆதரவாக இருந்தன. அமைச்சரவைக் கூட்டம் என்பது அன்றாடம் நடப்பதல்ல. மருத்துவக் கல்லூரிகளுக்கு அனுமதி தருவதும் வழக்கமான நிகழ்வல்ல. கர்நாடக மாநிலத்தில் இரு மருத்துவக் கல்லூரிகள் துவக்கப்படுவதும் சிறிய விஷயமல்ல. அரசாங்கம் அமைச்சரவைக் கூட்டத்தைக் கூட்டி மருத்துவக் கல்லூரி குறித்த தனது முந்தைய முடிவை மாற்றியது. இது ஜலப்பாவின் அரசியல் செல்வாக்கையே காட்டியது.

சதாசிவத்தின் சோதனைகள் அத்துடன் முடிந்துவிட வில்லை. 1987 பிப்ரவரியில் கோலார் மாவட்டத்தைச் சேர்ந்த ஏழு எம்.எல்.ஏ.க்களும் கல்வி அமைச்சரும் (இவர்தான் ஜலப்பாவின் மருத்துவக் கல்லூரிக்கு அனுமதி வழங்கப் பரிந்துரைத்தவர்) இணைந்து முதலமைச்சருக்கும் உள்துறைச் செயலாளருக்கும் ஒரு கடிதம் எழுதினார்கள். மருத்துவக் கல்லூரி தொடர்பாகச் சதாசிவம் தொடர்ந்த வழக்குகள் குறித்தும் சஞ்சய் காந்தி கல்வியியல் கல்லூரி விவகாரங்கள் குறித்தும் அக்கடிதத்தில் புகார்களைப் பட்டியலிட்டிருந்தார்கள். அக்கடிதம் சி.ஐ.டி. பிரிவுக்கு விசாரணைக்காக அனுப்பப்பட்டது (கர்நாடகத்தில் இப்பிரிவின் பெயர் சி.ஓ.டி.-COD-CORE OF DETECTIVES). இந்தக் கடிதம் அப்பிரிவின் கண்காணிப்பாளர் மகாதேவப்பாவுக்கு அனுப்பப்பட்டது. அவர் அதை ஹொன்னே கவுடா என்னும் இன்ஸ்பெக்டருக்கு அனுப்பினார்.

அதன் பின்னும் சதாசிவத்தின் வாழ்க்கையில் விதி விளையாடியது. 1987 ஏப்ரலில் ஜலப்பா உள்துறை அமைச்சராக ஆனார். காவல்துறை நேரடியாக அவரது கட்டுப்பாட்டில் வந்தது.

ஜலப்பா சற்றும் தாமதிக்கவில்லை. கண்காணிப்பாளர் மகாதேவப்பா, இன்ஸ்பெக்டர் ஹொன்னே கவுடா ஆகியோரைத் தன் இல்லத்திற்கே அழைத்து சதாசிவம் மீதான சி.ஓ.டி. விசாரணையை விரைவுபடுத்த உத்தரவிட்டார். உள்துறை அமைச்சர் என்ற முறையில் ஜலப்பா டி.ஐ.ஜி. அல்லது ஐ.ஜி.யை அழைத்துச் சொல்லியிருக்கலாம். ஆனாலும் அவர் ஒரு இன்ஸ்பெக்டரைக் கூப்பிட்டுச் சொன்னதிலிருந்து இந்த

விஷயத்தில் ஜலப்பாவின் அக்கறையை இரு அதிகாரிகளும் புரிந்துகொண்டார்களா என்று தெரியவில்லை. ஜலப்பா, "நியாயமான விசாரணை நடத்தி சதாசிவம் மீது நடவடிக்கை எடுங்கள்" என்று நயமாகச் சொன்னதன் உட்பொருள் என்னவென்று புரிந்துகொள்ளாமலே இன்ஸ்பெக்டர், "சதாசிவம் மீதான புகார்களுக்கு எதிரான புகார்களும் இருக்கின்றன. அவற்றையும் விசாரிக்க வேண்டியிருக்கிறது" என்றார்.

இந்தப் பதில் அமைச்சரைக் கோபப்படுத்திவிட்டது என்பதைக் கண்காணிப்பாளர் புரிந்துகொண்டார் (இதை அவரே அரசுத் தரப்பு சாட்சி–24ஆக நீதிமன்றத்தில் கூறியுள்ளார்). அமைச்சரின் கோபம் அடுத்த இரண்டு மூன்று நாட்களில் இன்ஸ்பெக்டர் ஹொன்னே கவுடாவின் பணி இடமாற்றத்தில் சென்று முடிந்தது. அவரது இடத்தில் பொறுப்பேற்ற இன்ஸ்பெக்டர் ஹெக்டே விசாரணையை முடித்து டிசம்பர் 12 அன்று தனது அறிக்கையைத் தந்தார்.

ஆறு மாதங்கள் நடந்த அந்த விசாரணையில் சதாசிவம் மீதான 9 புகார்களில் 3 புகார்கள் நிரூபணமாவதாகத் தெரிவிக்கப் பட்டது. அவற்றின் மீது நடவடிக்கை ஏதும் எடுக்கப்படவில்லை. ஆனால் சதாசிவத்தை அச்சுறுத்த அவை மிகவும் பயன்பட்டன.

சதாசிவத்தைக் கர்நாடகத்திலிருந்து வெளியேற்றிவிட வேண்டும் என்பதில் ஜலப்பா தீவிரமாக இருந்தார். அவரது கவனம் இப்போது சஞ்சய் காந்தி கல்வியியல் கல்லூரியின் பக்கம் திரும்பியது. அக்கல்லூரி, ஹை கிரவுண்ட்ஸ் காவல் நிலையத்தின் (High Grounds Police Station) எல்லைக்குள் இருந்தது. மேற்குப் பகுதி துணை ஆணையாளர் (DCP-WEST) மேற்பார்வையில் இருந்தது. ஜலப்பா தன் சமூகத்தைச் சேர்ந்தவரான கே.நாராயணன் என்பவரை அப்பதவியில் நியமித்தார். அதுகுறித்து நாராயணனுக்கு முன்னதாகவே, அதாவது ஜூன் 26 அன்றே, ஜலப்பா தெரிவித்துவிட்டார். இதுபற்றி அவர் தனது ஜூலை 2 நாளின் கையேட்டில் குறித்து வைத்திருந்தார்.

இந்த நியமனத்திற்காக ஜலப்பா இரு வேறு வழிகளில் பெரும் முயற்சி மேற்கொண்டார். எஸ்.ஐ., டி.ஐ.ஜி. பதவிகளில் உள்ள பலரை மாற்றுவதற்கான ஒரு வரைவுத் திட்டத்தை முன்வைத்தார். அது டி.ஜி.பி.யிடமிருந்து தலைமைச் செயலாளர், ஜலப்பா வழியாக முதலமைச்சருக்குச் சென்றது. அவர் அதில் ஜூலை 1 அன்று கையொப்பமிட்டார். பின் ஜூலை 2 அன்று நாராயணனை மேற்குப் பகுதி துணை ஆணையாளராக நியமிக்கும் கோப்பு நகர்ந்தது. "இதுபற்றி டி.ஜி.பி.யிடம் விவாதிக்கப்பட்டுள்ளது" என்னும் குறிப்புடன் இதனை ஜலப்பா தலைமைச் செயலாளருக்கு

அனுப்பினார். ஒருமுனை நடவடிக்கையே போதுமென்றாலும் நாராயணன் மேற்குப் பகுதி துணை ஆணையாளராக (DCP-WEST) நியமனம் பெறுவதை உறுதிப்படுத்த ஜலப்பா இருமுனை நடவடிக்கையில் இறங்கினார். இரு வாரங்களுக்குப் பிறகு, 1987 ஜூலை 9 அன்று கே. நாராயணன் மேற்குப் பகுதி துணை ஆணையாளராகப் பொறுப்பேற்றார்.

சதாசிவத்திற்கு மேலும் கெட்ட செய்திகள் வரத் தொடங்கின. ஜவஹர் பாரதி அறக்கட்டளையிலிருந்து விலகிய எஸ்.ஒய். மாரியப்பாவும் கே.ஆர். சீனிவாசனும் சதாசிவத்தின் ஆசிரியர் பயிற்சிக் கல்லூரி விவகாரங்களில் மீண்டும் தலையிடத் தொடங்கினார்கள். இதுவரை சிவில் நீதிமன்ற அளவிலேயே இருந்த இந்த மோதல்கள் தீவிரமடையத் தொடங்கின.

ஜூலை 14 அன்று சதாசிவம் கல்லூரிக்குச் சென்றார். கல்லூரி முதல்வர் சீதாராம் ஐயங்கார் ஊரில் இல்லாததால், பொறுப்பு முதல்வர் திருமதி ரத்னாவிடம் பெங்களூர் பல்கலைக்கழகத்திற்குச் செலுத்த வேண்டிய கட்டணங்களைச் செலுத்துமாறு உத்தரவிட்டார். அதற்கான காலக்கெடு அடுத்த நாள் முடிகிறது. பின்னர் தன் சொந்த ஊரான கொல்லம் செல்லத் திருவனந்தபுரம் செல்லும் விமானத்தில் ஏறினார்.

சதாசிவம் புறப்பட்ட சற்று நேரத்தில் மாரியப்பாவும் சீனிவாசனும் இருபது அடியாட்களுடன் கல்லூரிக்கு வந்தார்கள். அங்கிருந்த 1,65,667 ரூபாய் ரொக்கப் பணத்தையும் கல்வியியல் கல்லூரி, மருத்துவக் கல்லூரி தொடர்பான பல்வேறு கோப்புகளையும் எடுத்துச் சென்றார்கள். சதாசிவம் கொல்லம் சென்று சேர்ந்தபோது திருமதி ரத்னாவிடமிருந்து இத்தகவல்கள் சதாசிவத்திற்குக் கிடைத்தன. மூன்று ஆண்டுகள் எந்தவிதச் செயல்பாடும் இல்லாமல் இருந்துவிட்டு இப்போது இவர்கள் தொந்தரவு தந்திருப்பது ஏன்?

சதாசிவம் அறிவுறுத்தியபடி திருமதி ரத்னா, மாரியப்பா, சீனிவாசன் ஆகியோர் மீது ஹை கிரவுண்ட்ஸ் காவல் நிலையத்தில் அன்றே புகார் அளித்தார். அது புறக்கணிக்கப்பட்டது. சதாசிவம் மறுநாள் பெங்களூரு திரும்பினார்.

கல்லூரியில் கொள்ளையடித்த பின் மாரியப்பாவும் சீனிவாசனும் அடுத்ததாக மேற்குப் பகுதி துணை ஆணையாளர் அலுவலகம் சென்றார்கள். அறக்கட்டளையிலிருந்து விலகி விட்ட அவர்கள், சதாசிவம் மீது பல குற்றச்சாட்டுக்களை முன்வைத்தார்கள். அவர் அறக்கட்டளைக் கூட்டங்களில் கலந்துகொள்வதில்லை, உறுப்பினர்களின் கருத்துக்களுக்கு மதிப்பளிக்காமல் சர்வாதிகாரமாக நடந்துகொள்கிறார்,

மாணவர்களிடமிருந்து பெறும் நன்கொடைக்குக் கணக்கு காட்டுவதில்லை, அறக்கட்டளை நிதியைத் தவறாகப் பயன்படுத்துகிறார், அறக்கட்டளை அனுமதி பெறாமல் அதன் நிதியிலிருந்து ஒரு பேருந்து வாங்கித் தன் மனைவி பெயருக்கு மாற்றிக்கொண்டார் என்றெல்லாம் புகார் அளித்தார்கள். அந்தப் புகார்கள் மேற்குப் பகுதி துணை ஆணையாளர் *(DCP-WEST)* அலுவலகத்தில் பதிவு செய்யப்பட்டன. "ஹை கிரவுண்ட்ஸ் காவல் நிலைய உதவி ஆய்வாளர் தக்க நடவடிக்கை எடுக்க வேண்டும்" என அதில் துணை ஆணையாளரின் உத்தரவு பதிவு செய்யப்பட்டது. அதாவது சப்–இன்ஸ்பெக்டர் எம்.பி. உத்தப்பா இந்தப் புகாரின் மீது நடவடிக்கை எடுக்க வேண்டும்.

இது வழக்கமான நடைமுறைக்கு மாறானது. வழக்கமாகத் துணை ஆணையாளர் அலுவலகத்தில் பெறப்படும் மனு அங்கிருந்து உதவி ஆணையருக்கும் பின் சம்பந்தப்பட்ட இன்ஸ்பெக்டருக்கும் அனுப்பப்படும். அதன் பிறகே அது உதவி ஆய்வாளருக்கு வரும்.

மாரியப்பாவும் சீனிவாசனும் துணை ஆணையாளர் அலுவலகத்திலிருந்து நேராக எஸ்.ஐ. உத்தப்பாவிடம் சென்றார்கள். அவர் உடனடியாக வழக்குப் பதிவுசெய்து சதாசிவத்தைக் கைது செய்யும் நடவடிக்கையைத் தொடங்கினார்.

இதற்கிடையில் சதாசிவம் கல்லூரியில் நிலைமை என்னவென்று பார்ப்பதற்காகப் போய்க்கொண்டிருந்தார். சதாசிவம் பன்னாட்டுக் கடத்தல்காரர் என்றும் அவரை ஹை கிரவுண்ட்ஸ் காவல் நிலையத்தில் ஒப்படைக்க வேண்டும் என்றும் அறிவித்துக் காவல்துறை ஏற்கெனவே சுற்றறிக்கை வழங்கி யுள்ளதாக அவருக்குத் தெரிவிக்கப்பட்டது. இவ்வளவு குறுகிய கால அவகாசத்தில் துண்டறிக்கை எங்கிருந்து வந்தது? நிலைமையைப் புரிந்துகொண்ட சதாசிவம் அதிர்ச்சியும் சோர்வும் அடைந்தார். அவரது கனவுகள் கைநழுவிப் போய்க்கொண்டிருந்தன. இப்போது அவர் தனது சொந்தக் கல்லூரிக்குள் கால் வைக்க முடியாது.

ஜூலை 16 அன்று சதாசிவம், பெங்களூரு மாநகரக் காவல் ஆணையாளர் கே.யூ. பாலகிருஷ்ணா ராவுக்குப் பதிவு அஞ்சலில் ஒரு புகாரை அனுப்பினார். அதில் அவர் மாரியப்பாவும் சீனிவாசனும் சஞ்சய் காந்தி கல்வியியல் கல்லூரி நிர்வாகத்தில் தலையிடுவது பற்றிப் புகார் தெரிவித்தார். மீண்டும் மறுநாள் ஜூலை 17 அன்று மற்றொரு புகார் மனுவைக் காவல் ஆணையாளருக்கு அனுப்பினார். இரண்டு புகார்களும் மேற்குப் பகுதி டி.சி.பி. வழியாக எஸ்.ஐ. உத்தப்பாவிடம் சென்றன. அவை புறக்கணிக்கப்பட்டன.

சதாசிவம் – ஜலப்பா இடையேயான போர் மோசமான கட்டத்தை அடைந்தது. தன் உயிருக்கு ஆபத்திருப்பதை உணர்ந்த சதாசிவம், பெங்களூரு 6ஆவது கூடுதல் செஷன்ஸ் நீதிபதியிடம் முன்ஜாமீன் கேட்டு மனு செய்தார். முன்ஜாமீன் கிடைத்தது. மாரியப்பாவும் சீனிவாசனும் கல்லூரி நிர்வாகத்தில் தலையிடுவதற்கு இடைக்காலத் தடை விதிக்கக் கேட்டு நகர சிவில் நீதிமன்றத்தில் மனு தொடுத்தார். இடைக்காலத் தடை விதிக்கப்பட்டது. ஆனாலும் மாரியப்பாவும் சீனிவாசனும் தொடர்ந்து தொல்லை கொடுத்தார்கள். எனவே சதாசிவம், முத்தண்ணாவை ஹை கிரவுண்ட்ஸ் காவல் நிலையத்தில் புகார் அளிக்கச் செய்தார். புகாருடன் இடைக்காலத் தடை உத்தரவை இணைத்துத் தந்தார்கள். ஹை கிரவுண்ட்ஸ் காவல் நிலையம் இடைக்காலத் தடை உத்தரவையும் முத்தண்ணாவின் புகாரையும் புறக்கணித்தது.

ஜூலை 28 அன்று, அதாவது சதாசிவத்திற்கெதிராக மாரியப்பா புகார் கொடுத்து 15 நாட்களுக்குப் பிறகு, சாரதாம்பாள் ராவ், சதாசிவத்தின் உதவியாளர்கள் வி.சி.ஜோசப், ராஜன் ஆகியோர் மீது ஹை கிரவுண்ட்ஸ் காவல் நிலையத்தில் புகாரளித்தார். சதாசிவத்தின் வலது கரமாக இருந்து ராஜனுடன் சேர்ந்து கல்லூரி நிர்வாகத்தைக் கவனித்து வந்தவர் ஜோசப். எஸ்.ஐ. உத்தப்பா, ஜோசப், ராஜன் ஆகிய இருவர் மீதும், அத்துமீறிக் கல்லூரிக்குள் நுழைந்ததாக வழக்குப் பதிவு செய்தார். இருவரும் தலைமறைவாகி முன்ஜாமீன் பெற்றார்கள்.

ஜலப்பாவின் ஆட்கள் சதாசிவத்தை மட்டுமின்றி அவரோடு பணியாற்றியவர்களையும் வேட்டையாடினார்கள். சதாசிவம் தலைமறைவாவதைத் தவிர வேறு வழியில்லை. வெவ்வேறு விடுதிகளில் மாறிமாறித் தங்கினார். சில நேரங்களில் பூங்காக்களில்கூட உறங்க நேர்ந்தது. சஞ்சய் காந்தி கல்வியியல் கல்லூரியைத் திரும்பப் பெற நிரந்தர ஆணை கேட்டு நீதிமன்ற வழக்கும் தொடர்ந்தார்.

இந்தச் சூழ்நிலையில்தான் தன் சொந்த வேலையாகப் பெங்களூரு வந்த பத்தனம்திட்டா வழக்கறிஞர் எம்.ஏ. ரஷீத் சதாசிவத்தைச் சந்தித்தார். சதாசிவம் அன்றைக்குத் தலைமறைவாகத் தங்கியிருந்த ஏர்லைன்ஸ் ஹோட்டலுக்கு ரஷீத்தை ஜோசப் அழைத்து வந்தார். இந்தச் சந்திப்பு அவர்களின் வாழ்க்கைப் பாதையைத் திசை மாற்றியது.

3

ஏர்லைன்ஸ் ஹோட்டல்

1987, ஆகஸ்ட் 11 அதிகாலை ரஷீத்தை ஒரு ஆட்டோவில் ஏற்றிக் கப்பன் பார்க் அருகிலுள்ள ஏர்லைன்ஸ் ஹோட்டலுக்கு அழைத்துச் சென்றார் ஜோசப். போகும் வழியெல்லாம் தங்களை யாராவது பின்தொடர்கிறார்களா என்று ஜோசப் திரும்பித் திரும்பிப் பார்த்துக்கொண்டிருந்தார்.

ஏர்லைன்ஸ் ஹோட்டல் பழைய பாணியிலான ஹோட்டல். உயர்ந்த மேற்கூரைகள் கொண்டது. பெங்களூரின் முதல் டிரைவ்-இன் ஹோட்டல். சென்னையில் இருக்கும் உட்லண்ட்ஸ் டிரைவ் – இன் மாதிரியில் அமைந்தது. உரிமையாளர்களே அங்கு வேலை செய்வார்கள். அந்த ஹோட்டல் 1960களின் பிற்பகுதியிலிருந்து இயங்குகிறது. வாடிக்கையாளர்கள் கார்களில் வந்து மங்களூர் பாணி சிற்றுண்டிகளை இரசித்து உண்பார்கள். கண்ணாடி தம்ளர்களில் வழங்கப்படும் மணக்கும் பில்டர் காபியும் பிரசித்தம்.

ஜோசப்பும் ரஷீத்தும் அங்கு வந்து சேர்ந்த போது காலைச் சிற்றுண்டி அருந்தும் கூட்டம் அந்தத் திறந்த வெளி உணவகத்தில் நிரம்பி வழிந்துகொண்டிருந்தது. பகட்டான வெள்ளைச் சீருடை அணிந்த சர்வர்கள் இங்குமங்கும் ஓடிக் கொண்டிருந்தார்கள். நேராக அறைக்கு வந்துவிட வேண்டாம், யாராவது பின்தொடர்கிறார்களா என்று காத்திருந்து பார்க்க வேண்டும் என்று சதாசிவம் கூறியிருந்தார். அறைக் கதவை ஐந்து முறை,

முதல் மூன்று முறை விரைவாகவும் சற்று இடைவெளி விட்டு மேலும் இரு முறையும் தட்டுமாறு சதாசிவம் கூறியிருந்தார்.

சந்திப்புக்கு முன் சிற்றுண்டி அருந்திவிடலாம் என்று ஜோசப் கூறினார். பரந்த ஆலமரத்தின் கீழ், ஒரு மூலையில், வாயில் வழி வருவோர் போவோரைக் கண்காணிக்கும் விதமாக அவர்கள் அமர்ந்தார்கள். சர்வர் வந்து இளம் சூட்டில் சீரகத் தண்ணீரை மேசையில் வைத்தார். "உருளைக்கிழங்கு, பீன்ஸ், கேரட் மசாலாவுடன் தரப்படும் தோசையை ரஷீத் சாப்பிட்டுப் பார்க்க வேண்டும்" என்று ஜோசப் ரஷீத்துக்குப் பரிந்துரைத்தார்.

வெல்லம் கலந்த சாம்பார், தேங்காய் சட்டினியுடன் தரப்படும் பொரித்த சூடான மங்களூர் பன் ஜோசப்பின் தேர்வு. அதைப் பார்த்துவிட்டு, "ஒரு பெரிய பூரியைப் போல இருக்கிறது" என்று ரஷீத் சொன்னார். வயதானவரான சர்வர், குறுக்கிட்டு "இல்ல ஐயா, அது பன்" என்றார்.

"எண்ணெயில பொரிச்சது போல இருக்கே?" என்றார் ரஷீத்.

"ஆமா ஐயா, மைதாவும் வாழைப்பழமும் கலந்து செய்யப் படும் மங்களூர் ஸ்பெஷல்" என்ற சர்வர் அது செய்யப்படும் விதத்தை விளக்கினார். பழுத்த வாழைப் பழங்களைப் பிசைந்து தயிர், சர்க்கரை, உப்பு இவற்றோடு மைதாவும் சீரகமும் கலந்து பிசைந்து புளிக்க வைத்துப் பூரியைப் போலத் திரட்டிப் பொன்னிறமாக எண்ணெயில் பொரிக்கப்படுகிறது. வட இந்தியர்கள் இதை மிக விரும்பிச் சாப்பிடுகிறார்கள். ஒரு நாளில் பலமுறை இதைச் செய்கிறோம் என்று சொன்ன முதிய சர்வர், "என் தூக்கத்திலகூட நான் இந்தச் செய்முறைய பினாத்தறதா என் மனைவி சொல்றா," என்று அடுக்கிக்கொண்டே போனார்.

ஜோசப் தன் தட்டிலிருந்து ஒரு துண்டு பன்னைப் பிய்த்து ரஷீத்தின் தட்டில் வைத்தார். அதைச் சுவைத்த ரஷீத், தான் கொல்லம் திரும்பியதும் சௌதாவிடம் இந்தச் செய்முறையைச் சொல்லி அவளை வியக்கச் செய்யவேண்டும் என்று எண்ணிக் கொண்டார். ரஷீத்தின் மசாலா தோசையும் பளபளக்கும் பொன்னிறத்தில் மொறுமொறுவெனச் சுவையான உருளைக்கிழங்கு மசாலாவுடன் வாயில் கரைந்தது.

சிற்றுண்டிக்குப் பின் மணக்கும் பில்டர் காபியையும் சுவைத்த பின், யாரும் தங்களைத் தொடரவில்லை என்பதையும் உறுதிப்படுத்திக்கொண்டு அறை எண் 49இன் கதவுகளைத் தட்டினார்கள். வந்திருப்பது யாரென்று உறுதிப்படுத்திக்கொண்ட பின் கதவு திறந்தது.

தலைமறைவாகி ஓடிக்கொண்டிருக்கும் சதாசிவம் உற்சாகமாகவே காணப்பட்டார். செவ்வாயன்று நீதிமன்றம் அவருக்குச் சாதகமாக நிரந்தரத் தடையுத்தரவை வழங்கியிருந்தது. கல்லூரி அவருடையது. அதை அவர் திரும்ப எடுத்துக்கொள்ள வேண்டும். ஆனால் எப்படி?

"யாரும் கிட்டயே போக முடியாது. போலீஸ் காத்திருக்கிறது" என்றார் சதாசிவம். "நாம அங்கப் போனாலே நம்மைப் பயமுறுத்துவாங்க. என்ன செய்யறது?"

சதாசிவத்திற்கு ஹை கிரவுண்ட்ஸ் காவல் நிலையத்தில் அவர் தொடர்பாக நடப்பவற்றைத் தகவல் சொல்ல ஒரு தொடர்பு இருந்தது. ஆனாலும் அவருக்குப் பாதுகாப்பில்லை.

"நா ஒரு அட்வகேட். என்கிட்ட அந்தத் தடையாணைய கொடுங்க. நா கல்லூரிய எடுத்து உங்ககிட்ட தரேன். இது நீதிமன்ற உத்தரவு. உங்கள யார் தடுக்க முடியும்?" என்றார் ரஷீத். நீதிமன்ற உத்தரவைக் காவல் ஆணையாளர் அலுவலகத்திலும் ஹை கிரவுண்ட்ஸ் காவல் நிலையத்திலும் தானே கொண்டு சென்று கொடுப்பதாகக் கூறினார் ரஷீத்.

சதாசிவமும் ஜோசப்பும் நம்ப இயலாமல் சந்தேகப் பார்வையைப் பரிமாறிக்கொண்டார்கள். நீதிமன்ற ஆணையை சம்பந்தப்பட்டவர்களுக்குக் கொண்டு சேர்க்கும் பணியைத் தன்னால் செய்ய முடியும் என்று ரஷீத் உறுதியளித்தார். நீதிமன்ற ஆணை புதன்கிழமை மாலைதான் கிடைக்கும். ஆனால் ரஷீத் இன்று மாலையே கொல்லம் திரும்ப வேண்டும்.

"பரவாயில்ல, கவலப்பட வேணாம்" என்றார் சதாசிவம். "கொஞ்சம் சிக்கலானதுன்னாலும், ஏதோ ஒரு வழிய கண்டுபிடிக்கிறோம்."

அது ஒருபுறமிருக்க, கல்லூரி நிர்வாகத்தை முழு நேரமாகக் கவனிக்கத் தனக்கு ரஷீத் போன்ற ஒருவர் தேவைப்படுவதாகக் கூறினார் சதாசிவம். அதுபற்றி யோசிக்குமாறு கேட்டுக் கொண்டார். இப்போது பொறுப்பிலிருக்கும் பி.எம். ரத்னா, பெங்களூர் பல்கலைக்கழகத்தின் நிபந்தனைகளை நிறைவு செய்யவில்லை. இப்பதவிக்குத் தேவையான தகுதிகள் கொண்ட சீதாராம் ஐயங்காரை ஜூலை 7 அன்று துணை முதல்வராக நியமித்து, பின் ஜூலை 8 அன்று அவரை முதல்வராகவும் நியமித்தார் சதாசிவம். ஆனால் அவரது எதிரிகள் காவல்துறை யுடன் சேர்ந்துகொண்டு ரத்னாவையே முதல்வராகத் தொடரச் செய்திருக்கிறார்கள்.

"இந்தப் பிரச்சினையெல்லாம் முடிவுக்கு வரும்வரைக்கும் நீங்க கல்லூரியில என் பிரதிநிதியா செயல்பட வாய்ப்பிருக்கு" என்றார் சதாசிவம்.

ரஷீத் கொஞ்சம் யோசித்தார். "இதப் பத்தி நான் என் மனைவிகிட்ட ஆலோசிக்கணும்" என்றார். நீதிமன்றத் தடையாணையை ஹை கிரவுண்ட்ஸ் காவல் நிலையத்தில் ஒப்படைப்பதற்காக ஓரிரு நாட்கள் தங்க முடியும் என்றார் ரஷீத்.

எனவே ரகமதுல்லா மட்டும் கொல்லம் புறப்படுவது என்று முடிவானது. ரஷீத்தின் பயணச் சீட்டை ரத்து செய்வதால் கொஞ்சம் பண இழப்பு இருந்தாலும் அதைச் சதாசிவம் ஈடு செய்ய முடியும். சதாசிவம் அதற்கொரு வழி செய்தார். அவர் ரஷீத்தை மாதம் ரூ.5000/- சம்பளத்தில் வேலைக்கு அமர்த்திக் கொள்ள முன்வந்தார். அவர் பல சட்டப் பிரச்சினைகளை எதிர்கொண்டுள்ளார். நம்பகமான கூட்டாளிகள் கிடைப்பது கடினம் என்பது அவருக்குத் தெரியும்.

அவர்கள் சில முடிவுகள் எடுத்தார்கள். மறுநாள் காலை ரஷீத் சீதாராம் ஐயங்காருடன் சென்று நீதிமன்ற ஆணையை ஹை கிரவுண்ட்ஸ் காவல் நிலையத்திலும், ஆணையாளர் அலுவலகத்திலும் ஒப்படைக்க வேண்டும். அதற்கான கடிதத்தைச் சதாசிவம் சொல்ல, ரஷீத் எழுதிக்கொண்டார். சில திருத்தங்களும் செய்தார். பின்னர் ரஷீத்தும் ஜோசப்பும் அதைத் தட்டச்சு செய்யப் புறப்பட்டார்கள்.

அன்று மாலை ரஷீத் சந்தியா லாட்ஜுக்குத் திரும்பி வந்தபோது, அங்கு ஹைதர்அலி-யைச் சந்தித்தார். ஹைதர்அலியும் கொல்லத்திலிருந்து வந்தவர். அவர் 1987 ஜூலை மாதம் முதல் சந்தியா லாட்ஜ் அறை எண்.712இல் தங்கியுள்ளார். அவர் மருத்துவக் கல்லூரியில் சேருவதற்காக வந்துள்ளார்.

இன்னும் பல மாணவர்களைப் போல ஹைதர் அலிக்கும் உதவி செய்வதாகச் சதாசிவம் உறுதியளித்திருந்தார். கேரளத்திலிருந்து மருத்துவக் கல்லூரியில் சேருவதற்காகப் பெங்களூர் வருவோரைத் தங்க வைப்பதற்காகச் சதாசிவம் அறை எண் 403ஐ எடுத்து வைத்திருந்தார். ஏழு ஆண்டுகளாக இந்த அறையை அவர் தனக்கென வைத்துள்ளார்.

ஹைதர் அலி சென்ற ஆண்டு பெங்களூர் கிறிஸ்து கல்லூரியில் முதலாண்டு பி.எஸ்.சி. (உயிரியல்) படித்தார் என்றும், கோலாரில் சதாசிவத்தின் மருத்துவக் கல்லூரி தொடங்கினால் எம்.பி.பி.எஸ்.ஸில் சேர்ந்துகொள்ளலாம் என்று காத்திருக்கிறார்

என்றும் ரஷீத்தும் ரகமதுல்லாவும் இரவு உணவின்போது தெரிந்து கொண்டார்கள்.

சதாசிவம், தனது மருத்துவக் கல்லூரி தொடங்காத நிலையில், அலிக்கு வேறு கல்லூரியில் இடம் வாங்கித் தருவதாகச் சொல்லியிருந்தார். அதற்காக ஹைதர் அலி காத்திருக்கிறார். இரவு உணவுக்குப் பின் ஹைதர் அலி தன் அறைக்குச் சென்றார்.

ரஷீத், ரகமதுல்லாவை ரயில் நிலையம் அழைத்துச் சென்று இரவு 08.30க்குப் புறப்படும் ஐலண்ட் எக்ஸ்பிரஸ்ஸில் ஏற்றி வழியனுப்பினார். ரகமதுல்லாவின் வழிச் செலவுக்குக் கொஞ்சம் பணமும் தந்து கட்டித் தழுவி அனுப்பி வைத்தார். தான் விரைவில் வந்துவிடுவதாகவும் சொன்னார். சௌதாவுடன் தொலைபேசியில் பேசலாம் என்று நினைத்தார். பின் அந்த எண்ணத்தை மாற்றிக்கொண்டார். கடிதம் எழுதலாம் என்று நினைத்தார். இதற்கிடையில் நாளை மாலை ரகமதுல்லா கொல்லம் சென்றடைந்து தான் பெங்களூரில் சதாசிவத்தின் வழக்கு தொடர்பாகத் தங்கியிருப்பதைச் சௌதாவிடம் தெரிவிப்பார் என்றும் எண்ணிக்கொண்டார்.

4

வாழ்க்கையின் நிறம் இளஞ்சிவப்பு

ஆகஸ்ட் 12 அன்று சதாசிவம் ஏர்லைன்ஸ் ஹோட்டலிலிருந்து வெளிவந்தபோது அவரது கல்லூரி மாணவர்கள் சிலர், போலீஸுக்கு அவர் தங்கியிருக்கும் இடம் தெரிந்துவிட்டது என்றும், அவரைக் கைது செய்ய வந்துகொண்டிருக் கிறார்கள் என்றும் தெரிவித்தார்கள். சதாசிவம் ஹோட்டல் அறையைக் காலி செய்ய விரைந்தார். அங்கு ரஷீத், சதாசிவத்திற்குச் சாதகமாக உயர் நீதிமன்றம் வழங்கியுள்ள நிரந்தரத் தடையுத்தரவைப் பெங்களூர் காவல் ஆணையாளருக்கும் ஹை கிரவுண்ட்ஸ் காவல் நிலையத்திற்கும் தருவதற்கான கடிதத்துடன் காத்திருந்தார். சதாசிவம் அதில் கையொப்பமிட்டார். ஜோசப்பிடமும் முன்னாள் டிரஸ்டிகளால் ஒதுக்கி வைக்கப்பட்டிருக்கும் பிரின்ஸிபால் சீதாராம் ஐயங்காரிடமும் கையெழுத்து வாங்குமாறும் சொன்னார். வழக்கறிஞர் முத்தண்ணாவின் உதவியாளரிடம் உயர் நீதிமன்றத் தடையாணை நகலைப் பெற்று சீதாராம் ஐயங்காரையும் கூட்டிச் சென்று ஹை கிரவுண்ட்ஸ் காவல் நிலையத்தில் ஒப்படைக்குமாறும் ரஷீத்திடம் சொன்னார். ரஷீத்திடம் கொஞ்சம் பணமும் தந்து, இன்பாண்ட்ரி சாலையில் உள்ள அக்ஷயா ஹோட்டலில் ஒரு அறை எடுத்து அங்குத் தன்னைப் பிற்பகல் 02.30 மணிக்குச் சந்திக்குமாறும் சொல்லிவிட்டு, லால்பாக் தோட்டத்து மரங்களின் நிழலில் தற்காலிகமாகத் தங்கியிருக்க விரைந்தார்.

ரஷீத்தும் சதாசிவமும் அக்ஷயா ஹோட்டல் வந்து சேர்ந்த போது, அங்கு அவர்களை ஸ்டோர் கீப்பர் சோன்ஸ் வரவேற்பறை யில் வரவேற்றார். ரஷீத் தன்னைப் பத்தனம்திட்டாவிலிருந்து வந்திருக்கும் வழக்கறிஞர் என்று அறிமுகப்படுத்திக்கொண்டு, அறை எண் 310க்கான சாவியைப் பெற்றுக்கொண்டார். அறைக்குள் வந்ததும், ரஷீத், சதாசிவத்திற்கு அன்றைய நிகழ்வுகளைத் தெரிவித்தார். அவர்கள் சென்றபோது காவல் ஆணையாளர் அவரது அலுவலகத்தில் இல்லை. என்றாலும் ஆவணங்களை அங்குச் சேர்த்துவிட்டார்கள். அங்கிருந்து ஹை கிரவுண்ட்ஸ் காவல் நிலையம் சென்றார்கள்.

அங்கு எஸ்.ஐ. உத்தப்பா நீதிமன்ற ஆணைகளைப் பார்த்துவிட்டு, "நீங்க ஒரு வழக்கறிஞர். சதாசிவத்திடமிருந்து ஒரு அத்தாட்சிக் கடிதம் கொண்டு வந்தால் மட்டுமே நீங்க கல்லூரி பிரின்ஸிபலாகப் பொறுப்பேற்க முடியும்" என்றார். அதேபோல் சீதாராம் ஐயங்காரிடமும், "நீங்கதான் பிரின்ஸிபல் என்பதற்குச் சான்று வேண்டும். ஏன்னா அங்க ஏற்கெனவே ரத்னா என்பவர் பிரின்ஸிபலா இருக்கார்," என்றார்.

இவர்களின் வருகையை நிலையப் பதிவேட்டிலும் பதிவு செய்துகொண்டார். இவர்கள் இருவரும், "நாளை உரிய ஆவணங் களுடன் வருகிறோம்" என்று சொல்லிவிட்டு அங்கிருந்து வெளிவந்து, யாரும் பின்தொடராதிருப்பதற்காகத் தனித் தனியே பிரிந்து சென்றார்கள்.

இந்தத் தகவல்களைச் சதாசிவத்திடம் தெரிவித்தபின் ரஷீத் அங்கிருந்து புறப்பட்டு ஒரு பொதுத் தொலைபேசியிலிருந்து ஜோசப்பை அழைத்து அவருக்கும் தெரிவித்தார். ரஷீத் சந்தியா லாட்ஜ் வந்து சேர்ந்தபோது அவருக்கு மீண்டும் பேசுமாறு ஜோசப்பிடமிருந்து தகவல் வந்திருந்தது. ரஷீத் மீண்டும் பொதுத் தொலைபேசியகத்துக்குச் சென்றார். ஜோசப், ரஷீத்திடம், அவர் மாலை 7 மணியளவில் ஹோட்டல் அக்ஷயாவை விட்டு வெளியேற வேண்டும் என்று சதாசிவம் சொல்லியிருப்பதாகத் தெரிவித்தார். மேலும் ரஷீத் சதாசிவத்தைச் சர்க்கார் ஹோட்டலில் இரவு 09.30 மணிக்குச் சந்திக்க வேண்டும் என்றும் அப்போது அத்தாட்சிக் கடிதங்கள் ஒப்படைக்கப்படும் என்றும் தெரிவித்தார்.

சதாசிவத்தைச் சந்திக்க இன்னும் கொஞ்சம் நேரமிருந்தது. எனவே ரஷீத் கெம்பே கவுடா மார்க்கெட்டிற்கு ஒரு வாழ்த்து அட்டை வாங்கப் போனார். அதை இப்போது சௌதாவுக்கு அனுப்பினால், மூன்று நாட்களுக்குப் பின் வரவிருக்கும் அவர்களது பத்தாவது திருமண நாளுக்குள் போய்ச் சேர்ந்துவிடும். அதற்குள் கொல்லம் திரும்பிவிடுவேன் என்று சௌதாவிற்குக்

கொடுத்த வாக்குறுதியை நிறைவேற்ற முடியவில்லை. இப்போது கிடைத்திருக்கும் தொழில், வருமான வாய்ப்பை எளிதாக இழந்துவிட முடியாது. இதைத் தொடர்ந்து பெங்களூரில் மேலும் சட்டப் பணிகள் கிடைக்கலாம். யாருக்குத் தெரியும்?

அலங்காரப் பொருட்கள் கடையொன்றில் நடுத்தர சைஸில் ஒரு வாழ்த்து அட்டை அவருக்குப் பிடித்திருந்தது. ஒரு பக்கம் வெண்மை நிறப் பின்னணியில் மெலிதான ரோஜாப் பூ. மறுபக்கம் பச்சை வண்ண எழுத்துக்களில் இடம் பெற்றிருந்த கவிதை தன் மனைவியை நினைவூட்டுவதாகவும் அவளுக்கு மிகப் பொருத்தமாக இருந்ததாகவும் ரஷீத்துக்குத் தோன்றியது:

நான் உன் இதயத்தை நெருங்கும்போது
வேறு உலகத்தில் மிதக்கிறேன்.
அது ரோசாக்களின் உலகம்.
நீ பேசும்போது தேவதைகள் பாடுகிறார்கள்.
நாள்தோறும் வார்த்தைகள் காதல் கீதங்களாக மாறுகின்றன.
உன் இதயத்தையும் ஆன்மாவையும் எனக்குத் தா.
வாழ்க்கை எப்போதும் இளஞ்சிவப்பு நிறமே.

இது பிரெஞ்ச் பாடகர் எடித் பியாப் 1940களில் எழுதிப் பாடிய புகழ் பெற்ற கவிதை என்பது ரஷீத்துக்குத் தெரியாது. அவரைப் பொறுத்தவரை இளஞ்சிவப்பு ரோஜா என்பது ரஷீத்தும் சௌதாவும் கணவன் மனைவியாக வாழ்ந்த பத்தாண்டு களைப் பிரதிபலிப்பதாக இருந்தது. சௌதாவுக்கு ரோஜாக்கள் பிடிக்கும். சௌதா வீட்டின் பின்புறம் ரோஜாச் செடிகளைப் புதர்போல் வளர்த்து அவற்றைத் தன் பிள்ளைகள் போலவே பாதுகாத்தாள். ஒரு செடியில் மஞ்சள் ரோஜாக்களும் மற்றொன்றில் ஆழ்ந்த சிவப்பு நிற ரோஜாக்களும் இருந்தன. சௌதா அவற்றை அழகுற அடுக்கி, ரஷீத் திருமணமான புதிதில் வாங்கித் தந்த கண்ணாடிப் பூக்குவளையில் வைத்தாள். அவை அழகான நாட்கள். அவள் மெல்லிய குரலில் பாடுவாள். இந்தக் கவிதையின் கடைசி வரி அவருக்குப் புரியவில்லை என்றாலும், அது ரோஜாவின் சிறப்பைச் சொல்கிறது என்பது தெரிந்திருந்தது. எனவே அது பொருத்தமான அட்டையாக இருந்தது. பிறகு ஏதோ கொஞ்சம் சாப்பிட்டுவிட்டுச் சர்க்கார் ஹோட்டல் நோக்கி நடந்தார்.

சர்க்கார் ஹோட்டலில் சதாசிவம், அத்தாட்சிக் கடிதங்கள் தயாரிக்கத் தன் லெட்டர் பேடை எடுத்தார். அதில் இரு தாள்கள் மட்டுமே இருந்தன. அவற்றில் ஒன்றில் ஆகஸ்ட் 1 என்று தேதியிட்டிருந்தார். தேதியைத் திருத்தினால் போலீஸ் மறுப்புத் தெரிவிக்கக்கூடும். எனவே தேதியைத் திருத்தாமல், தனது தெளிவான கையெழுத்தில், ரஷீத், சஞ்சய் காந்தி கல்வியியல்

கல்லூரியின் மேலாளராக நியமிக்கப்படுகிறார் என்றும், அறக்கட்டளைத் தலைவர் என்ற முறையில், நீதிமன்றம் வழங்கி யுள்ள நிரந்தர தடையாணை வழங்கும் அதிகாரத்தின்படி, அவர் ரஷீத் கல்லூரி மேலாளராகப் பொறுப்பேற்க அனுமதிக்கிறார் என்றும் சான்றிதழ் எழுதினார்.

மற்றொரு தாளில், சீதாராம் ஐயங்கார், 1987, ஜூலை 8 அன்று சஞ்சய் காந்தி கல்வியியல் கல்லூரியின் பிரின்சிபாலாக நியமிக்கப்பட்டுள்ளார் என்றும், திருமதி ரத்னா, பெங்களூர் பல்கலைக்கழகம் விதித்துள்ள நிபந்தனைகளை நிறைவு செய்யவில்லை என்றும், நீதிமன்றம் வழங்கியுள்ள நிரந்தர தடையாணை வழங்கும் அதிகாரத்தின்படி, சீதாராம் ஐயங்கார்தான் சஞ்சய் காந்தி கல்வியியல் கல்லூரியின் பிரின்சிபால் என்பதை வலியுறுத்துவதாகவும் எழுதினார்.

அப்போது அந்த அறையின் கதவு முதலில் விரைவாக மூன்று முறையும் பின் மெதுவாக இரு முறையும் தட்டப்பட்டது. உள்ளே வந்தவர் சதாசிவத்தின் வழக்கறிஞர் முத்தண்ணா. அவர் பெங்களூர் பார் அஸோஸியேஷனில் செல்வாக்குப் பெற்றிருந்தார். சதாசிவம் இரு வழக்கறிஞர்களையும் பரஸ்பரம் அறிமுகப்படுத்தி, முத்தண்ணா, ரஷீத்துக்குச் சட்ட நடவடிக்கைகளில் உதவி புரிவார் என்று சொன்னார். அதுவரையான நிகழ்வுகளை முத்தண்ணாவுக்கு விரைவாக விளக்கினார்.

பின்னர் சதாசிவம் கழிவறைக்குச் சென்றபோது, ரஷீத்துக்கு இந்தப் பணியைச் செய்வதில் விருப்பமுள்ளதா என்று முத்தண்ணா கேட்டார். இதெல்லாம் சட்டப்பூர்வ நடவடிக்கைகள்தானே, என்ன பிரச்சினை என்றார் ரஷீத். எதற்கும் நன்கு யோசித்துச் செய்யுமாறும், கல்லூரிக்குச் செல்லும் முன் தன்னைக் காலையில் சந்திக்குமாறும் சொல்லிவிட்டு முத்தண்ணா அங்கிருந்து அகன்றார்.

ரஷீத் கல்லூரியின் மகளிர் விடுதிக்குச் சென்று நீதிமன்ற ஆணையைக் காட்டிப் பணியாளர்களையும், மாணவர்களையும் அச்சமின்றிப் படிப்பைத் தொடருமாறு அறிவுறுத்த வேண்டுமெனச் சதாசிவம் கேட்டுக்கொண்டார். கோலார் மருத்துவக் கல்லூரி தொடர்பான வழக்கிலும் அடுத்த சில நாட்களில் சாதகமான தீர்ப்பு கிடைத்துவிடும் என்றும், அந்த வழக்கிலும் ரஷீத்தின் உதவி தேவை என்றும் சதாசிவம் சொன்னார்.

தன் மனைவிக்கு அனுப்பிய வாழ்த்து அட்டையை நினைத்தபடி ரஷீத் அந்த இரவைக் கழித்தார். உரிய நேரத்தில் திரும்ப வர முடியாமல் போனதற்காக மானசீகமாகத் தன் மனைவியிடம் மன்னிப்புக் கேட்டுக்கொண்டார். அதற்கான காரணத்தை விளக்கினார். தான் அனுப்பிய ரோஜா வாழ்த்து

அவள் முகத்தை மலரச் செய்யும் என்று நம்பினார். அவள் பிரிவை உணர்வதாகவும், விரைவில் அவளுடன் இருப்பேன் என்றும், அவள் அருகில் இருக்கும்போது, தன்னை ஒரு அரசனாக உணர்வதாகவும், தங்களுக்கு நல்ல காலம் வருகிறது என்பதில் தனக்கு ஐயமில்லை என்றும் எழுதினார்.

ரஷீத் இந்த உணர்வுகளில் மூழ்கியிருந்த அதே நேரத்தில், பெங்களூர் மேற்குப் பகுதி துணை ஆணையாளர் கே. நாராயணன், உள்துறை அமைச்சர் ஜலப்பாவின் வீட்டில் ஒரு மணிநேரம் கலந்துரையாடலில் ஈடுபட்டிருந்தார். இந்தச் சந்திப்பின் விளைவு, தன்னுடைய கனவுகளைக் கலைக்கப் போகிறது என்பது ரஷீத்துக்குத் தெரியாது.

5

1987, ஆகஸ்ட் 14

அன்று வெள்ளிக்கிழமை. ரஷீத் முத்தண்ணாவின் அலுவலகத்திற்கு 9 மணி வாக்கில் சென்றபோது, முத்தண்ணா அவருக்காகக் காத்திருந்தார். சஞ்சய் காந்தி கல்வியியல் கல்லூரிக்குப் போவதில் ரஷீத் உறுதியாக இருக்கிறாரா என்று முத்தண்ணா மீண்டும் கேட்டார். “ஜூலை 28 அன்று நான் காவல் ஆணையாளர் அலுவலகம் சென்று கல்லூரி சதாசிவத்திற்கு உரியது என்னும் நீதிமன்ற இடைக்கால ஆணையைத் தந்தேன். மாரியப்பாவும், சீனிவாசனும் கல்லூரி விஷயங்களில் தலையிடக் கூடாது என்னும் தடையாணை ஏற்கெனவே உள்ளது. எனினும் அவர்கள் தொடர்ந்து தொல்லை கொடுக்கிறார்கள். ஏதோ ஒரு பெரிய சக்தியின் தூண்டுதல், ஆதரவு இல்லாமல் இவ்வாறு செய்ய முடியுமா?” என்று கேட்டார் முத்தண்ணா.

ரஷீத் தனக்கு நம்பிக்கையிருப்பதாகச் சொன்னார். முத்தண்ணா மேலும் விளக்கினார்: “நீங்கள் உத்தப்பாவிடம் நீதிமன்ற ஆணையைத் தந்த பின்னும் அவர் அதைப் பொருட்படுத்தவில்லை.”

ரஷீத் அமைதியாகவே இருந்தார்.

முத்தண்ணா தொடர்ந்து சொன்னார்: “இங்கு நிலைமை என்ன? சட்டம் சதாசிவத்திற்குச் சாதகமாக இருக்கிறது. ஆனால் போலீஸ் சட்ட விரோதமாக எதிர்த் தரப்புக்குச் சாதகமாக இருக்கிறது. நீங்கள் கல்லூரிப் பொறுப்பேற்கும்போது பாதுகாப்பு வேண்டும் என்று உத்தப்பாவிடம் கேட்டீர்களா?”

“கவலைப்பட வேண்டாம். ஏதேனும் பிரச்சினை என்றால் போலீஸ் அங்கிருக்கும் என்றார் உத்தப்பா.”

“நீங்கள் அந்த வார்த்தைகளை நம்புகிறீர்களா?” என்றார் முத்தண்ணா.

“சார், எனக்குச் சட்டத்தில் நம்பிக்கை இருக்கிறது. என்னுடைய நடவடிக்கை சரியானது என்று நான் நம்புகிறேன்” என்றார் ரஷீத்.

“நண்பரே, அவர்கள் உங்களை அடிப்பார்கள். இப்போது உங்களால் விலகிக்கொள்ள முடியும். முடியும்போதே விலகி விடுங்கள்.”

“சார், பரவாயில்லை... முயன்று பார்க்கிறேன்.” ரஷீத் தன் நிலையில் உறுதியாக இருந்தார்.

முத்தண்ணா மேலும் ஏதும் கூறும்முன் ரஷீத்தை அழைத்துப்போக சீதாராம் ஐயங்கார் அங்கு வந்தார். வழியனுப்பி வைக்கும் முன் முத்தண்ணா தன் விசிட்டிங் கார்டை ரஷீத்திடம் தந்தார்.

முத்தண்ணாவின் அலுவலகத்திலிருந்து வெளியேறியபின் நிகழ்வுகள் ரஷீத் கற்பனை செய்திருக்க முடியாத அளவுக்கு வெகு விரைவாக நடந்தன. எப்படிப் பார்த்தாலும் அவை சீதாராம் ஐயங்காரின் ஸ்டான்டர்ட் ஹெரால்ட் காரைவிட வேகமாகவே சென்றன. சஞ்சய் காந்தி கல்வியியல் கல்லூரிக்கு அவர்கள் போய்க்கொண்டிருந்தபோது கோலார் மருத்துவக் கல்லூரி ஜலப்பாவின் தேவராஜ் அர்ஸ் அறக்கட்டளைக்கு வழங்கப்பட்டதை எதிர்த்து சதாசிவம் தொடுத்த ரிட் மனுவை உயர் நீதிமன்றம் தள்ளுபடி செய்துவிட்டது என்பது ரஷீத்துக்குத் தெரியாது.

கல்லூரியில் முதல்வரின் அறைக்குள் கால் வைத்ததுமே திருமதி ரத்னா அழைப்பு மணியை அழுத்தினார். என்ன நடக்கிறது என்பதை உணரும்முன் சீருடை அணியாத போலீஸார் மூன்று நான்கு பேர் அறைக்குள் விரைந்து வந்து ரஷீத்தை அடிக்கத் தொடங்கினர். கருணையற்ற தாக்குதல் அவர் மீது மழையெனப் பொழிந்தது. அவரது ப்ரீப்கேசைப் பறித்துக் கொண்டார்கள். வாயிலிருந்து ரத்தம் வடியக் கீழே விழுந்த அவர் தன்னைக் காத்துக்கொள்ள செய்த முயற்சிகள் ஏதும் பயனளிக்கவில்லை.

ரஷீத்துக்குப் புரியாத கன்னட மொழியில் திட்டிக் கொண்டே அவர்கள் அவரை உதைத்தார்கள். கைகளில்

லத்திகளுடன் மேலும் போலீஸார் அறைக்குள் வந்தார்கள். அவர்கள் கன்னடத்தில் சீதாராம் ஐயங்காரிடம், "ஏய் கிழவா, எதுக்கு நிக்கிற, இங்கிருந்து ஓடப் போறியா, இல்ல உனக்கும் இந்த முட்டாள் வேசி மகனுக்குக் கொடுத்ததுபோலக் கொடுக்கணுமா?"

சீதாராம் ஐயங்கார் சற்றும் யோசிக்காமல் தன் காரை நோக்கி விரைந்தார்.

பிறகு அவர்கள் ரஷீத்தின் மீதான தாக்குதலை இரட்டிப்பாக்கினர். அவரது பற்கள் உடைந்து வாயெல்லாம் ரத்தம். ஆனாலும் அவர்கள் நிறுத்தவில்லை. இறுதியாக ஒரு போலீஸ்காரர் உரத்துச் சொன்னார்: "போதும், இந்த வேசி மகனை நாம ஸ்டேஷனுக்கு உயிரோட கொண்டு போகணும்."

பிறகு அவர்கள் ரஷீத்தை ஒரு ஆட்டோ ரிக்ஷாவில் இழுத்துப்போட்டு ஹை கிரவுண்ட்ஸ் காவல் நிலையத்திற்குக் கொண்டு சென்றார்கள். அங்கு உத்தப்பா அவரை லாக்–அப்பில் அடைத்தார். சதாசிவம் எங்கே மறைந்திருக்கிறார் என்று கேட்டு அவரைத் தொடர்ந்து அடித்தார்கள். ஒவ்வொரு முறை அவர் தெரியாது என்று சொல்லும்போதெல்லாம் அவரது உள்ளங்காலிலும் புட்டத்திலும் அடி விழுந்துகொண்டிருந்தது.

அவரது பதிலில் அவர்கள் திருப்தி அடையவில்லை. ரஷீத் தனக்கு ஜோசப்பைத்தான் தெரியும் என்றார். "அப்படியானா அவன் எங்க?" என்றார்கள். "அவர் இருக்குமிடம் தெரியாது, அவர்தான் என்னைத் தொடர்புகொள்வார்" என்றார் ரஷீத். "எப்படி"? என்று கேட்டபடி சித்திரவதை தொடர்ந்தது.

திருமதி ரத்னா காவல் நிலையத்திற்கு வந்து புகார் ஒன்றை அளித்தார். காலை 09.30 மணிக்கு ரஷீத் தன் அறைக்குள் அத்துமீறி நுழைந்து சில மாணவர்களின் அசல் ஆவணங்களைத் திருட முயற்சித்ததாகவும், தான் தடுத்தபோது தன்னிடம் தகாத முறையில் நடந்து, தனது அலுவலர்கள் முன்னிலையில் தன்னைத் தகாத முறையில் பேசியதாகவும், எனவே அவரைப் பிடித்துக் காவல் நிலையத்தில் ஒப்படைத்ததாகவும் அப்புகாரில் கூறப்பட்டிருந்தது. ரஷீத் சதாசிவத்தின் அடியாள் என்றும், அவர்மீது விரைந்து நடவடிக்கை எடுக்க வேண்டும் என்றும் ரத்னா கூறினார்.

இந்தப் புகாரின் மீது உத்தப்பா இந்திய தண்டனைச் சட்டப் பிரிவுகள் 452 (அத்துமீறி நுழைதல்), 506(2) (தாக்குதல்) ஆகியவற்றின் கீழ் வழக்குப் பதிவு செய்தார். ரஷீத்தை முறைப்படி கைது செய்து லாக் – அப்பில் வைத்தார்கள். இந்தக் குற்றச்சாட்டுக்களுக்கு

அவருக்கு இரண்டாண்டுகள் வரை சிறைத் தண்டனை கிடைக்கலாம்.

அன்று மாலை, பெங்களூர் பெருநகர குற்றவியல் நடுவர் (மாஜிஸ்டிரேட்)–2, மகாதேவன் எஸ். ஹெக்டே நக்ரே முன்னிலையில் கொண்டு நிறுத்தப்பட்ட கடைசி நபர் ரஷீத்.

"சொல்ல விரும்புவது ஏதாவது இருக்கிறதா"? என்று ரஷீத்தைப் பார்த்து மாஜிஸ்டிரேட் கேட்டார். ரஷீத் தயங்கினார். அடித்தது பற்றி ஏதும் சொல்லக் கூடாது என்று போலீஸ் அச்சுறுத்தியிருந்தது. ஆடைகள் கலைந்து, சட்டைக் காலர் கிழிந்திருந்தது. உடல் முழுக்க வலி, பற்கள் வலித்தன.

ரஷீத், "இல்லை" என்று சொல்ல முயன்றார். வார்த்தை அடைத்தது. பிறகு மெல்ல முயன்று, "நான், கேரள மாநிலம், பத்தனம் திட்டாவிலிருந்து வந்துள்ள வழக்கறிஞர். சிவில் நீதிபதியின் ஆணையை எடுத்துக்கொண்டு சஞ்சய் காந்தி கல்வியியல் கல்லூரிக்குப் போனேன். போலீஸ் என்னைக் கைது செய்து கடுமையாகத் தாக்கினார்கள்."

சட்டைப் பித்தான்களைக் கழற்றி, காயங்களைக் காட்டினார். காலில் உள்ள காயங்களைக் காட்டுவதற்காகக் காற்சட்டையைக் கழற்றத் தலைப்பட்டார். அதனைத் தடுத்த மாஜிஸ்டிரேட், அத்தாட்சி ஆவணங்களைக் காட்டுமாறு கேட்டார். "போலீசார் பறித்துக்கொண்டார்கள்" என்று ரஷீத் சொன்னார்.

"உங்களுக்குச் சிகிச்சை வேண்டுமா அல்லது உங்களை ரிமாண்ட் செய்யலாமா? உங்களை மருத்துவமனைக்கு அனுப்பட்டுமா?" மாஜிஸ்டிரேட் கேட்டார். ரஷீத் தன்னைச் சொந்த ஜாமீனில் விடுவிக்குமாறும் தானே சிகிச்சை எடுத்துக் கொள்வதாகவும் சொன்னார்.

அங்கிருந்த வழக்கறிஞர்கள் அனைவரது கவனமும் ரஷீத்தின் மீது குவிந்தது. விரைவில் கர்நாடக நீதிபதியாகவிருந்த கோபால் கவுடாவும் அவர்களில் ஒருவர். கவுடா, ரஷீத்திற்கு ஒரு வாய்ப்புத் தர வேண்டும் என்று வலியுறுத்தினார். மாஜிஸ்டிரேட், ரஷீத்திற்கு ஜாமீன் வழங்கினார். திங்கள்கிழமையன்று இருநபர் ஜாமீன் தர வேண்டும் என்றும், ஹை கிரவுண்ட்ஸ் காவல் நிலையத்தில் தேவைப்படும்போது ஆஜராக வேண்டும் என்றும் நிபந்தனை விதித்தார்.

ரஷீத், வழக்கறிஞர் கவுடாவிடம் காவல் நிலையத்தில் நடந்தவற்றைத் தெரிவித்தார். முத்தண்ணாவைச் சந்திக்க வேண்டும் என்றார். ஹை கிரவுண்ட்ஸ் காவல் நிலையத்தைச் சேர்ந்த எஸ்.ஐ. கிருஷ்ணன்குட்டி நாயரும் தலைமைக் காவலர்

நாராயணப்பாவும் சீருடை அணியாமல், சிவில் உடையில் நீதிமன்ற நிகழ்வுகளைக் கவனித்துக்கொண்டிருந்தார்கள். ரஷீத்தை அடித்தவர்களில் நாயரும் ஒருவர். அவர் மலையாளம் பேசுவதைக் கவனித்த ரஷீத், ஒரு சக மலையாளிக்கு இதைச் செய்ய வேண்டாம் என்று முறையிட்டார். ஆனால் நாயரோ ரஷீத்தை மேலும் கடுமையாகத் தாக்கினார்.

ரஷீத் தனது பாதுகாப்பு குறித்துத் தெரிவித்த கவலையைக் கௌடாவும் ஏற்றுக்கொண்டார். தனது உதவியாளர் வழக்கறிஞர் வெங்கடப்பாவைக் கூப்பிட்டு ரஷீத்தை முத்தண்ணாவின் அலுவலகத்திற்கு அழைத்துப் போகுமாறு கூறினார்.

விஷயத்தைக் கொஞ்சம் ஆறப்போடுமாறு ஜோசப்பிடமும் சதாசிவத்திடமும் தான் கூறியது சரியாகிவிட்டதை முத்தண்ணா உணர்ந்தார். தான் எதிர்பார்த்ததுதான் ரஷீத்திற்கு நடந்துள்ளது என்று நினைத்தார். மாஜிஸ்டிரேட் நீதிமன்றத்தில் தான் ஆஜராக முடியாது என்பதால் வேறொரு வழக்கறிஞரை அமர்த்த வேண்டியிருப்பதும் அவருக்கு மகிழ்ச்சியளிக்கவில்லை.

எனினும், ரஷீத்தையும் வெங்கடப்பாவையும் முத்தண்ணா தன் காரில் வீட்டிற்கு அழைத்துச் சென்று மூன்று தந்திச் செய்திகளைத் தயாரித்தார். அவர் சொல்லச் சொல்ல ரஷீத் தட்டச்சு செய்தார். அவற்றை அனுப்ப வெங்கடப்பாவையும் ஒரு அலுவலகப் பையனையும் ரஷீத்துடன் தந்தி அலுவலகத்திற்கு அனுப்பினார். ரஷீத்தின் செலவுகளுக்காக வெங்கடப்பாவிடம் ரூ. 500 கொடுத்தனுப்பினார். ரஷீத்துக்கு நடந்ததைச் செய்தித்தாள்களுக்கும், பார் அஸோஸியேஷனுக்கும் அனுப்புமாறு வெங்கடப்பாவிடம் சொன்னார். காந்திநகர் தந்தி அலுவலகத்திலிருந்து மத்திய உள்துறை அமைச்சர் பூடாசிங், கர்நாடக முதலமைச்சர் ராமகிருஷ்ண ஹெக்டே, இந்தியத் தலைமை நீதிபதி ஆர்.எஸ். பதக் ஆகியோருக்குத் தந்திகளை அனுப்பினார்கள்.

கர்நாடக உள்துறை அமைச்சர் ஜலப்பாவின் தூண்டுதலின் பேரில், ஹை கிரவுண்ட்ஸ் போலீஸ் தன்னை 1987 ஆகஸ்ட் 14 அன்று மூர்க்கத்தனமாகத் தாக்கியதாகவும் தன்னிடமிருந்த ஆவணங்களைப் பறித்துக்கொண்டதாகவும் ரஷீத் தந்திகளில் தெரிவித்திருந்தார்.

குயின்ஸ் சாலையில் உள்ள இந்தியன் எக்ஸ்பிரஸ் அலுவலகத்தை வந்தடைந்தபோது அலுவலக நேரம் முடிந்திருந்தது. ரஷீத்தும் வெங்கடப்பாவும் அன்று நடந்தவற்றை ஜெயப்பிரகாஷ் என்னும் நிருபரிடம் விவரித்தார்கள். அவர்

எந்த அக்கறையும் காட்டவில்லை. அன்றைய செய்திகளைச் சேர்க்கும் நேரம் முடிந்துவிட்டது என்றும் காவல் நிலையம் சென்று புகாரளியுங்கள் என்றும் அறிவுரை சொன்னார். அது சரிவராது என்று வலியுறுத்தியபின் அவர், "அப்படியானால், நீங்கள் பார் அஸோஸியேஷனுக்குப் போய்ச் சொல்லுங்கள். அதன் பின் நான் இது பற்றி எழுதுகிறேன்" என்றார்.

இந்தியன் எக்ஸ்பிரஸின் துணை இதழான 'கன்னட பிரபா' அதே கட்டடத்தில் இயங்கியது. அங்கிருந்த நிருபர் எதுவும் சொல்லாமல் இவர்கள் சொன்னதை எழுதிக்கொண்டார். இந்தச் செய்தி எக்ஸ்பிரஸில் வெளியாக வேண்டுமென்று ரஷீத்தும் வெங்கடப்பாவும் வலியுறுத்தவே, நிருபர் அவர்களை மற்றொரு இந்தியன் எக்ஸ்பிரஸ் நிருபர் சக்கரவர்த்தியிடம் அழைத்துச் சென்றார். அவரது அணுகுமுறை நம்பிக்கையளிப்பதாக இருந்தது.

"ஜெயப்பிரகாஷ் புதிதாகச் சேர்ந்தவர். அதனால்தான் அவர் உங்கள் செய்தியை எடுத்துக்கொள்ளத் தயங்குகிறார்" என்று சக்கரவர்த்தி விளக்கினார். அங்கிருந்து டெக்கான் ஹெரால்ட் அலுவலகம் போய்விட்டு ரஷீத்தை அவரது அறையில் விட்டுவிட்டுப் போனார் வெங்கடப்பா. தனது துன்பங்கள் ஒரு முடிவுக்கு வந்துவிட்டதாக ரஷீத் நினைத்தார். ஆனால்...

6

ஆள் கடத்தல்

ஆகஸ்ட் 15 சனிக்கிழமை பிற்பகல் 03.30 மணி.

ரஷீத்தைப் பெங்களூர் பார் அஸோஸியேஷன் தலைவர் ஏ.ஜி.சதாசிவத்திடம் வெங்கடப்பா கூட்டிச் சென்றார். (சதாசிவம் பின்னாளில் அரசுத் தரப்பு சாட்சியாகச் சாட்சியமளித்தார். கர்நாடக உயர் நீதிமன்றத்தின் நீதிபதியாகவும் ஆனார்).

ஹை கிரவுண்ட்ஸ் போலீஸால் நடந்தவற்றை ஒரு புகார் மனுவாக எழுதித் தருமாறு சதாசிவம் ரஷீத்தைக் கேட்டுக்கொண்டார். அதன் ஒரு நகலைத் தானே வைத்துக்கொண்டு உடனடியாக நடவடிக்கை எடுப்பதாக உறுதியளித்தார்.

அடுத்த நாள் ஞாயிற்றுக்கிழமை என்பதால் சதாசிவம், ரஷீத்தின் புகாரை இணைத்துப் பெங்களூர் நகரக் காவல் ஆணையாளருக்கு ஒரு கடிதம் அனுப்பினார். உடனடியாக நடவடிக்கை எடுத்து, ஆவணங்களைப் பெங்களூர் பார் அஸோஸியேஷனில் விவாதிக்க அனுப்ப வேண்டும் என்று கேட்டுக்கொண்டார்.

பின்னர் வெங்கடப்பா ரஷீத்திடம் ஒரு தொலைபேசி எண்ணைக் கொடுத்து, அதில் தன்னைத் தொடர்புகொள்ளலாம் என்று கூறிவிட்டு விடைபெற்றார். அவரிடமிருந்து வழிச் செலவுக்குப் பணம் பெறாததால் ரஷீத் அங்கிருந்து ஐந்து கிலோமீட்டர் தொலைவிலிருந்த சந்தியா லாட்ஜ் அறைக்கு நடந்தே வந்தார். தன்னை

யாரும் பின்தொடர்கிறார்களா என்று திரும்பித் திரும்பிப் பார்த்துக்கொண்டே வந்தார்.

வரும் வழியில் ஒரு பொதுத் தொலைபேசியகத்தில் நின்று சௌதாவுடன் பேச நினைத்தார். அவளது தந்தை வீட்டில் தொலைபேசி இல்லை. எனவே அண்டை வீட்டாரைத் தொடர்புகொண்டு, சௌதாவைக் கூப்பிடுமாறும் தான் மீண்டும் ஐந்து நிமிடங்களில் அழைப்பதாகவும் கூறினார். அவரது மனைவியின் குரலைக் கேட்டதும் அவருக்குப் புதிய உற்சாகம் பிறந்தது. திருமண நாள் விழாவிற்கு வர முடியவில்லை என்பதற்காக வருத்தம் தெரிவித்தார். பிறகு, தனக்கு நேர்ந்த பிரச்சினையைத் தெரிவித்தார். தான் காயம்பட்டதைச் சொல்லவில்லையென்றாலும், ஒரு மலையாளி தன்னை அடித்த துரோகத்தை அவரால் மறைக்க முடியவில்லை. பின்னர் அவரே மனைவிக்கு ஆறுதலும் சொன்னார். சட்டம் தன் பக்கம் இருப்பதாகச் சொன்னார்.

“உங்க உயிருக்கு ஆபத்துன்னா எந்த வேலயும் தேவையில்ல, நீங்க வீடு திரும்பிடுங்க” என்று சௌதா கெஞ்சியதை அவர் கேட்டிருக்க வேண்டும். ஊருக்குத் திரும்ப டிக்கெட் வாங்கக்கூட அவரிடம் அப்போது பணமில்லை என்ற நிலையில் சதாசிவம் அறக்கட்டளையின் மேலாளராக அவர் பெறவிருக்கும் ஊதியம் பெரிதாகத் தெரிந்தது. எதுவும் சும்மா வராது அல்லவா.

“கவலப்படாத, எனக்கு ஒண்ணும் ஆவாது. நாளக்கி பிள்ளைகளுக்குப் பிரியாணி செஞ்சிகொடு. நம்ம திருமண நாள கொண்டாடுங்க. நான் பாத்துக்கறேன்.” மனைவிக்கு முடிந்தவரை ஆறுதல் சொல்லிவிட்டுக் கிளம்பினார். மனைவியுடன் தான் பேசிய கடைசி வார்த்தைகள் அவை என்பது அவருக்கு அப்போது தெரியாது.

லாட்ஜை அடைந்ததும் வரவேற்பாளரிடம் தன்னை அன்று இரவு அங்குத் தங்க அனுமதிக்குமாறும், நாளை வாடகை தருவதாகவும் கூறினார். அவர் கொடுத்திருந்த முன்பணம் தீர்ந்துபோய்விட்டது. அவர் கைது செய்யப்பட்ட பின் சதாசிவமோ ஜோசப்போ ரஷீத்தைச் சந்திக்கவில்லை. அவர்கள் எங்கிருக்கிறார்கள் என்று தெரியவில்லை. உரிய நேரத்தில் தொடர்புகொள்வார்கள் என்ற நம்பிக்கை இருந்தது.

ஞாயிறு காலை, ஒரு லுங்கியை இடுப்பில் சுற்றிக்கொண்டு, சட்டையை மாட்டிக்கொண்டு, சாலைக்கு வந்தார். அவரது கண்கள் ஆர்வமுடன் இந்தியன் எக்ஸ்பிரஸ், டெக்கான் ஹெரால்ட் பத்திரிகைகளைத் தேடின. முதல் பக்கத்தில் அவரது செய்தி

இடம் பெற்றிருந்தது அவருக்கு மகிழ்ச்சியளித்தது. முறையற்ற கைது, பெயில், அவர் அனுப்பிய தந்திகள் ஆகியவை பற்றிய செய்திகள் வெளியாகியிருந்தன. உள்துறை அமைச்சர் ஜலப்பாவின் தலையீடு பற்றியும் தெளிவாகச் சுட்டிக்காட்டப்பட்டிருந்தது.

சாலையோரக் கடையொன்றில் தேநீர் கேட்டு நின்றபோது, யாரோ பின்னாலிருந்து அவரது சட்டைக் காலரைப் பிடித்து அவரை லாட்ஜ் நோக்கி இழுக்கத் தொடங்கினார்கள். ஏ.எஸ்.ஐ. நாயரும் கூட இரண்டு கான்ஸ்டபிள்களும் வரவேற்பாளரிடம் ரஷீத் காலை 09.30 மணிக்கு அறையைக் காலி செய்ததாகப் பதிவு செய்யுமாறு உத்தரவிட்டார்கள்.

ரஷீத் எதிர்ப்புத் தெரிவிக்க முயன்றார். இந்தக் கைகலப்பிற் கிடையே ரஷீத், அறை எண் 712இல் தங்கியிருக்கும் ஹைதர் அலி (மருத்துவக் கல்லூரியில் சேருவதற்காகக் காத்திருக்கும் நபர்), அவரது அறை நண்பர் தாமஸ் மேத்யூ ஆகியோரை அங்கே பார்த்தார். ஹைதர் அலியை நோக்கி, போலீஸ் தன்னைக் கைது செய்துவிட்டதாகவும் தன்னைக் கொடுமைப்படுத்துகிறார்கள் என்றும் சதாசிவத்திடமும் ஜோசப்பிடமும் சொல்லி, அவர்கள் இருவரையும் தப்பித்துக்கொள்ளும்படி சொல்லுமாறு உரத்த குரலில் சொன்னார்.

ரஷீத் மேலும் ஏதும் பேசும்முன் அவரது வாயை யாரோ மூடினார்கள். ஹைதர் அலி, ரஷீத் சொன்னதைப் புரிந்து கொண்டதாகத் தலையசைத்தார். தாங்களும் எதிலும் சிக்கிக் கொள்ளக் கூடாது என்று ஹைதர் அலியும் தாமசும் அங்கிருந்து அகன்றனர்.

இரவு நேர வரவேற்பாளர் சோமையா, ரஷீத் பணம் செலுத்த வேண்டியிருப்பதைச் சொன்னார். அதே நேரத்தில், பகல் நேர வரவேற்பாளர் ஈஸ்வரப்பாவும் அங்கு வந்தார். அங்கிருந்த ஒரு போலீஸ்காரர், ஹை கிரவுண்ட்ஸ் காவல் நிலையத்திற்குப் போன் செய்யுமாறு சொன்னார். போனில் மறுமுனையில் எஸ்.ஐ. உத்தப்பா பேசினார். அவரிடம் ஈஸ்வரப்பா, ரஷீத் வாடகை செலுத்தவில்லையென்றும், அவர் காலி செய்யவும் விரும்பவில்லையென்றும் சொல்ல முயன்றார். ஆனால், எஸ்.ஐ. பேசியதைச் சற்று நேரம் கேட்ட பின், ரஷீத் காலி செய்ததாகப் பதிவு செய்யச் சம்மதித்தார்.

ரஷீத் தனது அறை எண் 404இல் இருந்து காலை 09.30 மணிக்குக் காலி செய்ததாக ஒரு ரசீதைத் தயார் செய்து ரஷீத்தின் சட்டைப் பையில் வைத்தார்கள். அவர் இன்னும் லுங்கியில்தான் இருந்தார். அவரை ஒரு ஆட்டோ ரிக்ஷாவில் திணித்தார்கள்.

அவருக்கு இருபுறமும் இரண்டு போலீஸ்காரர்கள். நாயரும் மற்றொரு போலீஸ்காரரும் ராஜ்தூத் மோட்டார் சைக்கிளில் பின்தொடர்ந்தார்கள்.

சந்தியா லாட்ஜ் ஈஸ்வரப்பாவும் சோமையாவும்தான் ரஷீத்தைக் கடைசியாக உயிருடன் பார்த்தவர்கள்.

சதாசிவமும் ஜோசப்பும் சந்தியா லாட்ஜ் நிகழ்வுகளை ஒரு நபர் மூலம் இரகசியமாகக் கண்காணித்திருந்தார்கள். ஆனால் அந்த நபர் ரஷீத்தை ஏற்றிச் சென்ற ஆட்டோவின் நம்பரைக் கவனிக்கத் தவறிவிட்டார். அந்த நபர் நடந்ததைச் சதாசிவத்திடம் சொல்ல, அவர் முத்தண்ணாவுக்குத் தெரிவித்தார். அவர் வெங்கடப்பாவுக்குத் தெரிவிக்க, அவர் சந்தியா லாட்ஜுக்குப் போன் செய்து விசாரித்தார்.

சதாசிவம் ஹை கிரவுண்ட்ஸ் காவல் நிலையத்திலும் ஒருவரை நிற்க வைத்து ரஷீத்தை அங்குக் கொண்டு வருகிறார்களா என்றறிய ஏற்பாடு செய்திருந்தார். ஹைதர் அலியும் சதாசிவத் திற்குப் போன் செய்து நடந்ததைச் சொன்னார்.

அடுத்த நாள் ரஷீத் மாஜிஸ்டிரேட் கோர்ட்டில் ஆஜராக வில்லை. வெங்கடப்பா, முத்தண்ணாவின் அறிவுரைப்படி, ரஷீத், ஹை கிரவுண்ட்ஸ் போலீஸால் கடத்தப்பட்டது குறித்து பத்தனம்திட்டா பார் அஸோஸியேஷனுக்குத் தந்தி கொடுத்தார்.

மூன்று நாட்களுக்குப் பிறகு, ஏ.எஸ்.ஐ. நாயர் சந்தியா லாட்ஜுக்கு வந்து “இங்க ஹைதர் அலிங்கறது யார்”? என்று கேட்டார். அலி, மேத்யூ இருவரிடமும் சதாசிவம் பற்றி விசாரித்தார். பின்னர் அவர்களிடம், “உங்களுக்கு ஒரு நாள் அவகாசம் தரேன். நீங்க பெங்களூர விட்டுப் போய்டணும். திரும்ப இங்க வரவே கூடாது” என்றார்.

மறுநாள் இருவரும் சந்தியா லாட்லிருந்து வெளியேறினர். ஹைதர் அலி, கொல்லம் திரும்ப ஐலண்ட் எக்ஸ்பிரஸ் ஏறினார்.

ரஷீத் தனக்கு வழங்கப்பட்ட ஜாமீனை உறுதிப்படுத்த நீதிமன்றத்தில் ஆஜராகவில்லை. எனவே அவருக்கு நீதிமன்றம் ஜாமீனில் வெளிவர முடியாத வாரண்ட் பிறப்பித்தது. அடுத்த விசாரணைக்கும் ரஷீத் வராததால் வெங்கடப்பா, ஹை கிரவுண்ட்ஸ் போலீஸ் இது குறித்து அறிக்கை தாக்கல் செய்ய வேண்டும் அல்லது ரஷீத் தேடப்படுபவராக அறிவிக்கப்பட வேண்டும் என்று நீதிமன்றத்தில் மனு தாக்கல் செய்தார்.

பின்னர் முத்தண்ணா ரஷீத்தை ஆஜர்படுத்துமாறு கேட்டு உயர் நீதிமன்றத்தில் ஆட்கொணர்வு மனு தாக்கல் செய்தார். அதில்

டி.ஜி.பி. உள்துறைச் செயலாளர், பெங்களூர் நகர ஆணையாளர், உள்துறை அமைச்சர், முதலமைச்சர், ஹை கிரவுண்ட்ஸ் போலீஸ் ஆகியோர் எதிர் மனுதாரர்களாகச் சேர்க்கப்பட்டார்கள்.

அதே நேரத்தில், ரஷீத்தின் உறவினர் அப்துல் சலாம், இரு நண்பர்களுடன், ரஷீத்தைத் தேடி குயிலானிலிருந்து பெங்களூர் வந்தார். ஆகஸ்ட் 18 அன்று மாலை அவர்கள் ஜோசப்பைச் சந்தித்தார்கள். அவருக்கு ரஷீத் எங்கிருக்கிறார் என்று தெரியவில்லை. அவர்கள் தும்கூரிலுள்ள மற்றொரு மலையாளி போலீஸ்காரரைத் தொடர்புகொண்டார்கள். அவருக்கு ரஷீத்தை ஓரளவு தெரியும். அவர் பெங்களூரில் தனக்குத் தெரிந்த சில போலீஸாரைப் பார்க்குமாறு சொன்னார்.

செய்தித் தாள்களில் வந்த விஷயங்களைத் தவிர வேறு யாருக்கும் எதுவும் தெரிந்திருக்கவில்லை. ரஷீத் எங்கிருக்கிறார், உயிரோடு இருக்கிறாரா, இறந்துவிட்டாரா என்று யாருக்கும் தெரியவில்லை.

7

சடலம் கிடைத்தது

1987 ஆகஸ்ட் 18, செவ்வாய்க் கிழமை பிற்பகல் 03.30 மணி.

அர்ஜுனன் ஒரு ரெயில்வே கேங்மேன். லோகூர், டேனிஷ்பேட் ரயில் நிலையங்களிடையே இருப்புப் பாதை வளைந்து ஏற்காடு மலையின் அடிவாரத்தில் அடர்ந்த புதர்களிடையே செல்கிறது. அந்தப் பகுதியில் ஒரு பிணம் கிடப்பதாக ஆடு மேய்ப்பவர் ஒருவர் தகவல் சொன்னதால் அர்ஜுனன் அங்குப் போய்க்கொண்டிருந்தார். இருப்புப் பாதையிலிருந்து சுமார் 15 அடி தூரத்தில் புதர்களிடையே இருந்த பிணம் அவர் கண்களில் படும்முன் துர்நாற்றம் நாசியைத் துளைத்தது. முகம் தரையில் கவிழ்ந்த நிலையில் கிடந்தது அந்த உடல். கால்கள் பின்பக்கமாக மடிந்து முழங்காலுக்கு மேல் தூக்கிய நிலையில் இருந்தது. கைகளும் குப்புறக் கிடந்தன. அந்த நபர் பறப்பதற்கு முயன்று குப்புற விழுந்ததுபோல் இருந்தது. சாம்பல் நிறச் சட்டை, பேண்ட், ஷூ ஆடைகள் எல்லாம் முழுமையாய் இருந்தன.

ஆடு மேய்ப்பவர், டேனிஷ்பேட் ரயில் நிலைய உதவி ஸ்டேஷன் மாஸ்டருக்குத் தகவல் சொன்னார். அவர் ரயில்வே போலீசை அழைத்தார். அவர்கள் கொலையாக இருக்கலாம் என்ற சந்தேகத்தின் பேரில் உள்ளூர் காவல் நிலையத்திற்குச் சொன்னார்கள். ரயில்வே காவல் வழக்குகள் தங்களிடம் தள்ளி விடப்படுவதை உள்ளூர் காவல் பிரிவினர் விரும்புவதில்லை. எனவே அவர்கள் தலையிட மறுத்தார்கள். ரயில் பாதைக்கு அருகில் பிணம் இருந்தால் அது

ரயில்வே காவல் எல்லைக்குள் வரும். ஆகவே, அன்றைய தினம் யாரும் சம்பவ இடத்திற்கு வரவில்லை.

அடுத்த நாள் போலீஸ் யாரும் வராததால், உதவி ஸ்டேஷன் மாஸ்டர், சேலம் ரயில்வே போலீஸுக்குக் கடிதம் எழுதினார். இப்போது அவர்களுக்கு வேறு வழியில்லை. எனவே எஸ்.ஐ. சூர்யகுமார் சம்பவ இடத்திற்கு அனுப்பப்பட்டார். அவர் வந்து சேர்ந்தபோது இருட்டிவிட்டது. அவர் ஓமலூர் நகரில் தங்கிவிட்டு, மறுநாள் போட்டோகிராபர் விஜய்குமாருடன் வந்தார். விஜய் குமார் சில படங்கள் பிடித்துக்கொண்டார்.

சூர்யகுமார் பிணம் கிடந்த நிலையை வரைந்துகொண்டார். போலீஸ் வரும்முன் பூச்சிகளும் புழுக்களும் வந்துவிட்டன. பிணத்தின் நாசி வழியாக நுரை தள்ளியது. சிதைந்திருந்த வாய் வழியாகச் சிவப்பு நிறத் திரவம் வடிந்தது. புகைப்படக்காரர் மேலும் சில படங்கள் எடுத்துக்கொண்டு சென்றார். அவருக்கு ஊரில் கொஞ்சம் வேலைகள் இருந்ததாகச் சொல்லிவிட்டுப் போனார். பிணத்தின் நகங்கள் கறுத்திருந்தன. முகத்தில் சிவப்பு, கருநீலத் திட்டுக்கள் இருந்தன. அழுகிய நிலையிலிருந்த அந்தப் பிணத்தைப் பிணக்கூராய்வுக்கு அனுப்ப முடியாது என்று சூர்யகுமார் நினைத்தார். இரண்டு போலீஸாரைக் காவலுக்கு நிறுத்திவிட்டுச் சென்றார்.

மறுநாள் காலை, ஆகஸ்ட் 21, வெள்ளிக்கிழமை, சூர்யகுமார், அந்த அடையாளம் தெரியாத பிணத்திற்கு அது இருக்குமிடத்திலேயே பிணக்கூராய்வு செய்ய வேண்டும் என்னும் கோரிக்கைக் கடிதத்துடன் ஒரு கான்ஸ்டபிளை ஓமலூர் அரசு மருத்துவமனைக்கு அனுப்பினார். விரைவிலேயே குழி தோண்டுவோர் வந்து, சூர்யகுமார் காட்டிய இடத்தில் குழி தோண்டத் தொடங்கினர்.

ரயில்கள் சத்தமிட்டபடி அருகே விரைந்துகொண்டிருந்தன. பிற்பகலில், ஓமலூர் அரசு மருத்துவமனை உதவி சிவில் சர்ஜன் டாக்டர் சீனிவாசன், இரு உதவியாளர்கள், ஒரு வார்டு பாயுடன் வந்தார். மூக்கைச் சுருக்கியபடி தொலைவிலிருந்தே பிணத்தைப் பார்த்தார். பிணம் உப்பிப்போய் துர்நாற்றம் வீசியது. டாக்டர் மூன்று குவார்ட்டர் பிராந்தி கொண்டு வந்திருந்தார். இரண்டு பாட்டில்களை வார்டு பாயிடம் கொடுத்தார். அவர் வேலைக்குப் புதியவர். அந்த மலிவான பிராந்தியை வார்டு பாய் பாட்டிலிலிருந்து நேரடியாக விழுங்கினார். முதலில் வேகமாக. உடல் உதறியது. பின்னர் சற்றே நிதானமாக உறிஞ்சினார்.

பின்னர் பிணத்திலிருந்து பிசுபிசுப்பான ஆடைகளை வெட்டி எடுக்கக் கத்தரிக்கோலுடன் நெருங்கினார். முகம்

கீழாய்க் கிடந்த உடலைப் புரட்டியபோது வாயு கசிந்தது. வார்டு பாய் முகம் சுளித்து வேலையை நிறுத்தினார். டாக்டர், "உடலில் சேர்ந்துள்ள வாயுக்கள்தான், வேறொன்றுமில்லை" என்றார். வார்டு பாய் இரண்டாவது பாட்டிலையும் எடுத்துப் பருகிவிட்டு வேலையைத் தொடர்ந்தார்.

பிணத்தின் உடைகளை அகற்றினார். இறந்து போனவருக்குச் சுன்னத் செய்யப்பட்டிருப்பது தெரிந்தது.

எஸ்.ஐ. சூர்யகுமார், பிணக்கூராய்வின்போது பக்கத்தில் நின்று தனது விசாரணை அறிக்கையை எழுத முயன்றார். முதல் வெட்டு விழுந்தபோதே நாற்றம் தாங்க முடியாமல் தூர விலகி ஒரு மேட்டின் மீது அமர்ந்தபடி, கொஞ்சம் தண்ணீர் கொண்டு வருமாறு தனது உதவியாளரிடம் சொன்னார்.

பிணக்கூராய்வு முடிந்தபின், வெட்டப்பட்ட அந்த உடலை, ஒரு வேட்டியில் பொட்டலமாகச் சுற்றினார்கள். வெட்டப்பட்டிருந்த குழியில் இறக்கி அதை மூடினார்கள். அவ்வளவுதான், இப்போது உடல் இருந்த இடம் தெரியவில்லை. தரையில் ஒரு சிறிய மேடு. அவ்வளவுதான். வார்டு பாய் போதை தலைக்கேறி உரத்த குரலில் பாடத் தொடங்கினார்–

"வீடுவரை உறவு... வீதிவரை மனைவி... காடுவரை பிள்ளை... கடைசிவரை யாரோ?.. கடைசிவரை யாரோ?"...

பின் சுற்றும்முற்றும் பார்த்தார். பாடல் எழுப்பிய கேள்விக்குப் பதிலும் சொன்னார்: "நான்தாண்டா, நான்தாண்டா... இறந்த பின்னாலும் தொடர்ந்து வருவது நான்தான், வேறு யாருமில்லை..." குழி தோண்டுபவர்கள் வார்டு பாயைப் பார்த்துச் சிரித்தபடி, கைகால் கழுவிக்கொண்டு, மீதி இருந்த பிராந்தியைக் குடித்தார்கள். பிராந்தி போதவில்லை, "இது எந்த மூலைக்கு?" என்று சலித்தபடி நகர்ந்தார்கள்.

எஸ்.ஐ. சூர்யகுமார், தனது விசாரணை அறிக்கையில், இறந்தவர் அணிந்திருந்த உடைகள், பிற பொருட்கள் ஆகிய வற்றைக் குறிப்பிட்டு, திடகாத்திரமான உடல், வயது சுமார் 35 இருக்கலாம், யாரென அடையாளம் தெரியவில்லை, சுன்னத் செய்யப்பட்டுள்ளது என்று குறிப்பிட்டார். கைப்பற்றப்பட்ட பொருட்கள் சான்றுகளாக எடுக்கப்பட்டன. டாக்டர் குடல் பகுதிகளைத் தடயவியல் ஆய்வுக்கு அனுப்பினார்.

ரயில்வே காவல் நிலையத்தில், சூர்யகுமாரின் மேலதிகாரி அவரைத் திட்டினார்.

"முட்டாளே, அடிப்படையான தடய சேகரிப்பு நடைமுறை கூட உனக்குத் தெரியாதா? இறந்தவர் யாரென அடையாளம்

காட்டும் விரல் ரேகைப் பதிவுகள் எங்கே? நீ கொண்டு வந்த போட்டோக்களாலும் மற்ற பொருட்களாலும் என்ன பயன்? முட்டாளே."

வசவு மேலும் தொடர்ந்தது. "இறந்தவரது விரலை வெட்டிக் கொண்டு வந்திருக்க வேண்டும். ரேகை எடுத்திருக்கலாம். உனக்கு அகாடெமியில் என்ன சொல்லிக் கொடுத்தாங்க?"

எஸ்.ஐ. தயங்கியபடி கேட்டார்: "விரலை எப்படி வெட்டியிருக்க முடியும்?"

அதிகாரி இடி போல முழங்கினார்: "நீ விரலை வெட்டினால், செத்துப்போனவர் உன்னைத் தடுக்கப் போகிறாரா? செத்த பிறகு விரலை வைத்துக்கொண்டு என்ன செய்யப் போகிறார்? நீ விரலை வெட்டிக்கொண்டு வந்திருக்க வேண்டும்."

பிணக்கூராய்வு நடத்திய டாக்டர் யார் என்று தெரிந்த போது அதிகாரியின் கோபம் உச்சத்தைத் தொட்டது. "அந்த முட்டாள் சீனிவாசனா? பாடியைத் தொட்டிருக்க மாட்டானே அந்தச் சோம்பேறி?"

"இல்லை சார்..." சூர்யகுமார் மெல்ல முணுமுணுத்தார். அதிகாரி அவரைப் போகச் சொல்லிவிட்டார்.

சூர்யகுமார் வேலைக்குப் புதியவர். தான் செய்யத் தவறியதை எப்படியாவது சரி செய்ய வேண்டும் விரும்பினார். ஹெட் கான்ஸ்டபிள் கூறிய ஆலோசனையை ஏற்று, இறந்தவரின் உடைகளில் அவரது அடையாளத்தைக் கண்டறிய ஏதேனும் கிடைக்கிறதா என்று பார்த்தார். இறந்தவரின் சட்டைப்பையில் கருப்புநிற பிளாஸ்டிக் கவரோடு கூடிய பாக்கெட் டைரி இருந்தது. அதன் கவருக்குள் பல துண்டுத் தாள்கள் இருந்தன. அதிலிருந்து வீசிய துர்நாற்றத்தைப் பொறுத்துக்கொண்டு அவர்கள் அந்தத் தாள்களை மேசையின் மீது அடுக்கினார்கள்.

அவற்றில், இரண்டு பெங்களூர் வக்கீல்களின் முகவரி அட்டைகள் இருந்தன. முத்தண்ணா, வெங்கடப்பா. 1987 ஆகஸ்ட் 16 தேதியிட்ட பெங்களூர் சந்தியா லாட்ஜ் ரசீது, அதே தேதியிட்ட பெங்களூர் சத்திய பிரகாஷ் லாட்ஜ் முன்பண ரசீது, சில தந்தி ரசீதுகள், கடைசியாக 1987 ஆகஸ்ட் 11 தேதியிட்ட பாலாஜி அண்ட் கம்பெனி ரொக்க பில். எம்.ஏ. ரஷீத் என்று பெயர் குறிப்பிடப்பட்டிருந்தது. பாக்கெட் டைரியில் எம்.ஏ. ரஷீத், வழக்கறிஞர் என்று ரப்பர் ஸ்டாம்ப் குத்தப்பட்டிருந்தது. இரண்டு தொலைபேசி எண்கள் இருந்தன. அவை, ஒன்று கொல்லம் நகர எண், மற்றொன்று பத்தனம்திட்டா எண்.

கொல்லம் நகர எண் ஒரு கடைக்காரருடையது என்று தெரிந்தது. அவருடன் பேசியபோது, ரஷீத் பெங்களூரில் சமீபத்தில் காணாமல் போய்விட்டதாகத் தெரிவித்தார். ரஷீத் பற்றிய தகவல் ஒன்று கிடைத்திருப்பதாகவும், ரஷீத்தின் குடும்பத்தினர் சேலம் ரயில்வே காவல் நிலையத்திற்கு வர வேண்டும் என்றும் சூர்யகுமார் அவரைக் கேட்டுக்கொண்டார்.

நான்கு நாட்களுக்குப் பிறகு, டாக்டர் சீனிவாசன் பிரேதப் பரிசோதனை அறிக்கையைத் தந்தார். அதில், ரஷீத்தின் வலது கையில் இரண்டு விரல்கள் உடைந்திருப்பதாகவும், மூக்கு உடைக்கப்பட்டு, மேல் வாய்ப் பகுதி எலும்புகள் முறிந்திருப்ப தாகவும் கூறப்பட்டிருந்தது. குடற்பகுதி பற்றிய தடயவியல் அறிக்கை வந்தபின் தனது கருத்தைக் கூறுவதாகவும் அவர் தெரிவித்திருந்தார். இன்ஸ்பெக்டரின் உத்தரவின் பேரில் சூர்யகுமார் ஒரு கேள்வித்தாளை டாக்டருக்கு அனுப்பினார். அதில் தரப்பட்ட பதிலில், மரணம் சம்பவித்த நேரம் உடல் கண்டறியப்பட்டதற்கு மூன்று அல்லது நான்கு நாட்கள் இருக்க லாம் என்பதும், காயங்களுக்குச் சிகிச்சை அளிக்கப்படாததால் மரணம் நேர்ந்திருக்கலாம் என்பதும் டாக்டரின் கருத்தாக இருந்தது.

சிறு சிறு ரசீதுகள், தாள்களைப் பத்திரமாக வைத்திருந்த நபரிடம், ரயில் டிக்கெட் அல்லது ரொக்கம் இல்லாதது மரணம் பற்றிய சந்தேகத்தை எழுப்புகிறது என்றும் இந்த விசாரணையை சி.பி.சி.ஐ.டி.யிடம் ஒப்படைக்கலாம் என்றும் சேலம் மாவட்ட எஸ்.பி. இந்தச் சம்பவம் பற்றிய தனது அறிக்கை யில் குறிப்பிட்டார்.

உடல் கிடைத்த நான்காவது நாள், ரஷீத்தின் உறவினர்கள் மூவர், கேரளத்திலிருந்து சேலம் ரயில்வே காவல் நிலையத்திற்கு வந்தார்கள். ரஷீத்தின் மனைவி வழி மைத்துனர்கள் எஸ்.எம். ஆரிப், ரஷீத் அன்சர் வந்தார்கள். ரஷீத்தின் உடலிலிருந்து எடுக்கப் பட்ட பொருட்களைக் காட்டியவுடன் அன்சர் கதறி அழுதார். ரஷீத் அணிந்திருந்த ஷூ அன்சருடையது. ரஷீத்துக்கு அது பிடித்திருந்ததால் அன்சர் அதை அவருக்குக் கொடுத்திருந்தார். போட்டோக்களைப் பார்த்தபின் அது ரஷீத்தான் என்று அவர்கள் உறுதிப்படுத்தினார்கள். அவர்கள் ரஷீத் புதைக்கப்பட்ட இடத்திற்கு அழைத்துச் செல்லப்பட்டார்கள். அங்கு அவர்கள் தலையில் கைக்குட்டையைக் கட்டிக்கொண்டு, மண்டியிட்டு, தலை தரையில் படும் வண்ணம் குனிந்து வணங்கி அஞ்சலி செலுத்தினார்கள்.

8

ஊசியின் கண்

1987, ஆகஸ்ட் 14 அன்று பெங்களூர் பெருநகர மாஜிஸ்டிரேட்-2 மகாதேவன் எஸ்.ஹெக்டே நக்ரே, எம்.ஏ. ரஷீத்தை ஜாமீனில் விடுவித்தார் என்பதும், ஆகஸ்ட் 17 அன்று இருநபர் ஜாமீனுடன் நீதிமன்றத்தில் ஆஜராக வேண்டும் என்னும் நிபந்தனை விதித்தார் என்பதும் நமக்குத் தெரியும்.

ரஷீத் ஆஜராகாததால், ஜாமீனில் வெளிவர முடியாத கைது வாரண்ட் பிறப்பித்து அதனைப் பெங்களூர் நகர காவல் ஆணையாளருக்கு அனுப்பினார். ஆனாலும் ரஷீத் ஆஜராகாததால் மீண்டும் ஜாமீனில் வெளிவர முடியாத வாரண்ட் பிறப்பித்தார்.

அதே ஆகஸ்ட் 17 அன்று, வழக்கறிஞர் வெங்கடப்பா, ரஷீத் எங்கிருக்கிறார் என்று அறிக்கை தாக்கல் செய்ய அல்லது அவரைக் கொண்டு வந்து நிறுத்த ஹை கிரவுண்ட்ஸ் போலீஸுக்கு உத்தரவிட வேண்டுமென்று கேட்டு ஒரு மனுவைத் தாக்கல் செய்தார். ரஷீத் ஆஜர்படுத்தப்படவில்லை.

ரஷீத்தின் மைத்துனர், ரஷீத்தின் உடல் சேலம் அருகில் கண்டறியப்பட்டது குறித்துத் தகவல் தெரிவித்ததால், முத்தண்ணா ஆகஸ்ட் 24 அன்று உயர் நீதிமன்றத்தில் ஆட்கொணர்வு மனு தாக்கல் செய்தார். அது தள்ளுபடி செய்யப்பட்டது.

பெருநகர மாஜிஸ்டிரேட்-2, வெங்கடப்பா, ஆகஸ்ட் 17 அன்று தாக்கல் செய்த மனுவின் மீது

தேடுதல் வாரண்ட் பிறப்பித்து, அதனை ஹை கிரவுண்ட்ஸ் போலீஸின் உயர் அதிகாரிகளான ஏ.சி.பி. சேஷாதிரிபுரம், டி.சி.பி. (மேற்கு) ஆகியோருக்கு அனுப்பினார். அவர்கள் தங்கள் பதிலறிக்கையைக் காவல் ஆணையாளர் மூலமாக அனுப்ப வேண்டும் என்றும் உத்தரவு பிறப்பித்தார். ஆனால், டி.சி.பி. (மேற்கு) அறிக்கை ஏதும் தாக்கல் செய்யவில்லை.

மாறாக, சிக்பேட் இன்ஸ்பெக்டர் டி.வி. கிருஷ்ணமூர்த்தி ஒரு அறிக்கையைத் தாக்கல் செய்தார். அதில் ரஷீத் ஆகஸ்ட் 16 அன்று சந்தியா லாட்ஜை விட்டுச் சென்றதாகவும், அவர் இருக்குமிடம் தெரியவில்லையென்றும் கூறியிருந்தார். அந்த அறிக்கையில் உள்ள விஷயங்கள் தனக்கும் தெரியுமென்று டி.சி.பி. (மேற்கு) தனது கருத்தைப் பதிவு செய்திருந்தார்.

இதற்கிடையில் ரஷீத் தாக்கப்பட்டது பற்றி ஆகஸ்ட் 16 தேதியிட்ட இந்தியன் எக்ஸ்பிரஸ் பத்திரிகையில் வெளியான செய்தி பற்றி விசாரித்து உண்மை அறியுமாறு காவல் ஆணையாளர், டி.சி.பி. (மேற்கு) நாராயணனைக் கேட்டிருந்தார். நாராயணன் அந்தச் செய்தி உண்மையல்ல என்று பதில் தந்தார். பத்திரிகை களில் மறுப்புச் செய்தியும் வெளியாகியது.

பத்து நாட்கள் கழித்து ஆகஸ்ட் 26 அன்று உயர் நீதிமன்றத்தில் தாக்கல் செய்யப்பட்ட ஆட்கொணர்வு மனு காவல் ஆணையாளருக்கு வந்தது. அதில் தாக்கல் செய்யப்பட்ட கூடுதல் உறுதிமொழிப் பத்திரத்தில் ரஷீத்தின் உடல் சேலம் அருகே கிடைத்துள்ளதாகத் தெரிவிக்கப்பட்டதால், ரஷீத் குறித்து விரிவான அறிக்கை தருமாறு ஆணையாளர் எஸ்.ஐ. உத்தப்பாவிடமும் டி.சி.பி. நாராயணனிடமும் கேட்டார். இருவருமே தங்கள் பதிலில் சந்தியா லாட்ஜ் பற்றிக் குறிப்பிட வில்லை. பெருநகர மாஜிஸ்டிரேட்-2 பிறப்பித்த தேடுதல் வாரண்ட்டும் ஆணையாளரின் கவனத்திற்கு வரவில்லை.

ஆணையாளர், 17 ஆகஸ்ட் அன்று தனக்கு அனுப்பப்பட்ட அசல் வாரண்ட் என்னவானது என்று தன் அலுவலகத்தைக் கேட்டார். அது தன் பார்வைக்கு வரவில்லை என்பதில் அவர் உறுதியாக இருந்தார். நாராயணன், உத்தப்பா ஆகியோரின் அறிக்கைகளின் அடிப்படையில் ஆணையாளர் மாஜிஸ்டிரேட்டுக்குப் பதில் அனுப்பினார். அதன் மூல நகல்களைத் தன்னிடமே வைத்துக்கொண்டார். தன்னிடம் எதையோ மறைக்கிறார்கள் என்று அவர் சந்தேகம் கொண்டார். எனவே ஆகஸ்ட் 26 அன்று, அவர் சிக்பேட் உதவி கமிஷனர் ஐ.வி. படேலிடம் இரகசியமாகச் சேலம் சென்று ரஷீத் உடல் அங்குக் கிடந்தது பற்றி அறிந்து வருமாறு கேட்டுக்கொண்டார்.

ரஷீத்தின் உடமைகளைப் பார்வையிட்ட படேல் சந்தியா லாட்ஜ், சத்தியபிரகாஷ் லாட்ஜ் ரசீதுகளை நகலெடுத்து வந்தார். இப்போது, டி.சி.பி. நாராயணனும் எஸ்.ஐ. உத்தப்பாவும் வேண்டுமென்றே தங்கள் அறிக்கைகளில் உண்மையை மறைத்துள்ளார்கள் என்பது உறுதியானது. கமிஷனர், சத்திய பிரகாஷ் லாட்ஜ் பகுதிக்குப் பொறுப்பாளரான சேஷாதிரிபுரம் ஏ.சி.பி. முகமது இக்பாலை அழைத்து, லாட்ஜில் என்ன நடந்தது என்று விசாரிக்குமாறு சொன்னார்.

ஆகஸ்ட் 28 வெள்ளிக்கிழமை, இக்பால் சத்தியபிரகாஷ் லாட்ஜில் விசாரணை நடத்தியபின் கமிஷனரிடம் தன்னுடைய அறிக்கையைச் சமர்ப்பித்தார். ஹை கிரவுண்ட்ஸ் காவல் நிலைய தலைமைக் காவலர்கள் என். நாகராஜ், நாராயணப்பா ஆகியோர் ரஷீத்தைச் சத்தியபிரகாஷ் லாட்ஜுக்குக் கூட்டி வந்தார்கள். அங்கு அவர் அறை எண்.11இல் தங்கியிருந்தார். ஆகஸ்ட் 16 அன்று மாலை அவர் அங்கிருந்து சென்றபின் லாட்ஜ் உரிமையாளர்கள் ரஷீத்தின் சூட்கேசையும் துண்டையும் லாக்கரில் வைத்திருந்தார்கள். அறையில் தங்கியதற்கு அவர் தர வேண்டிய ரூ. 255இல் ஹை கிரவுண்ட்ஸ் போலீஸார் தந்த ரூ. 100 போக ரூ. 155 மீதி இருந்தது என்ற தகவல்கள் அந்த அறிக்கையில் இருந்தன.

இக்பாலின் இந்த அறிக்கையை டி.சி.பி. நாராயணன், எஸ்.ஐ. உத்தப்பா ஆகியோருக்கு அனுப்பி அவர்களது பதில் என்ன என்று கேட்டார் கமிஷனர்.

ஆகஸ்ட் 30 அன்று உத்தப்பா தனது பதிலைத் தந்தார். அது உள்துறைச் செயலாளருக்கு அனுப்பப்பட்டது. நடந்த வற்றை வரிசைப்படுத்தி அறிக்கை தருமாறு ஏ.சி.பி. இக்பாலிடம் கமிஷனர் கேட்டார்.

ஆகஸ்ட் 29 அன்று ரஷீத்தின் உறவினர் அப்துல் சலீம் இன்ஸ்பெக்டர் ஜெனரலுக்கு ரஷீத்துக்கு உண்மையில் என்ன நேர்ந்தது என்று தெரிவிக்க வேண்டுமென ஒரு மனு அனுப்பினார். அதை அவர் டி.ஜி.பி.க்கு அனுப்ப அவர் அந்த மனுவை கோர் ஆஃப் டிடெக்டிவ்ஸ் (COD) என்னும் சிறப்புப் புலனாய்வுப் பிரிவு கண்காணிப்பாளர் மகாதேவப்பாவுக்கு விசாரணைக்கு அனுப்பினார்.

மகாதேவப்பா, 1987 செப்டெம்பர் 2 அன்று தனது பரிந்துரைகளைத் தந்தார் – ஹை கிரவுண்ட்ஸ் காவல் நிலைய அடையாளம் தெரியாத போலீஸ் அலுவலர்கள், அடையாளம் தெரியாத சில நபர்கள் மீது முறையான குற்ற வழக்குப் பதிவு

செய்து விசாரிக்க வேண்டும் என்றும் இந்த வழக்கு, இந்திய தண்டனைச் சட்டம் பிரிவுகள் 323 (வேண்டுமென்றே காயப்படுத்துதல்), 302 (கொலை), 201 (தடயங்கள் காணாமல் போதல், சதிகாரர்களை மறைக்கப் பொய்யான தகவல்கள் தருதல்) ஆகிய பிரிவுகளின் கீழ் வழக்குப் பதிவு செய்து விசாரணை நடத்த மகாதேவப்பா பரிந்துரை செய்தார்.

டி.ஜி.பி., கண்காணிப்பாளர் மகாதேவப்பாவை வழக்குப் பதிவு செய்யுமாறு உத்தரவிட்டார். மகாதேவப்பா, கப்பன் பார்க் காவல் நிலையத்தில் 1987 செப்டம்பர் 3 அன்று வழக்குப் பதிவு செய்து ஹை கிரவுண்ட்ஸ் காவல் நிலைய அலுவலர்கள் மீது வழக்குப் பதிவு செய்தார்.

ஒருவழியாக, நடவடிக்கை சரியான திசையில் தொடங்கியது.

ஆனால் அடுத்த நாளே மகாதேவப்பாவுக்குத் திடீரென ஏதோ மனமாற்றம் ஏற்பட்டது. சட்டப் பிரிவு 302இன் கீழ் அடையாளம் தெரியாத நபர்கள் என்று வழக்குப் பதிவு செய்தால் போதுமென்றும், ஹை கிரவுண்ட்ஸ் காவல் நிலைய அலுவலர்கள் என்று பதியத் தேவையில்லை என்றும் அறிக்கை அனுப்பினார். கப்பன் பார்க் காவல் நிலைய இன்ஸ்பெக்டருக்கும் அவ்வாறே அறிவுறுத்தி, சம்பந்தப்பட்ட மாஜிஸ்டிரேட்டுக்கும் நீதிமன்ற ஆவணங்களைத் திருத்த அறிக்கை அனுப்பப்பட்டது.

மகாதேவப்பாவின் மன மாற்றத்திற்கு, சி.ஓ.டி. பிரிவின் ஐ.ஜி.பி., டி.ஐ.ஜி. ஆகியோர் அவரை அழைத்துப் பேசியதே காரணம். ரஷீத் கொலையில் ஹை கிரவுண்ட்ஸ் போலீஸைச் சம்பந்தப்படுத்தப் போதுமான சான்றுகள் இல்லை என்பது அவர்களது கருத்து. எனவே இரண்டாவது அறிக்கை ஹை கிரவுண்ட்ஸ் போலீஸை விசாரணையிலிருந்து காப்பாற்றியது.

கண்காணிப்பாளர் மகாதேவப்பா தனது விசாரணையைத் தொடர்ந்தார். சத்தியபிரகாஷ் லாட்ஜிலிருந்து ரஷீத்தின் உடைமைகளை – அவரது ஆடைகள், பிற பொருட்கள் இருந்த சூட்கேஸ் உட்பட – கைப்பற்றினார். மொத்தம் 64 பொருட்கள் இருந்தன. அவை நீதிமன்றத்திற்கு அனுப்பப்பட்டு, பின் நீதிமன்ற ஆணைப்படி மேல் விசாரணைக்காகத் திரும்பப் பெறப்பட்டன.

அதே நேரத்தில், கோர் ஆஃப் டிடெக்டிவ்ஸ் (COD) பிரிவின் ஐ.ஜி.பி. உத்தரவின் பேரில், கண்காணிப்பாளர் திருமதி ஜிஜா ஹரிசிங் திருவனந்தபுரம், பத்தனம்திட்டா சென்று ரஷீத் பற்றி மேலும் விவரங்களைத் திரட்டினார்.

இதற்கிடையே, சேலம் ரயில்வே காவல் நிலைய எஸ்.ஐ. சூர்யகுமாரும் விசாரணை செய்துகொண்டிருந்தார்.

இரண்டு கான்ஸ்டபிள்களை அனுப்பி லோகூர் ரயில் நிலையம் வழியாகச் செல்லும் வண்டி எண்கள் 26, 32 ஆகியவற்றின் முன்பதிவுப் பட்டியல்களை ஆய்வு செய்தார். ரஷீத்தின் உடல் கண்டறியப்பட்டதற்கு முந்தைய நாட்களில் அவர் ரயிலில் பயணம் செய்தாரா என்பதைக் கண்டறிவதற்காக இந்தப் பட்டியல்களை ஆராய்ந்தார். ஆனால் முன்பதிவில் அவர் பெயர் இல்லை.

சேலம் ரயில்வே காவல் நிலைய இன்ஸ்பெக்டர் மயில்சாமி, சூர்யகுமாரை, பெங்களூர் சென்று மேலும் தகவல் பெறுமாறு உத்தரவிட்டார். செப்டம்பர் 1 அன்று சூர்யகுமார், சந்தியா லாட்ஜ் வரவேற்பாளர்கள் ஈஸ்வரப்பாவையும் சோமையாவையும் விசாரித்து, ரஷீத் தனது அறையில் விட்டுச் சென்றிருந்த கார்பன் பேப்பர்கள் அடங்கிய பெட்டியை எடுத்துக்கொண்டார். பிறகு அவர் சத்தியபிரகாஷ் லாட்ஜுக்குச் சென்றார். லாட்ஜ் உரிமையாளரின் மகன், ஹை கிரவுண்ட்ஸ் போலீஸாரின் அனுமதி இல்லாமல் எதையும் தர முடியாது என்றார். அவர்கள் பேசிக்கொண்டிருந்தபோதே சீருடை அணியாத ஒரு போலீஸ்காரர் அங்கு வந்து, உதவிக் கமிஷனர் இக்பால் அழைத்து வரச் சொன்னதாகச் சொல்லி லாட்ஜ் உரிமையாளரின் மகனை அழைத்துச் சென்றுவிட்டார். எனவே சூர்யகுமாரால் அவரை விசாரிக்க இயலவில்லை. சூர்யகுமார், பெங்களூரில் தான் கைப்பற்றிய பொருட்களுடன் தனது அறிக்கையை அனுப்பினார். அதே நேரத்தில், இன்ஸ்பெக்டர் மயில்சாமி கொல்லம் சென்று சாட்சிகளை விசாரித்தார்.

கர்நாடக முதலமைச்சர் இந்த வழக்கை சி.பி.ஐ. விசாரணைக்கு மாற்ற வேண்டும் என்று கோரி, கர்நாடக பார் அசோசியேஷன் தீர்மானம் நிறைவேற்றியது. வக்கீல்கள் ஆகஸ்ட் 31, செப்டம்பர் 1, 2 ஆகிய மூன்று நாட்கள் நீதிமன்றங்களைப் புறக்கணித்து அரசியல் கொந்தளிப்பை உச்சத்திற்கு எடுத்துச் சென்றார்கள்.

ஆகஸ்ட் 30 அன்று முதலமைச்சர், உள்துறை இணைச் செயலர் ஏ.எஸ். நாகராஜ் வழியாக ரஷீத் கொலை வழக்கை சி.பி.ஐ.க்கு மாற்ற உத்தரவிட்டார். இந்த உத்தரவு உள்துறை அமைச்சர் ஜலப்பாவுக்கு டெலக்ஸ் செய்தியாக அனுப்பப்பட்டது. சி.பி.ஐ.யின் சிறப்புக் குற்றப் பிரிவு (Special Crime Branch-SCB) வழக்கு எண். RC 2/87 of SIU II/SIC I/புது டெல்லி எனப் பதிவு செய்து முதல் தகவல் அறிக்கை தயாரானது. எஸ்.சி.பி. சென்னை டி.எஸ்.பி. கிருஷ்ணன் இந்த வழக்கை விசாரிப்பார் என உத்தரவாகியது.

செப்டம்பர் 5 அன்று கிருஷ்ணன், வழக்கு ஆவணங்களைக் கப்பன் பார்க் காவல் நிலையத்தில் ஒப்படைக்குமாறு கர்நாடக

டி.ஜி.பி.யைக் கேட்டுக்கொண்டார். மகாதேவப்பா அவ்வாறே செய்தார். கேரளத்தைச் சேர்ந்த ரஷீத், கர்நாடகத்தில் இறந்ததால், கிருஷ்ணன் கன்னடம், மலையாளம் தெரிந்த உதவியாளர்கள் வேண்டும் என்று கேட்க, ராஜீவ்கேசன், கே. தாசி குமார் ஆகியோர் இவ்வழக்கில் உதவியாளர்களாக நியமிக்கப்பட்டார்கள்.

1987 செப்டம்பர் 21 அன்று ராஜீவ்கேசன் பத்தனம்திட்டாவில் ரஷீத்தின் சகோதரரிடமிருந்து சில ஆவணங்களைச் சேகரித்தார். குயிலானிலிருந்தும் சில தகவல்கள் சேகரித்தார். செப்டம்பர் 30 அன்று கிருஷ்ணன் சதாசிவத்தின் வீட்டில் தேடுதல் நடத்திச் சில ஆவணங்களைக் கைப்பற்றினார்.

9

மீண்டும் பிணக்கூராய்வு

தமிழ்நாட்டில், வேலூர் சி.பி.சி.ஐ.டி. பிரிவு டி.எஸ்.பி. சபேசன் இந்த விசாரணைக்குப் பொறுப்பேற்றிருந்தார். செப்டம்பர் 2 அன்று, ரயில்வே போலீஸ் இன்ஸ்பெக்டர் மயில்சாமியிடமிருந்து கோப்புக்கள் அவருக்கு வந்து சேர்ந்தன.

ரஷீத்தின் உடல் கண்டறியப்பட்டு 27 நாட்களுக்குப் பின் அதாவது, 1987, செப்டம்பர் 14 திங்கள்கிழமையன்று டி.எஸ்.பி. சபேசன், ஓமலூர் தாசில்தாருக்கு ரஷீத்தின் உடலை வெளியிலெடுத்து போலீஸ் சர்ஜன் டாக்டர் நீலா கோவிந்தராஜால் மறு பரிசோதனை செய்யப்பட வேண்டும் என்று கோரிக்கை அனுப்பினார்.

மறுநாள் செப்டம்பர் 15 அன்று அது நடக்கவிருந்தது. இம்முறை உடலை எடுக்கும்போது ரஷீத்தின் உறவினர்கள் உடனிருக்க வேண்டும் என்பது ஏற்பாடு.

டாக்டர் நீலா கோவிந்தராஜ் சேலத்தில் முகாமிட்டார். ரஷீத் அணிந்திருந்த ஆடைகளை ஆய்வு செய்தார். உடல் புதைக்கப்பட்ட இடத்திற்குச் சேலம் அரசு மருத்துவமனையின் உதவியோடு அதிகாலையில் சென்றார். அங்கிருந்து கொஞ்ச தூரத்தில் ஒரு கை எலும்பு கிடந்தது. மண் கொஞ்சம் தோண்டப்பட்டிருந்தது. ரஷீத்தின் உடல் பெட்டியில் வைத்துப் புதைக்கப்படவில்லை. தோண்டி எடுக்கும்போது சிதைந்துவிடாமல் இருக்க, மிக எச்சரிக்கையாக எடுக்க வேண்டியிருந்தது. மண்ணை

அகற்றியபோது, அதன் மீது சுற்றப்பட்டிருந்த துணியையும் ஒரு கையையும் காணவில்லை. அருகில் இருந்த கை எலும்பு இந்த உடலிலிருந்து எடுக்கப்பட்டதுதான். நாயோ, நரியோ இதைச் செய்திருக்கலாம்.

களிமண் அப்பியிருந்ததால், உடல் ரொம்பவும் சிதைந்துவிட வில்லை. அவரது உறவினர்களால் எளிதாக அடையாளம் காண முடிந்தது.

மண் வாசனையோடு கலந்த துர்நாற்றம் காற்றில் பரவியிருந்தது. டாக்டர் நீலா கோவிந்தராஜ், பொட்டாசியம் பர்மாங்கனேட்டில் தோய்த்தெடுக்கப்பட்ட கையுறைகளை அணிந்துகொண்டு தன் ஆய்வைத் தொடங்கினார். தனியே இருந்த கை உடலோடு பொருந்தியது. மற்றபடி உடல் முழுதாக இருந்தது.

முகத்தில் இருந்த காயங்கள் கதையைச் சொல்லின. மேல்வாய்ப் பகுதி மண்டையோட்டிலிருந்து கழன்றிருந்தது. கீழவாய்ப் பகுதி உடையவில்லை. மூக்கெலும்பின் இடப்புறமும் இடது கண்ணுக்கும் மேல்வாய்ப் பகுதிக்கும் இடைப்பட்ட எலும்புகளும் உடைந்திருந்தன. வலது கன்ன எலும்பின் ஒரு பகுதி உடைந்திருந்தது. மூக்கின் மேல் பகுதி எலும்புகள் நொறுங்கியிருந்தன. இந்த முகச் சிதைவுகள் தவிர உடலில் வேறு காயம் இல்லை.

டாக்டர் நீலா கோவிந்தராஜ், முகக் காயங்களில் ஒட்டி யிருந்த ரோமங்களை எடுத்துக்கொண்டார். இடது ஆட்காட்டி விரல் வெட்டி எடுக்கப்பட்டது. அவை தடயவியல் ஆய்வுக்கு அனுப்பப்பட்டன. விரல் ரேகை அது ரஷீத் என்பதை உறுதிப் படுத்தியது.

டாக்டர் நீலா கோவிந்தராஜ் தனது அறிக்கையைத் தரும்முன் ரயில் வண்டியிலிருந்து தூக்கி எறியப்பட்டோர், உயரத்திலிருந்து விழுந்தவர்கள் எனப் பல விபத்து மரணச் சம்பவங்களைக் கையாண்ட மருத்துவர்கள், பல் சிகிச்சை நிபுணர்கள், உடல் கூராய்வு நிபுணர்களைக் கலந்தாலோசித்தார். பின்னர் அவர் தந்த அறிக்கையின் முடிவு பின்வருமாறு இருந்தது:

"நொறுக்கப்பட்டிருந்த மூக்குப் பகுதியைத் தவிர உடலில் வேறு காயங்கள் இல்லை. அதிவேகத்தில் விரையும் ரயிலி லிருந்து புதருக்குள் தூக்கி வீசப்பட்டிருந்தால், ஆழமான சிராய்ப்புகளும் காயங்களும் இரத்த இழப்பும் இரத்தக் கறைகளும் இருந்திருக்கும். இவையெல்லாம் இல்லை.

"உடல் கண்டெடுக்கப்பட்ட இந்தப் பகுதியில் செல்லும் ஐலண்ட் எக்ஸ்பிரஸ் போன்றவை 80 முதல் 90 கி.மீ. வேகத்தில்

செல்லும். ரஷீத்தின் மரணம் நிகழ்ந்த 1987 ஆகஸ்ட் 16, 17, 18 தேதிகளில் இந்தப் பகுதியில் இருப்புப் பாதை பழுது பார்க்கும் பணிகள் ஏதும் நடக்கவில்லை. அப்படி நடந்திருந்தால் ரயில்கள் மெதுவாகச் சென்றிருக்கும். வேகமாகச் செல்லும் ரயிலிலிருந்து தூக்கி எறியப்படும் உடல், வெகு தூரம் வேகமாக உருளும். அந்நிலையில் எலும்புகள் நொறுங்கும். ஆடைகள் கிழிவதும் தவிர்க்க முடியாதது. ரஷீத்தின் உடலில் இவையெல்லாம் இல்லை. மேலும் உடல் ரயில் பாதையிலிருந்து 15 அடி தூரத்தில் பாதைக்குச் செங்குத்தாகக் காணப்பட்டது."

"அவரது கைக்கடிகாரத்திலும் சிறு கீறல்கூட இல்லை. அவர் ரயிலிலிருந்து தவறி விழவில்லை. அப்படி விழுந்திருந்தால் உடல் இருப்புப் பாதைக்கு அருகில் அல்லது பாதையின் மீதே விழுந்து, ரயில்கள் அதன் மீது ஏறியிருக்கலாம். குடல் பரிசோதனையில் விஷம் கண்டறியப்படவில்லை."

போலீஸ் சர்ஜன் டாக்டர் நீலா கோவிந்தராஜ் தந்த அறிக்கையின் அடிப்படையில், சென்னை மருத்துவக் கல்லூரியின் தலைமை மருத்துவ ஆய்வாளர் அழுத்தம் திருத்தமாக முடிவைத் தெரிவித்திருந்தார்:

"மரணம் மிருகத்தனமான தாக்குதலால் நேர்ந்துள்ளது. காயங்கள் மரணத்திற்கு முன்னால் ஏற்படுத்தப்பட்டவை. உடல் புதருக்குள் நின்ற நிலையில் எறியப்பட்டுள்ளது."

10

அரசுத் தரப்பு சாட்சி 78

இந்த வழக்கைக் கடைசியாகப் புலன் விசாரணை செய்தவர் குப்புசாமி ரகோத்தமன் (அரசுத் தரப்பு சாட்சி 78). சி.பி.ஐ.சென்னை பிரிவில் அவர் டி.எஸ்.பி. இதுவே அவர் கையாண்ட முதல் கொலை வழக்கு. அதுவரை நிதி தொடர்பான குற்றங்களைப் புலனாய்வு செய்து, மலை மலையாய் காகிதக் குவியலுக்கிடையே உழன்றுகொண்டிருந்த அவருக்கு இது பெரிய விடுதலை.

இந்த வழக்கில் அவருக்கு முன்னால் 77 சாட்சிகள் விசாரிக்கப்பட்டார்கள். ரகோத்தமனின் விசாரணையில் சி.பி.ஐ. 337 ஆவணங்களையும் 98 பொருட்களையும் முன்வைத்தது. குற்றவாளிகள் தரப்பில் 13 ஆவணங்கள் முன்வைக்கப்பட்டன. சாட்சிகள் யாரும் இல்லை. சி.பி.ஐ. விசாரணையின் போதும், நீதிமன்ற விசாரணையின்போதும், 13 அரசுத் தரப்பு சாட்சிகளைப் பிறழ் சாட்சிகளாகக் கருத வேண்டியிருந்தது. அவர்களில் ஒரு வழக்கறிஞரும் இரண்டு போலீஸ் அலுவலர்களும் உண்டு.

1987ஆம் ஆண்டில், ரகோத்தமன், சி.பி.ஐ.யின் மூன்று பிரிவுகளில் ஒன்றான சிறப்புக் குற்றப் பிரிவில் (SPECIAL CRIME BRANCH-SCB) இருந்தார். ஊழல் தடுப்புப் பிரிவு, பொருளாதாரக் குற்றப் பிரிவு ஆகியவை மற்ற இரு பிரிவுகள். சென்னை சிறப்புக் குற்றப் பிரிவின் எல்லையில் கேரளம், கர்நாடகம், ஆந்திரம், தமிழ்நாடு, பாண்டிச்சேரி, அந்தமான் நிகோபார் தீவுகள் அடங்கும்.

சி.பி.ஐ. சிறப்புக் குற்றப் பிரிவு அலுவலகம் சென்னை, கல்லூரிச் சாலையில் உள்ள ஈ.வி.கே. சம்பத் மாளிகையில் முதல் மாடி முழுவதிலும் விரிந்து பரந்து வியாபித்திருந்தது. மின்தூக்கி இல்லை. டி.எஸ்.பி.க்களுக்கு ஒரு பெரிய கூடத்தில் இருக்கைகள். இன்ஸ்பெக்டர்கள், சப் – இன்ஸ்பெக்டர்களுக்கும் அப்படியே. காவல் கண்காணிப்பாளருக்குத் தனி அறை இருந்தது. அரசு வழக்கறிஞருக்கும் தனியறை. ஆனால் அவர் அதைப் பெரிதும் பயன்படுத்துவதில்லை.

இவற்றைத் தவிர ஒரு அலுவலக அறையும் நிர்வாக அறையும் குற்றப் பிரிவு அறையும் வழக்குத் தொடர்பாகக் கைப்பற்றப்படும் பொருட்களைப் போட்டு வைக்க ஒரு அறையும் இருந்தன.

பொருட்கள் வைக்கும் அறைக்கும் அலுவலக அறைக்கும் இடையே ஒரு சிறு தடுப்பறை இருந்தது. பழைய மரச் சாமான்கள் அதில் இருந்தன. சிறப்புக் குற்றப் பிரிவு பிடித்து வரும் குற்றவாளிகளை முறைப்படி நீதிமன்றக் காவலுக்கு அனுப்பும்முன் இருத்தி வைக்க இந்த அறையைப் பயன்படுத்தினார்கள். பேச மறுக்கும் குற்றவாளிகளை விசாரிக்கவும் இந்த இருட்டறை பயன்பட்டது.

படியேறி வரும்போது இருக்கும் இடைத்தளத்தில் தற்காலிக உணவு விடுதி இருந்தது. கழிப்பறைகள் தாழ்வாரத்தில் இருந்தன. பணி அலுவலரின் அறை நுழைவாயிலில் இருந்தது. சிறப்புக் குற்றப் பிரிவு ஒரு காவல் கண்காணிப்பாளரின் தலைமை யில் இயங்கியது. அவருக்குக் கீழ் மூன்று டி.எஸ்.பி.க்கள், சில இன்ஸ்பெக்டர்கள், சப் – இன்ஸ்பெக்டர்கள், தலைமைக் காவலர்கள், கான்ஸ்டபிள்கள். அவர்களது முக்கியப் பணி, புலன் விசாரணை.

ரகோத்தமன், கிருஷ்ணன் உட்பட மூன்று டி.எஸ்.பி.க்கள் ஒரே அறையைப் பகிர்ந்துகொண்டார்கள். நீதிமன்றங்கள், மாநில அரசுகள் அனுப்பும் கொலை, திருட்டு வழக்குகளை இப்பிரிவு புலனாய்வு செய்தது. சில வழக்குகளைச் சில காரணங்களுக்காக மாநில அரசு விசாரிக்க முடியாத நிலையில், மத்திய அரசின் அனுமதியுடன் இப்பிரிவு விசாரித்தது. அதற்கான சட்டப் பிரிவுகள் இருந்தன.

ஒருநாள் ரகோத்தமன் தனது மேசையில் அமர்ந்திருந்த போது, புதிதாகச் சேர்ந்திருந்த கண்காணிப்பாளர் அவரை அழைத்தார். எஸ்.பி. பாலாஜி கேரளத்தைச் சேர்ந்தவர். ஐ.பி.எஸ். வரிசையில் அவர் உத்தரப் பிரதேசத்திற்கு ஒதுக்கீடு செய்யப்பட்டவர். சி.பி.ஐ.க்கு வேறு பணியில் வந்தவர். இந்தப் பொறுப்புக்குப் புதியவர்.

ரகோத்தமனை உட்காரச் சொன்னார். "ரஷீத் வழக்கு பற்றி உங்களுக்கு என்ன தெரியும்?" என்று கேட்டார்.

"ஒன்றும் தெரியாது சார். 1987 செப்டம்பரில் கர்நாடக முதலமைச்சர் ராமகிருஷ்ண ஹெக்டே இந்த வழக்கை சி.பி.ஐ.க்கு மாற்றினார். ஊழல் தடுப்புப் பிரிவின் எஸ்.பி. ரமேஷின் மேற்பார்வையில், டி.எஸ்.பி. கிருஷ்ணன் விசாரித்து வருகிறார். அவ்வளவுதான் தெரியும்" என்றார் ரகோத்தமன்.

கிருஷ்ணன், தமிழ்நாடு போலீஸிலிருந்து சி.பி.ஐ.க்கு இன்ஸ்பெக்டர் நிலையில் வந்தவர். அனுபவம் வாய்ந்தவர். ரகோத்தமனைப்போல் அவரும் தமிழர். அவரது மேலதிகாரி எஸ்.பி. ரமேஷ் (அவரும் உத்தரப் பிரதேச ஒதுக்கீட்டைச் சேர்ந்தவர்) தமிழ்நாடு போலீஸைச் சேர்ந்த சி.ஐ.டி. பிரிவு எஸ்.பி. கே.ஏ. ராஜகோபாலனின் மகன்.

எஸ்.பி. பாலாஜி பொறுப்பேற்றபின், விசாரணையிலிருந்த வழக்குகளை ஆய்வு செய்தார். விசாரணை அலுவலர்களை அழைத்து வழக்குகள் எந்த நிலையில் உள்ளன என்று கேட்டார். அந்த வரிசையில், ரஷீத் கொலை வழக்கும் வந்தது. அந்த வழக்கின் கோப்பு மெலிந்து கிடப்பதாகக் கருதினார். எல்லா சாட்சிகளும் விசாரிக்கப்பட்டுவிட்டார்களா, அவர்களது வாக்குமூலங்கள் பதிவு செய்யப்பட்டுவிட்டனவா என்று தெரியவில்லை. ஆனால் யாரும் இதுவரை கைது செய்யப்பட வில்லை. கிருஷ்ணனைக் கேட்டபோது, 1987 ஆகஸ்டில், ரஷீத் ஓடும் ரயிலிலிருந்து குதித்துத் தற்கொலை செய்துகொண்டதாகவும் வழக்கு முடிக்கப்படும் நிலையில் இருப்பதாகவும் கூறினார்.

பிணக்கூராய்வு அறிக்கை வேறு விதமாகக் கூறும் நிலையில், டி.எஸ்.பி. ஏன் அதைத் தற்கொலை என்று கூறுகிறார் என்பது எஸ்.பி.க்குப் புரியவில்லை. எனவே எஸ்.பி., ரகோத்தமனை இதில் ஈடுபடுத்த விரும்பினார். ரகோத்தமன், ஏற்கெனவே சி.பி.ஐ. ஊழல் தடுப்புப் பிரிவில் பெங்களூரில் நான்கு வருடங்கள் வேலை பார்த்திருக்கிறார். அவருக்குப் பெங்களூர் போலீஸில் தொடர்புகள் உண்டு.

டி.எஸ்.பி. கிருஷ்ணனின் விசாரணைக் கோப்பைப் படித்துவிட்டுத் தன்னுடன் பேசுமாறு எஸ்.பி., ரகோத்தமனிடம் சொன்னார். இது பற்றி யாரிடமும் சொல்ல வேண்டாம் என்று அறிவுறுத்தினார்.

ரகோத்தமன், தன்னுடைய மேசைக்குத் திரும்பி வந்து கோப்பைத் தன் அலமாரியில் வைத்தார். கிருஷ்ணனின் முன்னிலையில் அவர் கோப்பை வாசிக்க விரும்பவில்லை. கோப்பை வீட்டிற்கு எடுத்துச் சென்றார்.

அவர் வீடு சென்னை கே.கே. நகரில், மத்திய அரசு ஊழியர்களுக்கான மாதிரி–4 குடியிருப்பில் முதல் மாடியில் இருந்தது. மூன்று அறைகள், ஒரு கூடம், குளியலறை, இந்தியப் பாணியிலான கழிப்பிடம், சுவரில் மேலே இரும்பில் ப்ளஷ் பெட்டி, அதிலிருந்து ஒரு நீண்ட சங்கிலி ஆகியவை இருந்தன. அலுவலகத்திலிருந்து அரசு பேருந்து தடம் எண்.17–Dஇல் ஒன்பது கிலோ மீட்டர் தூரம் பயணித்து அலுவலகம் செல்ல வேண்டும். 19 நிறுத்தங்கள்.

அவர் வீடு வந்து சேரும்போது, அவரது 14 வயது மகள், அருகிலுள்ள கேந்திரிய வித்யாலயாவில் இருந்து திரும்பி, வீட்டுப் பாடங்களை முடித்துவிட்டு உறங்கியிருப்பாள். மனைவி ஜானி, வாடகை நூலகத்திலிருந்து எடுத்து வந்திருந்த தமிழ்ப் பத்திரிகைகளைப் படித்தபடி இவருக்காகக் காத்துக்கொண்டிருப்பார். இரவு உணவை இருவரும் சேர்ந்து உண்பது வழக்கம்.

ரகோத்தமனுக்கு மனைவியையும் மகளையும் வெளியே அழைத்துப் போவதற்கு நேரமிருந்ததே இல்லை. அரிதாகச் சில நேரங்களில் அவர்கள் பஸ் பிடித்து மெரினா அல்லது எலியட்ஸ் கடற்கரைக்குப் போவார்கள். ரகோத்தமனின் மகள் ஸ்வீட்டிக்குப் புகாரி ஹோட்டல் பிரியாணி பிடிக்கும்.

வீட்டில் இருக்கும் ஒரே ஆடம்பரப் பொருள், பழைய கருப்பு வெள்ளை வெஸ்டன் தொலைக்காட்சிப் பெட்டி. அது அவ்வப்போது வேலை செய்யாது. ஸ்வீட்டி அதைப் பக்கவாட்டில் தட்டித் தட்டி வேலை செய்ய வைப்பாள்.

ரகோத்தமன் தான் கொண்டு சென்ற கோப்புகளை அன்று இரவே படித்து முடித்தார். இரவு உணவு சாப்பிடவும் மறந்து போனார்.

ரகோத்தமன் மறுநாள் எஸ்.பி. பாலாஜியிடம் சொன்னார்: "இந்த வழக்கில் பல விஷயங்கள் தீர்க்கமாக ஆராயப்படவில்லை. பல கேள்விகளுக்கு இன்னும் விடை காணப்படவில்லை. ஏதோ தவறு நடந்திருக்கிறது. எனவே இந்த வழக்கை முடிப்பது சரியாகாது."

1988 மார்ச்சில் ரகோத்தமன் பெங்களூருக்கு யாரும் அறியாமல் உண்மையைக் கண்டறிய அனுப்பப்பட்டார். 1987 செப்டம்பரிலிருந்து இந்த வழக்கு டி.எஸ்.பி. கிருஷ்ணனிடம் இருக்கிறது. ஆனால் கடந்த ஐந்து மாதங்களாக யாரும் கைது செய்யப்படவில்லை. குற்றப் பத்திரிகை தாக்கல் செய்யப்படவில்லை. எந்த விசாரணையும் செய்யாமல் கிருஷ்ணன் இந்த வழக்கை முடிக்க இருந்தார் என்று தோன்றியது.

ரகோத்தமன் எதற்காகப் பெங்களூர் செல்கிறார் என்று யாராவது கேட்டால், திப்பு சுல்தானின் வாள் தொடர்பான

வழக்கு என்று சொல்ல வேண்டும் என்பது ஏற்பாடு. ரகோத்தமன் அடிக்கடி பெங்களூர் செல்பவர்தான். எனவே யாரும் கேட்பதற்கு வாய்ப்பில்லை. 1983 மார்ச் முதல் 1987 வரை ரகோத்தமன் பெங்களூரில் டி.எஸ்.பி.யாக இருந்தார். அவர் புலனாய்வு செய்த வழக்குகளில் மிகவும் பரபரப்பான வழக்கு, திப்பு சுல்தானின் வாள் தொடர்பான வழக்கு.

திப்பு சுல்தானின் வாளினை யாரோ பத்து இலட்சம் ரூபாய்க்கு விற்கிறார்கள் என்று சி.பி.ஐ.க்குத் தகவல் கிடைத்தது. திப்பு சுல்தான் ஆங்கிலேயர்களுக்கு எதிராகப் பயன்படுத்திய அந்த வாள் மிகவும் பிரசித்தம். கைப்பிடியில் கர்ஜிக்கும் புலி உருவம் பொறித்தது. ஆங்கிலேயர்கள் அதை லண்டன் அருங்காட்சியகத்தில் வைத்திருந்தார்கள். 1940ஆம் ஆண்டு மைசூர் மகாராஜா அதை அங்குப் பார்த்துவிட்டு, அதைத் திருப்பித் தருமாறு பிரிட்டிஷ் ராணியிடம் கேட்டார். அவர் இறக்கும் வரை அந்த வாள் மைசூர் அரண்மனையில் இருந்தது. அவர் இறந்தபின் அவரது பல விலை உயர்ந்த பொருட்களோடு இந்த வாளையும் அரண்மனைவாசிகள் கடத்திவிட்டார்கள். 1985இல் சி.பி.ஐ. அதிகாரிகள், அந்த வாளை வாங்க ஆர்வமுள்ள அரபு செல்வந்தராக வேடமிட்டுத் திப்பு சுல்தானின் வாளையும் மற்ற பழங்கலைப் பொருட்களையும் கைப்பற்றினர்.

ரகோத்தமன் பெங்களூர் மெயிலில் ஏறினார். அது அதிகாலையில் பெங்களூர் சென்று சேர்ந்தது. கர்நாடகா போலீஸிலிருந்து சி.பி.ஐ.க்கு வேறு பணியில் வந்திருந்த டி.எஸ்.பி.க்கள் சிலரைத் தொடர்புகொண்டார். ரஷீத் கொலை வழக்கு குறித்து போலீஸ் வட்டாரங்களில் பேசப்படுவது குறித்து அவர்களுக்குப் பொதுவாகத் தெரிந்திருந்தது.

அந்த வழக்கை நான்கு அமைப்புக்கள் விசாரித்தன என்று தெரிந்தது. கர்நாடக COD, சேலம் ரயில்வே போலீஸ், தமிழ்நாடு சி.ஐ.டி., கடைசியாக சி.பி.ஐ. அது முக்கியமான, இரகசியமான வழக்கு என்று அவர்கள் ரகோத்தமனை எச்சரித்தார்கள்.

அந்த வழக்கு தனக்குத் தோன்றியதைக் காட்டிலும் சிக்கலானது என்று இரண்டே நாட்களில் தெரிந்துகொண்டார். ஆவணங்களில் தொடர்ச்சியில்லை. பல முட்டுக்கட்டைகள் இருந்தன. டி.எஸ்.பி. கிருஷ்ணனின் கோப்பில் இந்த வழக்கின் சிக்கல்கள் பதிவாகவில்லை.

மேலும் பல சாட்சிகளை விசாரிக்க உதவியாகக் கிருஷ்ணனைப் பெங்களூர் அனுப்புமாறு எஸ்.பி. பாலாஜியைக் கேட்டார் ரகோத்தமன். தீவிர விசாரணை உருவாக்கும் பரபரப்பு,

பலரைப் பேச வைக்கும், புதிய பாதைகள் திறக்கும். ஆனால் கிருஷ்ணன் வந்தார், சில நாட்கள் சி.பி.ஐ. அலுவலகத்தில் உட்கார்ந்திருந்தார், பின் திரும்பிப் போய்விட்டார். அலுவலகத்தை விட்டு வெளிவரவும் இல்லை. யாரையும் விசாரிக்கவும் இல்லை. எனவே பாலாஜி ஒரு தலைமைக் காவலர், இரண்டு கான்ஸ்டபிள்கள் என வேறு மூன்று பேரை அனுப்பினார்.

மதுரையிலிருந்து வந்திருக்கும் துணி வியாபாரிகள் என்ற போர்வையில் இருவர் சத்தியபிரகாஷ் லாட்ஜுக்கும் மற்றொருவர் சந்தியா லாட்ஜுக்கும் அனுப்பப்பட்டார்கள். எனினும் அவர்களால் புதிதாக எதையும் கண்டறிய இயலவில்லை.

ரஷீத் சந்தியா லாட்ஜில் தங்கினார், பின் போய்விட்டார். சத்தியபிரகாஷ் லாட்ஜுக்கு வந்தார், திடீரெனப் போய்விட்டார். அவ்வளவுதான். சி.ஓ.டி. விசாரணையும் இதற்குமேல் எதையும் வெளிக்கொணரவில்லை. இதற்கும் சி.பி.ஐ. விசாரணைக்கும் இருந்த ஒரே வித்தியாசம், டி.எஸ்.பி. கிருஷ்ணன் சதாசிவத்தின் வீட்டைச் சோதனை செய்தார் என்பதுதான். ஆனால் கடைசியில் சி.ஓ.டி. சொன்னதைத்தான் அவரும் சொன்னார்.

இதற்கிடையில் ரகோத்தமன் இந்த வழக்கை விசாரிக்கிறார் என்று ஊகித்த கிருஷ்ணன், எஸ்.பி. பாலாஜியிடம் சண்டை யிட்டார். ரகோத்தமனைத் திட்டினார். அவர் தனது விசாரணைக்குக் களங்கம் கற்பிப்பதாகக் குற்றம் சாட்டினார்.

ரகோத்தமன், இந்த வழக்கைச் சுதந்திரமாக விசாரிக்க அனுமதிக்க வேண்டுமென்றும், இல்லையென்றால் இதிலிருந்து விடுவித்துவிடுமாறும் பாலாஜியிடம் கேட்டார். கிருஷ்ணனின் மேற்பார்வையில் தன்னால் இந்த வழக்கை விசாரிக்க முடியாது என்றார். இந்த வழக்கை மறு விசாரணை செய்ய அனுமதிக்குமாறு சி.பி.ஐ. டெல்லி தலைமையகத்துக்கு எழுதினார் பாலாஜி. நடந்தது தற்கொலை என்று கூறும் முதற்கட்ட விசாரணை தனக்குத் திருப்தியளிக்கவில்லையென்றும், தனது விசாரணையில் அது கொலை என்று தெரிவதாகவும், எனவே முதல் விசாரணையை நம்புவதற்கில்லை என்றும் எழுதினார்.

ரகோத்தமன் இந்த வழக்கை மீண்டும் விசாரிக்க டெல்லி அனுமதியளித்தது.

11

புதிய பாதை சொல்லும் கதை

ரகோத்தமன் தனது விசாரணையை இரண்டாவது பிணக்கூராய்வு அறிக்கையிலிருந்து தொடங்கினார். அது, ரஷீத் மூச்சுத் திணறவைக்கப் பட்டுக் கொல்லப்பட்டார் என்று சொன்னது. இரண்டாம் பிணக்கூராய்வு செய்த டாக்டர் நீலா கோவிந்தராஜை சென்னையில் ரகோத்தமன் சந்தித்தபோது, ரஷீத் கொலை செய்யப்பட்டார் என்பதை டாக்டர் உறுதியாகச் சொன்னார். எனவே ரகோத்தமன், ரஷீத் எங்கே, யாரால் கொல்லப்பட்டார் என்று பின்னோக்கி நகரத் தொடங்கினார்.

ரஷீத் ஏன் பெங்களூர் வந்தார்? அவர் மனைவியின் கூற்றுப்படி, தனது தம்பியைப் பொறியியல் கல்லூரியில் சேர்க்கவும், மற்றொரு மாணவியின் மதிப்பெண் மறுகூட்டலுக்கு ஏற்பாடு செய்யவும். அவர் சந்தியா லாட்ஜில் தங்கினார். அங்கிருந்து எங்கே போனார் என்று தெரியவில்லை. பின்னர் ஓமலூரில் கிடந்த ஒரு உடல் ரஷீத்துடையது என்று அடையாளம் காணப்பட்டது. அவர் அங்கு எப்படிப் போனார்?

பின்னர் பல விசாரணைகள் நடந்தன. போலீஸ் தலையிட்டு அவற்றைக் குழப்பியது. ரகோத்தமனிடம் கேள்விகளே இருந்தன. பதில்கள் இல்லை.

பெங்களூர் (மேற்கு) டி.சி.பி.யும் எஸ்.ஐ. உத்தப்பாவும், ரஷீத் கைது செய்யப்படவில்லை என்றார்கள். கைது செய்யப்படாமல் அவர்

எப்படிப் பெருநகர மாஜிஸ்டிரேட்–2 முன்னிலையில் ஆஜர்படுத்தப்பட்டிருப்பார்? கைது பற்றிப் பெங்களூர் நகர கமிஷனருக்குத் தெரிந்திருக்கவில்லை. உள்துறை அமைச்சர் ஜலப்பாவின் உத்தரவின் பேரிலேயே தான் தாக்கப்பட்டதாகவும், போலீஸ் தன்னுடைய ப்ரீஃப்கேசைப் பறித்துக்கொண்டதாக வும் ரஷீத் கொடுத்த தந்திகள் பற்றிய செய்திகள் பத்திரிகைகளில் வெளிவந்துள்ளன. ரஷீத் ஏன் உள்துறை அமைச்சர் மீது குற்றம் சாட்டுகிறார்? இந்தக் கேள்விக்கு விடை தேடும்முன், மற்ற புதிர்களை விடுவித்தாக வேண்டும்.

போலீஸ் சொல்லும் கதை புனையப்பட்டதாகவும் போலியாகவும் இருந்தது. ஆகஸ்ட் 16 அன்று ரஷீத், ஆட்டோ ரிக்ஷாவில், ஒரு கல்லூரிக் காவலாளியுடன் ஹை கிரவுண்ட்ஸ் காவல் நிலையத்திற்கு வந்தார். கல்லூரியில் அப்போது என்.சி.சி. அணிவகுப்பு நடந்துகொண்டிருந்தது என்று போலீஸ் கூறியது. ஆகஸ்ட் 15–க்குப் பிறகு என்.சி.சி. அணிவகுப்பா? சாத்தியமில்லை.

சதாசிவத்தின் மனைவி முஸ்லிம் என்றும், அவருக்கும் ரஷீத்துக்கும் கள்ள உறவிருந்ததாகவும், எனவே சதாசிவத்துக்கும் ஜோசப்புக்கும் ரஷீத்திடம் பகைமை இருந்ததாகவும், அவர்கள் ரஷீத்தைத் தீர்த்துக்கட்டத் திட்டமிட்டார்கள் என்றும் போலீஸ் கூறியது.

ரஷீத் காவல் நிலையம் வந்தபோது அவரிடம் பணமில்லை யென்றும், அவர் வந்த ஆட்டோ ரிக்ஷாவிற்குத் தாங்களே பணம் கொடுத்ததாகவும், சந்தியா லாட்ஜைக் காலி செய்யவும் உதவியதாகவும், அவரது சூட்கேசை மீட்டதாகவும் போலீஸ் கூறியது. பின்னர் மாலை 05.30 மணியளவில், ரஷீத் சத்தியபிரகாஷ் லாட்ஜில் தங்க உதவியதாகவும் போலீஸ் கூறியது. பின்னர் ரஷீத் இரவு 08.30 மணியளவில் தன்னைத் தொலைபேசியில் அழைத்து அழுததாக எஸ்.ஐ. உத்தப்பா சொன்னார். அவர் சொன்னது தெளிவாக இல்லை; அதற்குள் தொலைபேசி துண்டிக்கப்பட்டுவிட்டது என்றும் உத்தப்பா சொன்னார்.

தொலைபேசியில் பேசியபின் ரஷீத், சத்தியபிரகாஷ் லாட்ஜிலிருந்து புறப்பட்டு வீடு திரும்ப ஐலண்ட் எக்ஸ்பிரஸ்ஸில் ஏறியதாகவும், வழியில் அவர் ரயிலிலிருந்து தவறி விழுந்திருக்க வேண்டும் அல்லது அவரைப் பின் தொடர்ந்த சதாசிவத்தின் ஆட்கள் அவரைத் தள்ளிவிட்டிருக்க வேண்டும் என்பது போலீஸ் தரப்புக் கதை. ரகோத்தமன் இதை நம்பவில்லை.

வழக்கு ஆவணங்களின்படி ரஷீத்தின் சூட்கேசைக் கண்காணிப்பாளர் மகாதேவப்பாதான் கைப்பற்றினார். ரஷீத் நீதிமன்றத்தில் ஆஜராக வேண்டியிருந்தது. அவர் ஏன் சூட்கேசை

விட்டுவிட்டு வீடு திரும்ப ரயிலேற வேண்டும்? பணமில்லாமல் அவர் எப்படி டிக்கெட் வாங்கினார்? டிக்கெட் இல்லாமல் போனாரா? சி.ஓ.டி. பிரிவு எஸ்.பி. ஜிஜா ஹரி சிங் நடத்திய விசாரணையில், ரஷீத்தின் கள்ளத் தொடர்பு புகார் உண்மையல்ல என்று தெரிந்தது. ஆனால் ஏன் ஹை கிரவுண்ட்ஸ் போலீஸ் அதை வலியுறுத்துகிறது?

வழக்கறிஞர் முத்தண்ணா தாக்கல் செய்த ஆட்கொணர்வு மனுவின் பேரில் ரஷீத் தேடப்பட்டபோது ரஷீத்தின் உடல் கிடைத்துவிட்டதாகக் கூறி ஹை கிரவுண்ட்ஸ் போலீஸ் ஆட்கொணர்வு மனுவைப் பயனற்றதாக்கியது. வக்கீல்கள் மூன்று நாட்கள் போராட்டங்கள் நடத்தினர்.

கண்காணிப்பாளர் மகாதேவப்பா தன் நிலைப்பாட்டைத் தலைகீழாக மாற்றிக்கொண்டு, ஹை கிரவுண்ட்ஸ் போலீசை விடுவித்ததும் சந்தேகத்திற்கு இடமளிப்பதாக ரகோத்தமன் கருதினார்.

வழக்கறிஞர்கள், பொதுமக்களைப் போராட அழைத்தனர். நீதிமன்றங்களைப் புறக்கணித்தனர். ஆர்ப்பாட்டங்கள் நடத்தினர். ஆளுநருக்கு மனு அளித்தனர். நேர்மையான விசாரணைக்கு உத்தரவிட வேண்டுமென்று முதலமைச்சரைச் சந்தித்து முறையிட்டனர். இவையெல்லாமே ரஷீத்தின் முதலாளி சதாசிவத்தின் வணிகப் போட்டியாளர் ஜலப்பாவையும் ஹை கிரவுண்ட்ஸ் போலீஸையும் நோக்கியே சந்தேகப் பார்வையைத் திருப்பின.

முதலமைச்சர் ஹெக்டே, “கொலைகாரர்கள் யாரென்று எனக்குத் தெரியும், உரிய நேரத்தில் நான் அதைப் பொது மக்களுக்குத் தெரிவிப்பேன்” என்று சொன்னதாக உள்ளூர் ஊடகங்கள் தெரிவித்தன. முதலமைச்சர் ஏன் குற்றவாளிகளின் அடையாளத்தை மறைக்க வேண்டும்?

எதிர்க்கட்சிகள் சட்டமன்றத்தில் அமளியைக் கிளப்பின. தொட்டலாப்பூரைச் சேர்ந்த ஜலப்பாவின் எதிரிகள் துடிப்புடன் செயல்பட்டார்கள். ரஷீத்தின் மரணம் தொடர்பான கர்நாடக அரசின் விசாரணை நிராகரிக்கப்பட்டது. முதலமைச்சர் ஹெக்டே, வழக்கு சி.பி.ஐ. விசாரணைக்கு ஒப்படைக்கப்படும் என்று வக்கீல்களிடம் உறுதியளித்தார். ஆனால், குற்றச்சாட்டு நிரூபிக்கப்படும் வரை ஜலப்பா ராஜினாமா செய்ய மாட்டார் என்றார்.

கிருஷ்ணன் செய்த சி.பி.ஐ. விசாரணை, ரகோத்தமனுக்கு இப்போது மிகவும் கேள்விக்குரியதாக இருந்தது. தமிழ்நாடு

சி.பி.சி.ஐ.டி. பிரிவு டி.எஸ்.பி. சபேசன் (இவர்தான் ரஷீத்தின் உடலைத் தோண்டியெடுத்து இரண்டாவது பிணக்கூராய்வுக்கு உட்படுத்தியவர்), கிருஷ்ணனிடம் இரண்டாவது பிணக்கூராய்வு அறிக்கையின்படி அது சந்தேகமின்றிக் கொலைதான் என்றபோது கிருஷ்ணன் அதை அலட்சியப்படுத்தினார்.

தனது வழக்கு நாட்குறிப்பில் சபேசன் இப்படி எழுதினார்: "நான் சி.பி.ஐ. விசாரணை அலுவலர் டி.எஸ்.பி. கிருஷ்ணனிடம் இதுபற்றிப் பேசினேன். அவரிடம் இரண்டாவது பிரேதப் பரிசோதனை அறிக்கையைக் காட்டியபோது அவர் கோபப்பட்டார். அவர் என்னோடு ஒத்துழைக்கவில்லை. ரஷீத் தற்கொலை செய்துகொண்டார் என்றே அவர் நம்பினார். சி.பி.ஐ. சரியான பாதையில் விசாரிப்பதாகத் தெரியவில்லை. அங்கு ஏதோ சரியில்லை."

கிருஷ்ணன் திறமையானவராக இல்லாமலிருக்கலாம், ஆனால் நேர்மையானவர். பின் அவர் ஏன் வழக்கு விசாரணையைத் தவறான திசையில் கொண்டு போனார்? இது ரகோத்தமனுக்குப் புரியாத விஷயமாக இருந்தது. ரஷீத் கைது செய்யப்பட்டார் என்ற கோணத்தை அவர் பின்தொடர வில்லை. ஹை கிரவுண்ட்ஸ் போலீஸ் இதைச் செய்திருக்கலாம் என்னும் சாத்தியக்கூறை அவர் புறக்கணித்துவிட்டார். சேலத்தில் நடந்த விசாரணையை – குறிப்பாக, இரண்டாவது பிணக்கூராய்வு அறிக்கை – தற்கொலை என்பதைச் சந்தேகத்தின் நிழல்கூட விழாமல் பொய்யாக்கிவிட்டதைக் கிருஷ்ணன் கவனிக்கவே இல்லை.

கர்நாடக போலீஸின் ஒத்துழைப்புக் கிடைக்காது என்பது ரகோத்தமனுக்குத் தெரிந்தது. தடயங்கள் அழிக்கப்பட்டு விட்டன. வழக்கு சவப்பெட்டிக்கு அனுப்பப்பட்டுவிட்டது. எல்லாவற்றிற்கும் மேலாக ரகோத்தமன் தனக்குக் கொலை வழக்கை விசாரித்த அனுபவமில்லை என்பதையும் உணர்ந்திருந்தார். இந்த வழக்கு தனக்கு ஒரு எதிர்நீச்சல்தான் என்று கருதினார்.

12

ஓமலூர்

ரகோத்தமனின் கவனம் முழுவதும் சத்தியபிரகாஷ் லாட்ஜின் மீதே இருந்தது. எல்லாப் பொய்க் கதைகளும் அங்கிருந்துதான் தொடங்கு கின்றன என்று கருதினார். வாடிக்கையாளர் பதிவேட்டை ஆய்வு செய்தார். ரஷீத்தை ஹை கிரவுண்ட்ஸ் போலீஸ் அங்கு அழைத்து வந்த அதே நாளில் அறை எடுத்துத் தங்கிய ரவிக்குமார் என்பவரை விசாரிக்க வேண்டும் என நினைத்தார். ரவிக்குமார், லாட்ஜில் ஓமலூர் முகவரியைத் தந்திருந்தார். ரஷீத்தின் உடல் ஓமலூர் அருகில்தான் கிடைத்தது. இந்தத் தொடர்பைப் புறக்கணித்துவிட முடியாது என்று ரகோத்தமன் கருதினார்.

ரகோத்தமன் ஓமலூர் போக முடிவு செய்தார். முன்னதாக அவர் சேலம் சி.பி.சி.ஐ.டி. அலுவலகம் சென்று டி.எஸ்.பி. சபேசனைச் சந்தித்தார். அவரது வழக்குக் கோப்பைப் பார்வை யிட்டார். சபேசன், ஏதோ சதி நடந்திருக்கிறது என்பதை ஏற்றுக்கொண்டார். ரகோத்தமனுக்கும் அவரது குழுவினருக்கும் ஒரு ஜீப்பும் உதவிக்கு ஒரு அலுவலரையும் அனுப்பினார். ஓமலூர், 40 நிமிடப் பயணத்தில் பெங்களூர் சாலையிலிருந்த, கோவில்கள் நிறைந்த ஒரு சிறு நகரம்.

சத்தியபிரகாஷ் லாட்ஜின் பதிவேடுகளில் ரவிக்குமார் கொடுத்திருந்த முகவரியான 100/6W, பஜார் தெரு, ஒரு புத்தகக் கடை. ஆதி நாயுடு என்னும் நடுத்தர வயது நபர் அதன் உரிமையாளர்.

போலீஸ் ஜீப்பைப் பார்த்ததும் அவரது முகம் வெளிறிவிட்டது. லாட்ஜ் பதிவேட்டின் நகலை அவரிடம் காட்டி ரவிக்குமார் பற்றிக் கேட்டபோது, அந்தக் கையெழுத்து தன் மகனுடையதைப் போலிருப்பதாகவும், முகவரி சரியே என்றும் பெயர் தவறாக இருக்கிறது என்றும் சொன்னார். அவரது மகனின் பெயர் சுப்பிரமணியம், ரவிக்குமார் அல்ல என்றும் சொன்னார்.

சுப்பிரமணியம் இரண்டு ஆண்டுகளுக்கு முன் பெங்களூர் போனார். அவர் எங்கிருக்கிறார் என்று தெரியாது. அவர் 8ஆம் வகுப்புகூடத் தேறவில்லை. எப்போதாவதுதான் வீட்டிற்கு வருவார். அதிகம் தங்க மாட்டார். அந்தச் சில நாட்களையும் நண்பர்களோடுதான் கழிப்பார். கடைசியாக வீட்டிற்கு வந்து ஏழு மாதங்கள் ஆகின்றன. சகோதரியின் திருமணத்திற்குக்கூட வரவில்லை. இவைதான் ஆதி நாயுடு தந்த தகவல்கள்.

ரவிக்குமார் என்கிற சுப்பிரமணியத்திற்கு ஓமலூரிலும் அதன் சுற்றுப்புறங்களிலும் நண்பர்கள் பலர் என்பதை அறிந்த ரகோத்தமன் அங்கேயே தங்கியிருந்து மேலும் தோண்டுவது என்று முடிவு செய்தார். அவரும் குழுவினரும் சேலத்தில் ஒரு ஹோட்டலில் நான்கு நாட்கள் அறையெடுத்துத் தங்கினார்கள். நாயுடுவின் வீட்டைச் சோதனை செய்தார்கள். சுப்பிரமணியத்தின் பாஸ்போர்ட் கிடைத்தது. வளைகுடா நாடுகளில் வேலை தேடப் பாஸ்போர்ட் வாங்கியிருந்தார். பாஸ்போர்ட்டில் அவரது படம் கிடைத்தது. வீட்டில் வேறு போட்டோ இல்லை. பாஸ்போர்ட்டையும் சுப்பிரமணியம் தன் தந்தைக்கும் சகோதரிக்கும் சில ஆண்டுகளுக்குமுன் எழுதிய சில கடிதங்களையும் வாங்கிக் கொண்டார்கள். கடிதங்கள் தமிழில் இருந்தன.

உள்ளூர் போலீஸ், சுப்பிரமணியத்தின் நண்பர்கள் முதலான பல்வேறு தரப்புகளிலிருந்து சுப்பிரமணியம், ஓமலூரிலும், பெங்களூரிலும் பெண்களை ஏற்பாடு செய்யும் தொழில் செய்பவர் என்று தெரிந்தது. ஆனாலும் சுப்பிரமணியம் எங்கிருக்கிறார் என்பதைக் கண்டுபிடிக்க முடியவில்லை.

சுப்பிரமணியம் ஒரு கொலை வழக்கில் சம்பந்தப்பட்டிருப்பதாகவும், அவர் வீட்டிற்கு வந்தால் அல்லது தொடர்பு கொண்டால் தனக்கோ அல்லது டி.எஸ்.பி. சபேசனுக்கோ தகவல் தரவேண்டும் என்றும் ரகோத்தமன், ஆதி நாயுடுவிடம் சொல்லிவிட்டுப் புறப்பட்டார்.

பிறகு அவர்கள் சேலம் ரயில்வே போலீஸ், சபேசன் ஆகியோருடன், ரஷீத்தின் உடல் கண்டெடுக்கப்பட்ட இடத்திற்குச் சென்றார்கள். ஜீப்பில் நேராக அந்த இடத்திற்குப் போக

முடியவில்லை. கொஞ்ச தூரம் இருப்புப் பாதை மீது நடந்து செல்ல வேண்டியிருந்தது.

உடல் இருந்த இடம், இரயில் பாதையில், மின் கம்பங்கள் 304 - 305 இடையே இருந்தது. அது சாதாரணமாக மனிதர்கள் வந்து போகும் இடமல்ல. தன்னிச்சையாகத் திரியும் ஆடு, மாடுகள் மட்டுமே அங்கு மேயும்.

உடலை இந்த இடத்திற்கு எப்படிக் கொண்டு வந்திருப்பார்கள் என்று சபேசனால் புரிந்துகொள்ள முடியவில்லை. ரகோத்தமன், சுப்பிரமணியத்திற்கு இதில் தொடர்பிருக்க வேண்டுமென்று கருதினார். அவனை அவசியம் பிடிக்க வேண்டும் என்பதில் உறுதியாக இருந்தார்.

சேலத்தில் நாயுடுவின் வீட்டைக் கண்காணிக்க இரண்டு பேரை ரகோத்தமன் நியமித்தார். பெங்களூரில் சத்தியபிரகாஷ் லாட்ஜைக் கண்காணிக்க மூன்று பேர் கொண்ட குழுவை அனுப்பினார். சத்தியபிரகாஷ் லாட்ஜ் பணியாளர்கள் சிலருக்கு இந்தக் கொலைச் சம்பவத்தில் தொடர்பிருக்கலாம் என்று சந்தேகித்தார். முன்பு சி.பி.ஐ. கான்ஸ்டபிள் சத்தியபிரகாஷ் லாட்ஜில் தங்கியிருந்தபோது அதன் காவலாளி சீனிவாசன், ரஷீத் பற்றி விசாரித்தாலே எரிந்து விழுந்தார்.

சீனிவாசன் பத்தாண்டுகளாக அங்கு வேலை பார்க்கிறார். தங்குவதும் அங்கேயேதான். எனவே அங்கு நடப்பதெல்லாம் அவருக்குத் தெரிந்திருக்க வேண்டும். அவரது சொந்த ஊர் சிவகாசி. எப்போதாவது அங்குப் போவார். சீனிவாசன் லாட்ஜிலிருந்து ஊருக்குப் புறப்பட்டால் உடனே தெரிவிக்க வேண்டும் என்று சத்தியபிரகாஷ் லாட்ஜைக் கண்காணிக்கும் குழுவுக்கு உத்தரவு தரப்பட்டது.

விசாரிக்க வேண்டியவர்கள் பட்டியல் இப்படியாக வளர்ந்துகொண்டிருந்தது.

13

எலியும் பூனையும்

ரகோத்தமன் இந்த வழக்கோடு சம்பந்தப் பட்ட எல்லோரையும் சந்தித்தார். சிலர் அவருக்கு உதவவும் சாட்சி சொல்லவும் முன்வந்தார்கள். அவர்களில் ஒருவர், பெருநகர மாஜிஸ்டிரேட்–2 மகாதேவன் எஸ். ஹெக்டே நக்ரே. (அரசுத் தரப்பு சாட்சி 22.) நீதிமன்றத்தில் ஆஜராகத் தவறிய டி.சி.பி. (மேற்கு) நாராயணன் மீது அவருக்குச் சந்தேகம் இருந்தது.

மாஜிஸ்டிரேட் ஹெக்டே நக்ரே ரகோத்தமனை முதன்முதலில் சந்தித்தபோது, ரஷீத்துக்குத் தான் பெயில் கொடுத்தது தவறென்னும் குற்ற உணர்வு தனக்கிருப்பதாக ஒப்புக்கொண்டார். ரஷீத் மருத்துவ சிகிச்சை வேண்டாம் என்று சொன்னபோது தான் அதை வலியுறுத்தியிருக்க வேண்டும் என்றார்.

"நான் ரஷீத்தை ரிமாண்ட் செய்திருந்தால், அவர் இன்றைக்கு உயிரோடு இருந்திருப்பார்." அன்று காயங்களுடன், பலியாடு போன்ற முகத்துடன் தன் முன் நின்ற ரஷீத்தை மறக்க முடியவில்லை என்றார். நீதிபதியின் இந்த நினைவுகூரல் ரகோத்தமனைச் சிந்திக்க வைத்தது.

போலீஸ் ரஷீத்தை உயிருடன் மாஜிஸ்டிரேட் முன் நிறுத்தியது. அவர்கள் நினைத்திருந்தால் முன்பே கொன்றிருக்கலாம். அப்போது கொல்வது அவர்களது நோக்கமாக இருக்கவில்லை. சதாசிவத்திற்காக வேலை செய்யாமல் தடுப்பது மட்டுமே நோக்கமாக இருந்துள்ளது.

ஆகஸ்ட் 13 அன்று காலை 09.30 மணிக்கு டி.சி.பி. (மேற்கு) உள்துறை அமைச்சரைச் சந்தித்துள்ளார். இதை ரகோத்தமன் டி.சி.பி.யின் வாகன டைரியிலிருந்து தெரிந்துகொண்டார்.

ரகோத்தமனின் மனதில் சம்பவங்கள் காட்சிகளாய் விரிந்தன. சதாசிவத்தின் பிரதிநிதியாக ரஷீத் வந்தது பற்றி எஸ்.ஐ. உத்தப்பா, டி.சி.பி. (மேற்கு) நாராயணனிடம் சொல்லியிருக்கிறார். சதாசிவம் எங்கிருக்கிறார் என்றும், சதாசிவத்திற்கும் ஜோசப்பிற்கும் ரஷீத் எவ்வளவு நெருக்கமானவர் என்றும் கண்டறியுமாறு டி.சி.பி., உத்தப்பாவிடம் சொல்லியிருக்கிறார். ரஷீத் ஜலப்பாவைக் குற்றம்சாட்டிப் பத்திரிகையாளரிடம் பேசியதுதான் திருப்புமுனையாக இருக்க வேண்டும். ரஷீத்தின் விதி அந்தக் கணத்தில் தீர்மானிக்கப் பட்டுவிட்டது. தன்னையறியாமலேயே ரஷீத் தன்னை ஜலப்பாவின் முதல் எதிரியாக முன்நிறுத்திக்கொண்டார்.

டி.சி.பி.யின் பதில் என்னவென்று கேட்கிறேன் என்று மாஜிஸ்டிரேட் சொன்னது ரகோத்தமனின் புலனாய்வுக்கு முக்கியமாகியது. குறிப்பாக, ஆவணங்கள் அதிகமில்லாத இந்த வழக்கிற்கு.

ஆகஸ்ட் 13க்கு அடுத்து வந்த திங்கள்கிழமையன்று, ரஷீத் தன்னுடைய ஜாமீனை உறுதி செய்ய நீதிமன்றத்தில் ஆஜராகாதபோது அரசு வழக்கறிஞர், ரஷீத் பெங்களூரிலிருந்து தப்பிவிட்டார் என்று சொல்லி, ஜாமீனில் வெளிவர முடியாத கைது வாரண்ட் பிறப்பிக்க வேண்டும் என்று கேட்டார்.

போலீஸ் வாரண்ட் வேண்டுமென்று கேட்டபோது, வக்கீல் வெங்கடப்பா, "ரஷீத்தை சந்தியா லாட்ஜிலிருந்து மூன்று நபர்கள் பலவந்தமாகக் கடத்திச் சென்றதைப் பார்த்த சாட்சிகள் இருக்கிறார்கள். அவர்களில் ஒருவர் சீருடையில் இல்லாத போலீஸ்காரர்" என்று வெளிப்படையாகச் சொன்னார். "அவரைப் போலீஸ்தான் பிடித்து வைத்திருக்கிறது. தேடுதல் வாரண்ட் வழங்குங்கள்" என்றார் வெங்கடப்பா.

குற்றவியல் நடைமுறை சட்டப் பிரிவு 96ஐ மேற்கோள் காட்டி அதன்படி, காணாமல் போன ஒருவரைத் தேடிக் கண்டு பிடித்து முன்நிறுத்துமாறு ஒரு தனிநபர்கூடப் புகார் தந்து வாரண்ட் பெறலாம் என்பதையும் வெங்கடப்பா சுட்டிக்காட்டினார். வெங்கடப்பாவின் மனுவிற்குப் பதிலாக, ரஷீத், சந்தியா லாட்ஜிலிருந்து காலை 09.30 மணிக்கு வெளியேறினார். அதன்பின் அவர் எங்குப் போனார், என்ன ஆனார் என்று தெரியவில்லை என்று போலீஸ் பதிலளித்தது.

மாநகர மாஜிஸ்டிரேட் 2, உதவி கமிஷனருக்கு வாரண்ட் அனுப்பினார். அவர் போலீஸின் பதிலை அங்கீகரித்தார். பின்னர், மாஜிஸ்டிரேட், டி.சி.பி. (மேற்கு) கே. நாராயணனுக்கு வாரண்ட் அனுப்பினார். அவர் பதிலே தரவில்லை. மாஜிஸ்டிரேட், கமிஷனருக்கு வாரண்ட் அனுப்பியபோது, அதை டி.சி.பி. இடைமறித்து, அந்த வாரண்ட் மட்டுமின்றி ரஷீத் தொடர்பாக நீதிமன்றத்திலிருந்து வரும் எந்தத் தகவலும் கமிஷனருக்கோ அல்லது வேறு யாருக்கோ போகாமல் பார்த்துக்கொண்டார். டி.சி.பி., சந்தியா லாட்ஜுக்கு ஒரு இன்ஸ்பெக்டரை அனுப்பி, ரஷீத் அங்கிருந்து வெளியேறிய நேரத்தைக் குறித்துவரச் சொன்னார். கமிஷனரின் கவனத்துக்குக் கொண்டு செல்லாமலேயே அந்த இன்ஸ்பெக்டரின் அறிக்கையை அப்படியே நீதிமன்றத்துக்கு அனுப்பி வைத்தார்.

இந்தச் சமயத்தில்தான் முத்தண்ணா உயர் நீதிமன்றத்தில் ஆட்கொணர்வு மனு தாக்கல் செய்தார். அதே நேரத்தில் கமிஷனரும் தேடுதல் வாரண்ட் தன் கவனத்திற்கு வராததை அறிந்து, ஏன் என்று கேள்வி எழுப்பத் தொடங்கினார்.

ஆகஸ்ட் மாதத்தின் அந்தத் துரதிருஷ்டமான வாரத்தின் அன்றாட நிகழ்வுகளை ஒவ்வொன்றாக ஒருங்கிணைத்து வரிசைப்படுத்தியபோது ரஷீத்தின் கொலையில் டி.சி.பி. (மேற்கு), நாராயணனின் பங்கு என்ன என்று ரகோத்தமனுக்குப் புரிய ஆரம்பித்தது.

ஆகஸ்ட் 17, திங்கள். ரஷீத் மாஜிஸ்டிரேட் நீதிமன்றத்தில் ஆஜராகாதபோது, மாஜிஸ்டிரேட்டுக்கு அவரைப் பற்றிய எந்தத் தகவலையும் டி.சி.பி. நாராயணனோ, ஹை கிரவுண்ட்ஸ் போலீஸ் நிலையத்தின் உத்தப்பா, என். நாகராஜ், என். நாராயணப்பா, ஏ. மோகன், பிரசன்னா ஆகியோரோ தெரிவிக்கவில்லை. அவர்கள் அனைவரும் கூட்டாளிகள்.

ஆகஸ்ட் 18, செவ்வாய்க்கிழமை. அன்றும் ரஷீத் ஆஜராக வில்லை. உத்தப்பா ஜாமீனில் வெளிவர முடியாத வாரண்ட்டைப் பெற்று, அதைத் தலைமைக் காவலர் நாராயணப்பாவுக்கு அனுப்புகிறார். அவர் அதைச் செயல்படுத்தவில்லை. மாறாக, அன்றிரவு நாராயணப்பா, சீதாராம் ஐயங்காரை உத்தப்பாவிடம் அழைத்து வருகிறார். உத்தப்பா, சீதாராம் ஐயங்காரை ஆகஸ்ட் 20 அன்று சஞ்சய் காந்தி கல்வியியல் கல்லூரிக்குப் போகுமாறும், கல்லூரி முதல்வர் அவரைப் பார்க்க விரும்புவதாகவும் சொல்கிறார். சீதாராம் ஐயங்கார் ரகோத்தமனிடம் இதை உறுதி செய்தார். நீதிமன்றத்திலும் அதையே சொன்னார். சீதாராம் ஐயங்கார்மீது புகார் இருப்பதாகவும், அதன் மீது நடவடிக்கை

எடுக்காமல் இருக்க வேண்டுமென்றால், தான் சொல்வதை மறு பேச்சுப் பேசாமல் செய்ய வேண்டும் என்றும் உத்தப்பா சீதாராம் ஐயங்காரை மிரட்டினார். போலீஸைக் கோபப்படுத்தினால் என்ன நடக்கும் என்று சீதாராம் ஐயங்காருக்குத் தெரியும். ரஷீத்தைப் போலீஸ் கல்லூரியில் வைத்து அடித்தது அவருக்குத் தெரியும். எனவே அவர் போலீஸ் சொன்னதை அப்படியே செய்தார்.

ஆகஸ்ட் 20 வியாழக்கிழமை. கான்ஸ்டபிள் நாராயணப்பா, சீதாராம் ஐயங்காரைக் கல்லூரிக்கு அழைத்துப் போனார். சஞ்சய் காந்தி கல்வியியல் கல்லூரியில் பொறுப்பு பிரின்சிபால் திருமதி ரத்னா, அறக்கட்டளை உறுப்பினர் சாரதாம்பாள் ராவ் ஆகியோர் தட்டச்சு செய்யப்பட்ட நான்கு தாள்களில் கையொப்பமிடச் சொன்னார்கள். அவை பின்வரும் அலுவலர்களுக்கு முகவரியிடப்பட்டவை: 1. பதிவாளர், பெங்களூர் பல்கலைக் கழகம். 2. சப்–இன்ஸ்பெக்டர், ஹை கிரவுண்ட்ஸ் காவல் நிலையம். 3. மேலாளர், கனரா வங்கி. 4. அஞ்சலக அதிகாரி, வசந்த் நகர் அஞ்சலகம்.

பின்னர் பொறுப்பு முதல்வர் ரத்னாவும் கான்ஸ்டபிள் நாராயணப்பாவும் சீதாராம் ஐயங்காரைப் பெங்களூர் பல்கலைக்கழகத்துக்கு அழைத்துச் சென்றார்கள். சீதாராம் ஐயங்காரைக் காரில் இருக்க வைத்துவிட்டு ரத்னா அலுவலகத்துக்குச் சென்றார்.

அதன் பிறகு, ஐயங்காரை நகர மார்க்கெட் அருகில் இறக்கிவிட்டுக் கல்லூரிக்கு நடந்து போகச் சொல்லிவிட்டார்கள். அவரது ஸ்டேண்டர்ட் ஹெரால்ட் கார் அங்குதான் இருந்தது.

அவர் கையொப்பமிட்ட கடிதங்களில் ஒன்றில், அவர் சஞ்சய் காந்தி கல்வியியல் கல்லூரியின் முதல்வரல்ல என்றும், ரத்னாவே முதல்வர் என்றும் எழுதப்பட்டிருந்தது. அதனை ஐயங்காரின் சார்பாக ரத்னாவே நேரிடையாகப் பல்கலைக்கழக அலுவலகத்தில் ஒப்படைத்தார். கனரா வங்கிக்கு எழுதப்பட்ட கடிதம், கல்லூரி நிதியை, வங்கிக் கணக்கை ரத்னா நிர்வகிக்கலாம் என்பதற்கானது.

ஆகஸ்ட் 21, வெள்ளிக்கிழமை. நீதிமன்ற வாரண்டிற்கு டி.சி.பி. (மேற்கு) எந்தப் பதிலும் தராததால் மாஜிஸ்டிரேட், போலீஸ் கமிஷனருக்குப் புதிய வாரண்ட் அனுப்புகிறார். அதில் ஏற்கெனவே அனுப்பப்பட்ட வாரண்ட்டிற்கு டி.சி.பி. மேற்கு எந்தப் பதிலும் தரவில்லை என்பதும் தெளிவாக்கப்படுகிறது. வழக்கு அடுத்த நாளுக்குத் தள்ளிவைக்கப்படுகிறது.

ஆகஸ்ட் 22, சனிக்கிழமை. காலை 11 மணிக்கு வழக்கு விசாரணைக்கு வந்தபோது எந்த அறிக்கையும் தரப்படவில்லை என்பதால், வழக்கு மீண்டும் பிற்பகல் 2.00 மணிக்குத் தள்ளி வைக்கப்பட்டது. அப்போது சிக்பேட் காவல் நிலைய இன்ஸ்பெக்டர் கிருஷ்ணமூர்த்தியிடமிருந்து ஒரு அறிக்கை தரப்பட்டது. அதில், சந்தியா லாட்ஜ் அறை எண் 404, முந்தைய நாள் இரவு 11.45 மணிக்குச் சோதனை செய்யப்பட்டதாகவும் அதில் மகாதேவப்பா பாட்டீல் என்பவர் தங்கியிருப்பதாகவும் ரஷீத் ஆகஸ்ட் 16 ஞாயிற்றுக் கிழமையன்று லாட்ஜை விட்டுப் போய்விட்டதாகவும், அவர் எங்கிருக்கிறார் என்று தெரிய வில்லை என்றும் கூறப்பட்டிருந்தது. இந்த அறிக்கையின் பேரில் மாஜிஸ்டிரேட் வழக்கை ஆகஸ்ட் 24 காலை 11 மணிக்குத் தள்ளி வைத்தார். கமிஷனரிடமிருந்து பதில் வராததால் அவருக்கு மீண்டும் வாரண்ட் அனுப்பப்பட்டது.

ஆகஸ்ட் 24 திங்கள்கிழமை. காலை அமர்வில் கமிஷனரிட மிருந்து பதில் ஏதும் இல்லை. வழக்கு மீண்டும் பிற்பகல் 2 மணிக்கு எடுக்கப்பட்டது. அப்போதும் பதில் இல்லை. வழக்கை அடுத்த நாளுக்குத் தள்ளிவைத்து, கமிஷனருக்கு ஒரு நினைவூட்டல் அனுப்பவும் மாஜிஸ்டிரேட் உத்தரவிட்டார்.

ஆகஸ்ட் 25 செவ்வாய்க்கிழமை. டி.சி.பி. (மேற்கு) எழுதிய பதிலுடன் வாரண்ட் நீதிமன்றத்தில் தரப்பட்டது. கிறுக்கல் கையெழுத்தில் எழுதப்பட்ட அந்தப் பதிலை மாஜிஸ்டிரேட்டால் படிக்கவே முடியவில்லை. எனவே விளக்கம் கேட்டு வழக்கு ஆகஸ்ட் 31க்குத் தள்ளிவைக்கப்பட்டது.

நீதிமன்றத்தில் நடந்த இந்தத் தொடர் நிகழ்வுகள் ரகோத்தமனுக்குப் பல விஷயங்களைப் புரிய வைத்தன. முக்கியமாக டி.சி.பி. (மேற்கு) நாராயணன் நீதிமன்ற ஆணைகளை நிறைவேற்ற விரும்பவில்லை என்பதும், நீதிமன்றச் செயல்முறை களுக்கு அவர் வேண்டுமென்றே முட்டுக்கட்டை போடுவதும் புரிந்தன. மூன்று மாதங்களுக்குப் பிறகு, வழக்கு ஒன்பது முறை தள்ளி வைக்கப்பட்ட பிறகு, நாராயணன், வாரண்ட்டில் தான் எழுதியிருந்த பதிலை – மாஜிஸ்டிரேட்டால் படிக்க முடியாமல் இருந்த பதிலை – விளக்க நீதிமன்றத்தில் ஆஜரானார். அவர் எழுதியிருந்தது – “உள்ளூர் உதவி கமிஷனர் நடவடிக்கை எடுத்து அறிக்கை தர வேண்டும்” என்பதே.

டி.சி.பி. (மேற்கு) என்ன செய்துகொண்டிருந்தார்? ஒரு வாரண்ட் 24 மணிநேரம் மட்டுமே செல்லத்தக்கது. அதில் சொல்லப்பட்டுள்ள நடவடிக்கை அத்தனை அவசரமானது

என்பது அதன் பொருள். முதல் வாரண்ட் ஆகஸ்ட் 17 அன்று அனுப்பப்பட்டது. ஆனால் வாரண்ட் கமிஷனருக்கு அனுப்பப் பட்ட பின்னரே டி.சி.பி. (மேற்கு), உதவி கமிஷனரிடமிருந்து அறிக்கை கேட்கிறார். அதுவும் கமிஷனரின் கவனத்திற்குக் கொண்டு செல்லாமலே.

கமிஷனரும் எல்லா நீதிமன்ற விஷயங்களும் தன் கவனத்திற்கு வர வேண்டும் என உத்தரவிட்டிருந்ததைப் பின்னர் உறுதி செய்தார். இருந்தும் ஆட்கொணர்வு மனு தாக்கல் செய்யப்பட்ட பிறகே ரஷீத் வழக்குப் பற்றி அவருக்குத் தெரிவிக்கப்பட்டது. குற்ற ஆவணங்களைச் சரிபார்த்ததில், அவருக்கு அனுப்பப்பட்ட வாரண்ட், அதையடுத்த நினைவூட்டுக் குறிப்பு ஆகிய அனைத்தையும் டி.சி.பி. (மேற்கு) வாங்கி யிருக்கிறார் என்று தெரிந்தது. அதேபோல், வழக்கறிஞர் சங்கத் தலைவரால் மேலே அனுப்பப்பட்ட புகாரும் கடிதமும் கமிஷனரைச் சென்றடையவில்லை. ரஷீத்தின் உறவினர்கள் சார்பாக முத்தண்ணா தாக்கல் செய்த ரிட் மனுவிலிருந்தே கமிஷனருக்கு அது பற்றித் தெரிய வந்தது.

ரகோத்தமன் வழக்கின் தீர்வை நெருங்கிவிட்டார். டி.சி. பி. (மேற்கு) நாராயணன் குற்றவாளிகளைக் காப்பாற்றுகிறார் என்பது தெரிந்தது. அவர் மட்டுமல்ல; இன்னும் சிலரும் இருக்கலாம். அசல் வாரண்ட்டை டி.சி.பி. (மேற்கு), நீதிமன்றத்திற்குத் தனது பதிலுடன் அனுப்பிவிட்டதால், அதன் நகலையே கமிஷனரும் ரகோத்தமனும் பார்க்க முடிந்தது. நீதிமன்றம் அனுப்பிய நினைவூட்டுக் குறிப்பும் இருந்தது. அவை போதுமானவையே. சி.பி.ஐ.யின் டி.எஸ்.பி. கிருஷ்ணன் இந்த வலுவான ஆதாரங்களை எவ்வாறு புறக்கணித்தார் என்பது ரகோத்தமனுக்குப் புரியவில்லை.

14

சிவகாசியில் வாண வேடிக்கை

ரகோத்தமன் ஓமலூரிலிருந்து திரும்பிய போது, எஸ்.பி. பாலாஜி, சி.பி.ஐ. வழக்கறிஞரின் அறையை ரகோத்தமனுக்கு அளித்தார். அவர்களது அடுத்த நடவடிக்கை, ஆட்கொணர்வு மனுவைப் பெறுவது. அதற்குக் காவல்துறை அளித்த பதில் என்ன? அரசாங்கத்தின் பதில் என்ன? மாஜிஸ்டிரேட் நீதிமன்றத்தின் ஆவணங்களையும் பெற வேண்டும். முதலில், பெங்களூர் உயர் நீதிமன்றத்தின் அட்வகேட் ஜெனரல் சந்தோஷ் ஹெக்டேவை ரகோத்தமன் சந்தித்தார். அவர் அதிவிரைவாகக் கோப்புகளைத் தந்தார்.

ஆனால் அந்தக் கோப்புக்கள் முழுமையின்றி இருப்பதை ரகோத்தமன் கண்டார். அதில் ரஷீத்தின் உடல் கண்டெடுக்கப்பட்டிருப்பதால், ரிட் மனு தள்ளுபடி செய்யப்படுகிறது என்னும் இறுதியாணை மட்டுமே இருந்தது. நடைமுறைப்படி, கமிஷனரின் பதிலும் இருக்க வேண்டும். அந்தப் பதில் கமிஷனரிடமிருந்து உள்துறைச் செயலாளருக்குப் போய், பின் அட்வகேட் ஜெனரலுக்குச் செல்லும். உள்துறைச் செயலாளரின் பதில் எங்கே? கோப்பின் பக்க எண்களைச் சரிபார்த்தபோது 18 பக்கங்கள் காணவில்லையென்று தெரிந்தது. இதுபற்றி ஹெக்டேவிடம் ரகோத்தமன் சொன்னபோது அவர், "காணவில்லையென்றால் நீங்களே கண்டுபிடியுங்கள்" என்றார். அவரிடம் வேறு தகவல் இல்லை. யாரோ கோப்பிலிருந்து ஆவணங்களை அகற்றியிருக்கிறார்கள் என்பது தெரிந்தது.

ரகோத்தமன் பின்னர் உள்துறைச் செயலாளர் ஜெ. அலெக்ஸாண்டரைப் பார்க்கப் போனார். முன்கூட்டியே தெரிவிக்காததால், காத்திருக்க நேர்ந்தது. அலெக்ஸாண்டர் உள்துறை அமைச்சர் ஜலப்பாவைப் பார்க்கப் போயிருந்தார். பின்னர் அவர் ரகோத்தமனைச் சந்தித்தபோது, துவக்கத்தில் இதமாகப் பேசிய அலெக்ஸாண்டர், ரகோத்தமன், ரஷீத் கொலை வழக்கு சம்பந்தமாக வந்திருக்கிறார் என்று தெரிந்தபின் குழப்பமடைந்தார். அந்த வழக்கு கைவிடப்படவிருக்கிறது என்று கேள்விப்பட்டிருந்தார்.

ரகோத்தமன் அது பற்றி ஏதும் கூறாமல், டி.எஸ்.பி. கிருஷ்ணனுக்கு உடல் நலமில்லாததால், வழக்கின் இறுதிக் கட்டப் பணிகளைத் தான் செய்து வருவதாக மட்டும் கூறினார். ஆட்கொணர்வு மனு சம்பந்தமான ஆவணங்களை வாங்க வந்திருப்பதாகச் சொன்னார். அதைக் கேட்டதும் அலெக்ஸாண்டர் நெளிய ஆரம்பித்தார். கனமான மீசையைத் தடவிவிட்டுக் கொண்டார். சில நிமிடங்களுக்கு முன் இருந்த நட்புணர்வும் வரவேற்பும் இப்போது இல்லை. அவரது புன்னகை இறுகிப்போனது. ரகோத்தமனின் வருகைக்கான காரணம் தெரிந்ததும் அவரை உட்காரச் சொல்லவும் இல்லை.

அலெக்ஸாண்டரின் பதில் தாமதமாகவே வந்தது. நாட்கள் கடந்துவிட்டதால், அந்தக் கோப்பு கிடைக்க வாய்ப்பில்லை என்றார். ரகோத்தமன் தளர்ந்துவிடவில்லை. "கோப்பு கிடைக்க வில்லை என்று எழுதித் தாருங்கள்" என்றார். "இல்லையென்றால், கர்நாடக அரசால் சி.பி.ஐ.க்கு மாற்றப்பட்ட ஒரு வழக்கில் அலெக்ஸாண்டர் ஒத்துழைக்கவில்லை என்று உங்கள் மீது குற்றச்சாட்டு வரும்" என்றார்.

அலெக்ஸாண்டர் வழிக்கு வந்தார். ஆட்கொணர்வு மனுக்களைக் கையாளும் தனது சார்புச் செயலாளரை வரவழைத்தார். அவரிடம் கன்னடத்தில், "இந்த சி.பி.ஐ. அதிகாரி யிடம் ரஷீத் வழக்கு சம்பந்தமான கோப்பைக் காட்டுங்கள். எதையும் கொடுக்க வேண்டாம். அதுபற்றி நாம் பின்னர் முடிவு செய்யலாம். கோப்பு இருக்க வாய்ப்பில்லை என்று நான் அவரிடம் கூறியுள்ளேன்" என்று சொன்னார். ரகோத்தமன் சரளமாகக் கன்னடம் பேசுவார் என்று அலெக்ஸாண்டருக்குத் தெரிந்திருக்க வாய்ப்பில்லை.

அந்தச் சார்புச் செயலாளர் ரகோத்தமனைத் தன் அறைக்கு அழைத்துப் போனார். "ஏறத்தாழ முடிவுக்கு வந்துவிட்ட அந்த வழக்கில் உங்களுக்கு என்ன ஆர்வம்?" என்று கேட்டார். "இந்த வழக்கு தொடர்பாக சி.பி.ஐ.யிலிருந்து ஒரு டி.எஸ்.பி.

ஏற்கெனவே இரண்டுமுறை வந்து போனார். ஆனால் இந்தக் கோப்பு பற்றிக் கேட்கவில்லை. அந்த டி.எஸ்.பி.யும், எஸ்.பி.யும் உள்துறைச் செயலாளரிடம் பேசிவிட்டுப் போய்விட்டார்கள்" என்றார்.

அந்தச் சார்புச் செயலாளரின் கேள்விகளிலிருந்து, அவருக்கு ஆர்வமிருக்கிறது, உதவி செய்யவும் விரும்புகிறார் என்று ரகோத்தமன் புரிந்துகொண்டார். எனவே உண்மையைச் சொன்னார். "அந்த வழக்கை நான்தான் விசாரிக்கிறேன். ஒரு முக்கியமான ஆவணத்தைப் பெறவே வந்தேன்."

சார்புச் செயலாளர் தாழ்ந்த குரலில் ஒப்புக்கொண்டார்– "இது ஒரு கொலை என்று எனக்குத் தெரியும் சார். இவனுங்க எல்லாம் சம்பந்தப்பட்டிருக்காங்க. நான் அதிகம் பேச முடியாது. நீங்க இந்த உள்துறைச் செயலாளரிடம் எச்சரிக்கையா இருங்க."

சார்புச் செயலாளர் அந்தக் கோப்பை ரகோத்தமனிடம் கொடுத்தார். ஆட்கொணர்வு மனுவுக்குக் கமிஷனர் கே.யூ. பாலகிருஷ்ணா ராவ் நீதிமன்றத்துக்குத் தந்த பதில் அதில் இருந்தது. அந்தப் பதிலில் கமிஷனர், டி.சி.பி. (மேற்கு) நாராயணன், எஸ்.ஐ. உத்தப்பா ஆகியோரின் எழுத்துப்பூர்வமான பதில்களைச் சுட்டிக்காட்டியிருந்தார். நாராயணனிட மிருந்தும் உத்தப்பாவிடமிருந்தும் கமிஷனர் அறிக்கை வாங்கி யிருக்கிறார் என்பது அதுவரை ரகோத்தமனுக்குத் தெரியாது.

சார்புச் செயலாளர் மிக விரைவாக அந்தக் கோப்பை நகலெடுத்து ரகோத்தமனிடம் கொடுத்தார். ரகோத்தமன் அதனை மறைவாகத் தன் ப்ரீஃப்கேசில் வைத்துக்கொண்டு உள்துறைச் செயலாளரின் அறைக்குப் போனார்.

"பார்த்தீர்களா ?.. பைலைப் பார்த்தீர்களா ?" பதற்றமாகவே சார்புச் செயலாளரிடம் கேட்டார் அலெக்ஸாண்டர். சார்புச் செயலாளர், அந்தக் கோப்பில் ஒன்றுமில்லை என்று ஆங்கிலத்தில் பதில் சொன்னார். பின்னர் அலெக்ஸாண்டர், ரகோத்தமனிடம் கேட்டார்: "உங்களால் பைலைப் பார்க்க முடிந்ததா ?"

"பார்த்தேன் சார், அதில் ஒன்றுமில்லை."

"அதில் ஒன்றுமில்லை ரகோத்தமன். இதெல்லாம் தேவையில்லாமல் ஜலப்பாவைச் சம்பந்தப்படுத்தும் பொய்க் குற்றச்சாட்டுகள். அவருக்கு இதில் என்ன பங்கு இருக்க முடியும் ? அந்த வக்கீல் ஒரு பொருட்டே அல்ல. நானும் கேரளாதான். கொல்லம். எனக்கே அவரைத் தெரியாது. ஜலப்பாவுக்கும்

ரஷீத்தைத் தெரியாது. ஜலப்பா அவரை ஏன் கொல்ல வேண்டும்? ஜலப்பா அவருக்குத் தெரிந்த எதிரிகளையே கொலை செய்பவரல்ல. முன்பின் தெரியாத ஒருவரை அவர் ஏன் கொல்ல வேண்டும்?" என்று சொல்லிவிட்டுச் சிரித்தார் அலெக்ஸாண்டர். இப்போது அவருக்குத் தன்னம்பிக்கை வந்துவிட்டது. ரகோத்தமனிடம் இதமாகப் பேசினார்.

அமைச்சரின் நல்ல குணங்களை மேலும் கொஞ்சம் வலியுறுத்திவிட்டு, ரகோத்தமனின் கருத்து என்னவென்று கேட்டார் அலெக்ஸாண்டர்.

"சி.பி.ஐ. ஆதாரமில்லாத வழக்குகளை விசாரிப்பதோ, ஜோடிப்பதோ இல்லை சார்" என்றார் ரகோத்தமன். "நான் எனக்குத் தரப்பட்ட உத்தரவுகளையே நிறைவேற்றுகிறேன். இந்த வழக்கு பற்றி ஏற்கெனவே முடிவு செய்யப்பட்டுவிட்டது. கோப்பை நிறைவு செய்வதற்காகவே இதுவரை வாங்கப்படாத ஆவணங்களைத் தேடி வருகிறேன்" என்றபடி அலெக்ஸாண்டருக்கு நன்றி தெரிவித்து விடைபெற்றார் ரகோத்தமன்.

அடுத்ததாக அவர் போலீஸ் கமிஷனர் கே.யூ. பால கிருஷ்ணா ராவைப் பார்க்கப் போனார். அவர் அங்கிருந்து மாற்றலாகிவிட்டதாகத் தெரிந்தது. அவரது இடத்தில் இருந்த ஸ்ரீதரன், "ராவ் இப்போது ஊர்க்காவல் படை டி.ஜி.பி." என்றார்.

ஊர்க்காவல் படை அலுவலகத்தில் ராவ் ரகோத்தமனைச் சந்தித்தார். ராவ் அந்தச் சந்திப்பை சி.பி.ஐ.யை விமர்சிக்கவே பயன்படுத்திக்கொண்டார். "ஆறு மாதங்கள் ஆகிவிட்டன. சி.பி.ஐ. ஒன்றையும் விசாரிக்கவே இல்லை. இப்போது வழக்கை மூடப்போகிறது. சி.பி.ஐ.யின் செயலின்மையால் இந்த வழக்கு ஒன்றுமில்லாமல் ஆகப்போகிறது."

"சி.பி.ஐ. விசாரித்து வருகிறது" என்றார் ரகோத்தமன். "நாங்கள் வழக்கின் அடியாழம் வரை செல்வோம். இப்போது எனக்குத் தேவையெல்லாம், உங்களுக்கு நீதிமன்றம் அனுப்பிய வாரண்ட்டின் அசல் பிரதி வேண்டும். நீங்கள் கமிஷனராக இருந்தபோது மாஜிஸ்டிரேட்டுக்குத் தந்த பதிலின் நகல் வேண்டும்." இதைக் கேட்டு ராவ் கிண்டலாகச் சிரித்தார். "நான் இப்போது கமிஷனர் இல்லை. என்னால் எந்த வகையிலும் உதவ முடியாது."

வெறுங்கையோடு திரும்பிய ரகோத்தமன் மீண்டும் கமிஷனர் ஸ்ரீதரனின் அலுவலகத்திற்குப் போனார். ரஷீத் கொலை வழக்கில் மாஜிஸ்டிரேட் விசாரணை தொடர்பான கோப்பினைக் கேட்டார். ஸ்ரீதரன், அவரைத் தலைமையிடத்துத் துணை கமிஷனர் ஏ.கே. சிங் என்பவரைப் பார்க்குமாறு

அனுப்பினார். அவர் ஒரு பழுப்பு நிறக் கோப்பினைத் தந்தார். முந்தைய கமிஷனர் ராவ் மாஜிஸ்டிரேட்டுக்கு அனுப்பிய கடித நகல் இருந்தது. வாரண்ட் குறித்து தனக்கு அப்போதுதான் தெரிய வந்தது என்று அதில் ராவ் சொல்லியிருந்தார். அதில் வாரண்ட் இல்லையே என்று டி.சி.பி. சிங்கிடம் கேட்டார் ரகோத்தமன். தான் இப்போதுதான் இப்பொறுப்புக்கு வந்திருப்பதாகவும், இருக்கும் ஆவணங்களைத்தான் தன்னால் தர முடியும் என்றும் விளக்கினார் சிங்.

ரகோத்தமன் சென்னை திரும்பிய பின் அவர்கள் வழக்கின் நிலை குறித்து விவாதித்தார்கள். டி.ஐ.ஜி., பெங்களூர் கமிஷனர் அலுவலகத்தைச் சோதனையிடுவதற்கு வாரண்ட் வாங்கலாம் என்றார். ஆனால் அது பயன் தராது என்பதோடு, தேவையற்ற பிரச்சினைகளைக் கிளப்பும் என்றார் எஸ்.பி. நாம் தேடுவது கிடைக்கவில்லையென்றால்? கோப்பு ஏற்கெனவே அகற்றப்பட்டிருந்தால்? அவர்களால் ஒரு முடிவுக்கு வர முடியவில்லை. டி.ஐ.ஜி., "நீங்களே முடிவு செய்யுங்கள்" என்றார். அவர்களுக்கு டி.சி.பி. நாராயணனும் எஸ்.ஐ. உத்தப்பாவும் அனுப்பிய அறிக்கைகள் வேண்டும். அவையே இந்த வழக்கின் அடிப்படை ஆதாரம்.

அந்த நேரத்தில்தான் சத்தியபிரகாஷ் லாட்ஜின் காவலாளி சீனிவாசன் கோவில் திருவிழாவுக்காக ஊருக்குப் போயிருப்ப தாகத் தகவல் கிடைத்தது. அவனைப் பிடிக்க இதுவே நல்ல வாய்ப்பு. ரகோத்தமன், ராமநாதபுரம் டி.ஐ.ஜி. முகர்ஜிக்கு போன் செய்து, சீனிவாசனை விசாரிப்பதற்காகக் காவல் நிலையத்திற்குக் கொண்டு வருமாறு கேட்டுக்கொண்டார். வழக்கு விவரங்கள் ஏதும் தெரிவிக்க வேண்டாம் என்றும் சொன்னார்.

அன்று இரவு 09.00 மணி வாக்கில் முகர்ஜி ரகோத்தமனைப் போனில் அழைத்து, சீனிவாசனைப் பிடித்து வைத்திருப்பதாகவும், வாரண்ட் இல்லாமல் பிடித்திருப்பதால், அதிக நாட்கள் வைத்திருப்பது கடினம் என்றும் அவனது கிராமத்தினர், அவனை விடுவிக்கக் கேட்டு காவல் நிலையம் முன் திரண்டிருக்கிறார்கள் என்றும் தெரிவித்தார். வழக்கு பற்றி முகர்ஜிக்கு எதுவும் தெரியாது. அவர் ரகோத்தமன் கேட்டுக்கொண்டதன் பேரிலேயே அவனைப் பிடித்தார். அதற்காக இப்போது வருத்தப்படுவதுபோல் தெரிந்தது.

ரகோத்தமன், சீனிவாசனைக் காவல் நிலையத்திலிருந்து அழைத்து வர ஆளனுப்பினார். அவனது கிராமத்தினர் சுமார் பத்துப் பேர் காவல் நிலையத்திலேயே காத்துக் கிடந்தார்கள். சி.பி.ஐ. அவனை எங்குக் கொண்டு சென்றாலும், நாங்களும் கூட வருவோம் என்று இருவர் அடம் பிடித்தார்கள்.

சத்தியபிரகாஷ் லாட்ஜைக் கண்காணிக்க, ஜவுளி வியாபாரிகள்போல அனுப்பப்பட்ட மூன்று கான்ஸ்டபிள்களும் சீனிவாசன் விசாரிக்கப்படும்போது ஈ.வி.கே. சம்பத் மாளிகையில் உள்ள சி.பி.ஐ. அலுவலகத்தில் சீருடையுடன் இருக்க வேண்டும் என்று ரகோத்தமன் உத்தரவிட்டார்.

சீனிவாசன் வேனிலிருந்து இறங்கும்போதே அங்கு அவர்கள் நிற்பதைப் பார்த்தார். மணமகள் வீட்டிற்கு முதன் முதலாகச் சாரட்டில் வந்திறங்கும் மணமகனை வரவேற்பதுபோல அவர்கள் சீனிவாசனை வரவேற்றனர். "வா மாப்பிள்ளே, நல்லா இருக்கியா? வாட்டசாட்டமா இருக்கியே!" என்றார்கள்.

"லாட்ஜில் தங்கியிருந்தது நீங்கதானே? நீங்க ஜவுளி வியாபாரி இல்லையா?" என அதிர்ந்துபோய்க் கேட்டார், சீனிவாசன். ரகோத்தமன் களத்தில் இறங்கினார்.

சீனிவாசன் ஒரு கொலை வழக்கில் சிக்கியிருப்பதைச் சொல்லி, விசாரணைக்கு இடையூறு செய்தால் அவர்களும் உள்ளே தள்ளப்படுவார்கள் என்று சீனிவாசனின் உறவினர்களை எச்சரித்தார். அவர்களை விலக்குவது ஒன்றும் பெரிய காரியமாக இல்லை. ஆனால் சீனிவாசனைப் பேசவைப்பது கஷ்டமாக இருந்தது.

"எனக்கு ஒண்ணும் தெரியாது. என்ன விட்டுடுங்க..." என்றே சொல்லிக்கொண்டிருந்தார்.

"இந்த வழக்குல கைதாகற முதல் ஆள் நீதான். எனவே வீட்டுக்குப் போறத மறந்துடு" என்றார் ரகோத்தமன். "மத்தவங்க எல்லாத்தையும் சொல்லிட்டாங்க. நீ என்ன செஞ்சிருக்கன்னு தெரியும். அதை நீயே சொல்லணும்னுதான் கேக்கறோம்."

அவனது காதுகள் பயத்தால் விறைத்தன. "வாய தொறந்தது யார்? சுப்பிரமணியமா? அவன பிடிச்சிட்டீங்களா?"

ரகோத்தமன் ஆமாம் என்பதுபோல் தலையசைத்தார்.

"சுப்பிரமணியம் சொன்னதும் நீ சொல்வதும் ஒத்துப் 'போனால், உனக்கு அடி விழாது. அவன் எல்லாத்தையும் சொல்லிட்டான். நீ என்ன செஞ்சேன்னும் சொல்லிட்டான். நீ எதையாவது மறச்சா, அது சின்ன விஷயமா இருந்தாலும், நீ இந்த இடத்த விட்டு உயிரோட போக மாட்ட. ரஷீத்தின் பிணம் எங்க இருந்துச்சோ அங்கயே உன் பிணமும் இருக்கும். புரிஞ்சுதா?"

சீனிவாசன் தயங்கினார். ரகோத்தமன் தலைமைக் காவலர் முத்தையாவைக் கூர்மையாகப் பார்த்தார். முத்தையா

குற்றவாளிகளைப் பேசவைப்பதில் கைதேர்ந்தவர். முத்தையா, ரகோத்தமனை அங்கிருந்து செல்லுமாறு கேட்டுக்கொண்டார். சீனிவாசனைப் பேசவைக்க அவருக்கு வேண்டிய நேரமிருந்தது. அதிக நேரம் காத்திருக்க வேண்டியிருக்காது என்று எண்ணிக் கொண்டே ரகோத்தமன் அந்த இருட்டறையிலிருந்து வெளியேறினார். சீனிவாசன் குள்ளமான உருவமும் பெருந்தொந்தியும் கொளகொளவென்ற உடலும் கொண்டவர். விரைவில் உடைந்துபோவார் என்பது ரகோத்தமனுக்குத் தெரியும்.

முத்தையா ரகோத்தமனை வெகு விரைவில் திரும்பக் கூப்பிட்டார். சீனிவாசன் அவரிடம் தனியாகப் பேச விரும்பினார். சத்தியபிரகாஷ் லாட்ஜில் என்ன நடந்தது என்பதை அந்தத் தனியறையில் சீனிவாசன் சொன்னார்.

15

சாட்சியம்

1987, ஆகஸ்ட் 16

9 மணி வாக்கில், எஸ்.ஐ. உத்தப்பா, தலைமைக் காவலர் என். நாகராஜ், நாராயணப்பா ஆகியோர் சத்தியபிரகாஷ் லாட்ஜுக்கு வந்து அதன் உரிமையாளர் போஜராஜுடன் பேசுவதைச் சீனிவாசன் பார்த்தார். அது ஒன்றும் புதிதல்ல. அங்கு விபச்சாரம் நடக்கிறது. போலீஸார் அடிக்கடி அங்கு வருவதை அவர் பார்த்துக்கொண்டுதானிருக்கிறார். அவர்கள் மாமூல் வாங்க வருவார்கள். இலவசமாகப் பெண்களைக் கூட்டிப்போக வருவார்கள். சும்மா கலாய்ப்பதற்காகவும் வருவார்கள். அந்தப் போலீசார் சுமார் ஒரு மணிநேரம் அங்கிருந்தார்கள். அன்று பணம் கைமாறவில்லை என்பதையும் சீனிவாசன் கவனித்தார்.

பிற்பகல் 11.30 மணியளவில், சுப்பிரமணியம், தர்மபுரியிலிருந்து இரண்டு விபச்சாரிகளுடன் வந்து வரவேற்பாளர் சென்னகேசவனிடம் அறை எண் 11ஐக் கேட்டார். சுப்பிரமணியம் தோராயமாக மாதத்திற்கொருமுறை பெண்களுடன் வருவார். எப்போதும் ஒரே அறையைத்தான் கேட்பார். ஏதோ காரணத்திற்காக அவர் அந்த அறையை விரும்பினார். அதுவும் முதல் மாடியிலுள்ள மற்ற அறைகளைப் போன்றதுதான். ஆனால் அது வராந்தாவின் கடைசியில் இருந்த இந்தியன் மாடல் கழிப்பறைகளிலிருந்து தூரமாக இருந்தது. நடு இரவில் சிறுநீர் கழிக்க வேண்டுமென்றால்

வராந்தாவின் கடைசிக்குப் போக வேண்டும். வாடிக்கை யாளர்கள் அதைப் பொருட்படுத்துவதில்லை. ஏனெனில் அவர்கள் பெரும்பாலும் மது போதையில் இருந்தார்கள். சில நேரங்களில் அவர்கள் அறைகளிலுள்ள தம்ளர்களில் சிறுநீர் கழித்து விடுவார்கள். வாடிக்கையாளர்கள் மாறும் இடைவேளை களில் சுத்தம் செய்வது ஒரு பிரச்சினைதான். நிர்வாகம் பெரும்பாலும் படுக்கை விரிப்புகளை மாற்றுவதில்லை. வாடிக்கையாளர்கள் அது பற்றிப் புகாரும் சொல்வதில்லை. பெண்களைத் தேடி வரும் வாடிக்கையாளர்கள் ஒருமணி நேரத்திற்கு மட்டுமே அறை எடுக்கிறார்கள். அதற்கான வாடகை ரூ.25/- மட்டுமே. பிறகு அவர்கள் ஏன் புகார் செய்யப்போகிறார்கள். இருப்பினும் பணியாளர்கள் இயன்றவரை லாட்ஜைச் சுத்தமாக வைத்திருக்க முயன்றார்கள். சத்திய பிரகாஷ் லாட்ஜ், அவர் வேலை பார்த்த மற்ற இடங்களைவிடப் பரவாயில்லை என்றே சீனிவாசன் நினைத்தார். அங்கு, அறைக் கதவைத் துளையிட்டு, உள்ளே நடப்பதைப் பார்க்க மன நோயாளிகளை அனுமதிப்பதில்லை.

அறை எண்11இல் வேறு வாடிக்கையாளர் இருப்பதாக வரவேற்பாளர் சென்ன கேசவன் சொன்னார். "அறை எண் 13ஐ எடுத்துக்கங்களேன்" என்றார்.

சென்ன கேசவன் எப்போதும்போல் கிண்டல் செய்கிறார் என்று சுப்பிரமணியம் நினைத்தார். அறை 11இல் யார் இருக்கிறார்கள் என்று கேட்டார்.

"கொஞ்சம் பொறுத்தா சொல்றேன்" என்றார் சென்ன கேசவன்.

"அறை எண் 13 எனக்கு ராசியில்ல, வேணாம்" என்றார் சுப்பிரமணியம்.

"இப்படில்லாம் இருந்தா தொழில்ல முன்னேற முடியாது" என்றபடி அறை எண் 28ஐத் தந்தார் சென்ன கேசவன்.

அன்று பிற்பகலில் மற்ற பெண் புரோக்கர்களும் ரவுடி களான போண்டா சாந்தா, காலா, பாபு, ராஜு ஆகியோரும் அறை எண் 28க்குப் போனார்கள். சீனிவாசன், மூன்று குவாட்டர் பிராந்தி, மூன்று ஆஃப்-பாயில் முட்டைகள், ஊறுகாய் ஆகிய வற்றை அந்த அறைக்குச் சப்ளை செய்தார். அவர்கள் சில மணிநேரம் இருந்துவிட்டு வெளியேறினார்கள்.

சுமார் ஆறு மணிவாக்கில் தலைமைக் காவலர் நாகராஜும் நாராயணப்பாவும் உயரமான, திடகாத்திரமான, வெண்ணிறம் கொண்ட ஒருவரை அங்கு அழைத்து வந்தார்கள். அரும்பு மீசை.

கையில் சிறிய பழுப்பு நிற ப்ரீஃப்கேஸ். முகம் சிவந்து வீங்கியிருந்தது. பேயறைந்ததைப் போல நிலைகுலைந்திருந்தார்.

சீனிவாசன் அவர்களை வரவேற்பு மேசைக்கு அழைத்துப் போனார். அறை எண் 11ஐத் தருமாறு நாகராஜ் அதட்டினார். சென்ன கேசவன், வாடிக்கையாளர் பதிவேட்டை அந்த உயரமான நபரிடம் தள்ளினார். அவர் நடுங்கிக்கொண்டிருந்தார். சென்ன கேசவனையே பதிவு செய்யுமாறு நாகராஜ் மீண்டும் அதட்டினார். பெயரும் முகவரியும் சொல்லுமாறு அந்த நபரையும் அதட்டினார். அந்த நபரின் பெயர் எம்.ஏ. ரஷீத். நடுங்கும் குரலில் அவர் கேரள முகவரியைத் தந்தார். பின் சூட்கேஸைக் கீழே வைத்துவிட்டுச் சென்ன கேசவன் தந்த பேனாவால் கை நடுங்கக் கையெழுத்துப் போட்டார்.

சென்ன கேசவன் ரஷீத்திடம் ரசீதைக் கொடுத்துவிட்டு ரூம் பாய் நஞ்சுண்டாவைக் கூப்பிட்டு சூட்கேஸை அறைக்கு எடுத்துப் போகுமாறு சொன்னார்.

அறை வாடகைக்காகப் போலீஸ் நூறு ரூபாய் தருவதைச் சீனிவாசன் பார்த்தார். இது அவருக்குப் புதியதாக இருந்தது. அவர்கள் எதற்காகவும் எப்போதும் பணம் கொடுத்ததில்லை.

ரஷீத், ரூம் பாய் நஞ்சுண்டாவைப் பின் தொடராமல் நின்றுகொண்டே இருந்தார். நாகராஜ் அவரைத் தள்ளிவிட்டார். அப்போதும் ரஷீத் நகரவில்லை. நாகராஜ் அவரை இழுத்துக் கொண்டு போனார். ரஷீத் பலி மேடைக்குச் செல்லும் விலங்கைப் போல அலறினார்.

சீனிவாசன் அறை எண் 11க்கு மூன்று கண்ணாடி தம்ளர்களை எடுத்துப் போனபோது நாகராஜ் கடுப்பில் இருப்பது தெரிந்தது. ஏற்கெனவே அங்கு ஒரு பானையில் தண்ணீர் இருந்தது. அழுக்காக இருந்த படுக்கை மீது விரிப்பதற்கு விரிப்பையும் தலையணை உறையையும் எடுத்துப் போயிருந்தார் சீனிவாசன்.

நாகராஜ் சீனிவாசனைப் பார்த்துக் குரைத்தார். “சீக்கிரம் போய்யா... ரூம ரெடி பண்ணாம நாள் பூரா என்ன பண்ண? நீ என்ன ஹோட்டல் நடத்தறயா இல்ல பிராத்தலா?” இதைப் பார்த்து நாராயணப்பா கேலியாகச் சிரித்துக்கொண்டிருந்தார்.

ரஷீத்துக்குத் தாகமாக இருந்தது. இரண்டு தம்ளர் தண்ணீரை வேகமாகக் குடித்தார். சீனிவாசன் மூன்றாவது தம்ளர் தண்ணீர் தரும்முன் போலீஸ்காரர்கள் அவரை வெளியே போகச் சொன்னார்கள். வெளியேறும் முன் அவர் மின்விசிறியை ஆன் செய்துவிட்டுப் போனார். மின்விசிறி சத்தமாகச் சுழலத் தொடங்கியது.

போலீஸ்காரர்கள் ஜன்னல்களை மூடினார்கள். உரிமையாளரின் உத்தரவுப்படி அந்தத் தளத்திலிருந்த மற்ற அறைகள் காலியாக விடப்பட்டன. சீனிவாசன் அந்த வராந்தா வின் கடைசியில் நின்றிருந்தார். சுமார் ஒரு மணிநேரம் கழித்து, 08.30 மணியளவில் அந்தப் போலீஸ்காரர்கள் அவரை நோக்கி வந்தார்கள்.

அதன் பின் சற்று நேரம் கழித்து, பெண் புரோக்கர்கள், ரவுடிகள் ஆகியோர் அங்கு வந்தார்கள். சமையலறையைச் சுற்றி அவர்கள் நின்றுகொண்டிருந்தார்கள். அது அவர்களின் வழக்கமான இடம். அங்கு அவர்கள் சீட்டாடிக்கொண்டும் பீடி புகைத்துக்கொண்டும் பிராத்தல் வாடிக்கையாளர்கள் வெளியேறக் காத்திருப்பார்கள். பிறகு அந்தப் பெண்களிடமிருந்து பணம் வசூலிப்பார்கள். வாடிக்கையாளர் ஒருவருக்கு சுமார் ரூ. 400/– செலவாகும். அதில் அந்தப் பெண்ணுக்கு ரூ. 200/–, அறை வாடகை ரூ. 25/–, சீனிவாசன் அல்லது ரூம் பாய்க்குச் சிறு வெகுமதி, கால் பாட்டில் பிராந்தி, இரண்டு ஆஃப்–பாயில் முட்டைகள்.

அன்று மாலை சுப்பிரமணியத்திற்கு ஒரே ஒரு வாடிக்கை யாளர் மட்டுமே வந்தார். வழக்கமாக வரும் ஒரு சீக்கியர். தன்னிடமிருந்த இரண்டு பெண்களையும் அறைக்கு அனுப்பி வைத்தார். சிறிது நேரத்திற்குப் பிறகு, சுமார் 09.30 மணியளவில் கண்ணாடி உடையும் சத்தமும் அந்தப் பெண்கள் வெறிக் கூச்சல் இடுவதும் கேட்டது. என்னவென்று பார்க்க ஓடினான் சுப்பிரமணியம்.

குடி போதையில் அந்தச் சீக்கியர் அந்தப் பெண்களின் பின்புறத்தைக் கடித்துவிட்டார். இந்தக் களேபரத்தில் ஸ்டூலின் மீதிருந்த தண்ணீர்க் குடுவையும் கண்ணாடி தம்ளர்களும் விழுந்து உடைந்துவிட்டன. தர்மபுரியிலிருந்து வந்திருந்த அந்தப் பெண்கள் தொழிலுக்குப் புதியவர்கள். பயத்தால் கூச்சலிட்ட அந்தப் பெண்கள் அவரை அறையை விட்டுத் துரத்தினார்கள். அவர் தன் உடைமைகளில் கிடைத்தவற்றைச் சுருட்டிக்கொண்டு, பஞ்சாபி மொழியில் திட்டிக்கொண்டே ஓடினார். படிகளில் இறங்கிக்கொண்டே தன் ஆடைகளை அணிந்து கொண்டார்.

சுப்பிரமணியம் அந்தப் பெண்களைச் சமாதானப்படுத்த ஓடினான். அதே நேரத்தில் உரிமையாளரின் மகன் சுதாகர் அங்கு வந்தான். சுப்பிரமணியம் அவனிடம் உடைந்த பானை, தம்ளர்கள் பற்றிச் சொன்னான். சுதாகர், அதற்கான விலையைச் சுப்பிரமணியம் அடுத்த முறை தர வேண்டும் என்று சொல்லிவிட்டு அந்த நேரத்தில் தலைமைக் காவலர் நாகராஜைத் தேடிக்கொண்டு

அங்கு வந்த கான்ஸ்டபிள் மோகனுக்கு அறை எண் 11ஐக் காட்டிவிட்டு அகன்றான்.

அதே நேரத்தில் போண்டா சாந்தாவும் அவனது கூட்டாளி ரவுடிகளும் குடிபோதையில் சுப்பிரமணியத்தின் அறைக்கு வந்தார்கள். கான்ஸ்டபிள் மோகனைப் பார்த்த சுப்பிரமணியம், ரெய்டு நடக்கிறதா என்று கேட்டான். போலீஸ்காரர் ஏதோ சொன்னார். அது சுப்பிரமணியத்திற்குக் கேட்கவில்லை. ஆனால் அதற்குச் சாந்தா "முதல்ல அவன பாப்போம்" என்று பதில் சொன்னான்.

சுப்பிரமணியமும் கான்ஸ்டபிள் மோகனும் படியேறத் தொடங்கினார்கள். காலா, பாபு, ராஜு அவர்களைப் பின் தொடர்ந்தார்கள். சீனிவாசன் கீழேயே நின்றுவிட்டார். அதன் பிறகு ரஷீத்தின் இடையறாத அலறல் கேட்டது. கதறல் திடீரென நின்றபோது, பட்டாசு வெடிப்பதைப் போன்ற சத்தம் கேட்டது. உண்மையில் அது ஜன்னல் உடையும் சத்தம்.

சீனிவாசன் அந்த அறைக்கு ஓடிச் சென்று, பார்வையாளர் நேரம் முடிந்துவிட்டது, எல்லோரும் வெளியேற வேண்டும் என்றார். நாகராஜும் நாராயணப்பாவும் அந்த அறையின் வாயிலில் நின்றுகொண்டு சீனிவாசன் உள்ளே வராமல் தடுத்தார்கள்.

உடைந்த ஜன்னல் வழியே சீனிவாசன் பார்த்த காட்சி அவரைக் குலை நடுங்கச் செய்தது. இரு போலீஸ்காரர்கள் ரஷீத்தை அழுத்திப் பிடித்துக்கொண்டிருக்க, சாந்தா அவரது முகத்தின் மீது ஒரு தலையணையை வைத்து ஏறி மிதித்துக் கொண்டிருந்தான். மற்றவர்கள் திமிறிக்கொண்டிருந்த ரஷீத்தை அழுத்திப் பிடித்துக்கொண்டிருந்தார்கள். அவர் துவண்டுபோகும்வரை.

சினிவாசன் உறைந்துபோனார். பின்னர் போண்டா சாந்தா தலையணையிலிருந்து இறங்கி சீனிவாசனைப் பார்த்து ஜன்னல் வழியே ஒரு கத்தியைக் காட்டினான். இதுபற்றி வாய் திறந்தால் உன்னைக் கொன்றுவிடுவேன் என்று மிரட்டும் விதமாகக் கத்தியை அசைத்துக் காட்டினான்.

கதவு திறந்தபோது ரஷீத் படுக்கையில் இறந்து கிடந்தார். சுப்பிரமணியம், காலா, ராஜு ஆகியோரும் உள்ளே இருந்தார்கள். இங்குப் பார்த்ததை யாரிடமாவது சொன்னால் கொன்று விடுவோம் என்று சீனிவாசனை மீண்டும் மிரட்டினார்கள்.

நாகராஜ் வரவேற்பு மேசைக்கு ஓடிச்சென்று எஸ்.ஐ. உத்தப்பாவுக்குப் போன் செய்தார். சற்று நேரத்தில் உத்தப்பா, பிரசன்னா என்னும் மற்றொரு கான்ஸ்டபிளுடன் அங்கு வந்தார்.

சற்று நேரத்தில் இன்னொரு நபரும் வந்தார். வந்தவர் பெரிய ஆள் என்பதைப் போல் போலீஸ்காரர்கள் எல்லோரும் அவருக்குச் சல்யூட் செய்தார்கள்.

லாட்ஜில் போலீஸ் ரெய்டு நடப்பதாகவும் மற்ற அறை களில் இருப்போர் யாரும் வெளியே வரக் கூடாது என்றும், வந்தால் அவர்களும் ஜெயிலுக்குப் போக நேரும் என்றும் உரத்த குரலில் அறிவித்தான், சுப்பிரமணியம்.

அறை எண் 28இல் தான் கூட்டி வந்த பெண்களை வைத்துப் பூட்டினான். சென்ன கேசவன், உரிமையாளர்கள் ஹோட்டல் பக்கம் வர வேண்டாம் என்று தகவல் சொன்னார்.

அரை மணி நேரத்திற்குப் பின் நாகராஜும் நாராயணப்பா வும் வரவேற்பு மேசைக்கு வந்தார்கள். போண்டா சாந்தா, பாபுவை ஒரு கார் கொண்டு வருமாறு சொன்னான். கறுப்பு நிறக் கார் வந்தது. அவர்கள் எல்லோரும் அறை எண் 11க்குப் போய் ரஷீத்தின் உடலைக் காருக்குக் கொண்டு வந்தார்கள். டிக்கிக்குள் கிடத்தினர். நெருக்கியடித்துக்கொண்டு எல்லோரும் அந்தக் காரில் ஏறினர். பிரசன்னா காரை ஓட்ட அங்கிருந்து வெளியேறினார்கள். கடைசியாக வந்து, எல்லோரும் சல்யூட் செய்த நபரும் உத்தப்பாவும் வேறொரு காரில் ஏறினார்கள். அது போலீஸ் கார் அல்ல.

போலீஸ் அங்கிருந்து சென்ற சிறிது நேரத்தில் அறை எண் 28இல் அடைக்கப்பட்டிருந்த பெண்கள் உரத்த குரலில் சீனிவாசனைக் கூப்பிடத் தொடங்கினார்கள். அவர்களுக்குப் பசி. ஆனால் சீனிவாசன் அவர்களை வெளியே விடவில்லை. அவர்கள் வெளியே போய் ஏதேனும் சொல்லிவிட்டால் அதனால் சீனிவாசனுக்குத் தொல்லை வரலாம். ஜன்னல் வழியாகச் சில இட்டிலிகளை உள்ளே அனுப்பினார். சுப்பிரமணியம் எங்கே என்று அவர்கள் சீனிவாசனைக் கேட்டார்கள். அவரைப் போலீஸ் கூட்டிப்போயிருக்கிறது, வந்துவிடுவார் என்று சீனிவாசன் சொன்னார். அந்தப் பெண்கள் இரவு முழுவதும் அறைக்குள் அடைத்துவைக்கப்பட்டார்கள்.

மறுநாள் உத்தப்பா லாட்ஜுக்கு வந்தார். அவர் சீனிவாசனிடம், ரஷீத் எங்கே என்று யாராவது கேட்டால்,

அவர் ஆகஸ்ட் 16 அன்று இரவு 08.30 மணிக்கு லாட்ஜைக் காலி செய்து போய்விட்டார் என்று சொல்ல வேண்டும் என்று சொன்னார். கொலை நடந்த மறுநாள், லாட்ஜ் உரிமையாளர்களிடம் நடந்ததைச் சொன்னபோது அவர்களும் அப்படியே சொன்னார்கள். வாயை மூடிக்கொண்டிருக்க வேண்டும் என்று அச்சுறுத்தும் குரலில் சொல்லிவிட்டுப் போனார் உத்தப்பா.

மூன்று இரவுகள், நான்கு பகல்கள், அந்தப் பெண்கள் அறை எண் 28இல் அடைக்கப்பட்டிருந்தார்கள். காலையில் கழிவறைக்குப் போக அனுமதிக்கப்பட்டு மீண்டும் அறைக்குள் அடைக்கப்பட்டார்கள். ஆகஸ்ட் 19 புதன்கிழமையன்று சுப்பிரமணியம் வந்து அவர்களைத் தன்னுடன் அழைத்துப் போனான்.

16

சுப்பிரமணியம்

அடுத்த நகர்வு குறித்து ரகோத்தமன் யோசித்துக்கொண்டிருந்தபோது, டி.எஸ்.பி. சபேசன் ஒரு உற்சாகமான செய்தியைச் சொன்னார். சுப்பிரமணியத்தின் தந்தை அவரை டி.எஸ்.பி. சபேசனின் அலுவலகத்திற்கு அழைத்து வந்துள்ளார். அவரது உறவினர்கள் ஆறு பேர் உடன் வந்துள்ளனர். அப்போது மணி காலை 11.00. சென்னை-கோவை எக்ஸ்பிரஸ், சேலத்தி லிருந்து மாலை 4 அல்லது 5 மணிக்குப் புறப்பட்டு இரவு சென்னை வந்தடைகிறது என்று ரகோத்தமனுக்குத் தெரியும். அவர்களை ஒரு கான்ஸ்டபிளின் காவலுடன் இந்த ரயிலில் ஏற்றி அனுப்புமாறு ரகோத்தமன் சபேசனிடம் சொன்னார். சுப்பிரமணியம் தொலைபேசி மூலமோ, வேறு வழிகளிலோ தனது கூட்டாளி களை உஷார்படுத்திவிடக் கூடாது.

ரகோத்தமன், அவர்களைச் சென்ட்ரல் ரயில் நிலையத்திலிருந்து அழைத்து வந்தார். அந்தக் குழுவில் சுப்பிரமணியம், அவரது தந்தை ஆதி நாயுடு, அவரது மைத்துனர் ஆகியோருடன் இதர மூன்று உறவினர்களும் இருந்தார்கள். வழிக்காவலுக்கு வந்த கான்ஸ்டபிள் இரவு ரயிலில் சேலம் திரும்பினார். சுப்பிரமணியம், ஈ.வி. கே. சம்பத் மாளிகைக்கு அழைத்து வரப்பட்ட போது அலுவலர்கள் எல்லோரும் பணி நேரம்

குற்றமும் தீர்ப்பும்

முடிந்து வீடு திரும்பிவிட்டார்கள். சுப்பிரமணியத்தை விசாரணை அறைக்குக் கொண்டு சென்றார்கள். ஏற்கெனவே அங்கிருந்த சீனிவாசனை இன்ஸ்பெக்டர்களின் அறைக்கு மாற்றிவிட்டார்கள். இப்போது அங்கு யாரும் இல்லை. அவர்கள் ஒருவரை ஒருவர் சந்திப்பதை ரகோத்தமன் விரும்பவில்லை.

நாயுடு விரும்பினால் வெளியே காத்திருக்கலாம். ஆனால் அவரை ஊருக்குத் திரும்பிவிடுமாறு ரகோத்தமன் கேட்டுக் கொண்டார். அவரது மகனைத் துன்புறுத்த மாட்டோம் என்று உறுதியளித்தார். அந்தப் பெரியவர், தன் மகனின் காலில் விழுந்து, போலீஸுடன் ஒத்துழைக்குமாறு கெஞ்சினார். சுப்பிரமணியம், தனக்குத் தெரிந்த எல்லாவற்றையும் சொல்லிவிடுவதாகச் சொல்லி, தந்தையை அங்கிருந்து போய்விடுமாறு கேட்டுக்கொண்டார்.

குடும்பம் அங்கிருந்து அகன்றபின் சுப்பிரமணியத்தைப் பேசவைக்க அதிகம் கசக்கிப் பிழியத் தேவையிருக்கவில்லை. சுப்பிரமணியம் எட்டாம் வகுப்போடு படிப்பை நிறுத்தியவர். தந்தையின் புத்தக வியாபாரத்தில் அவருக்கு ஆர்வமில்லை. ஓமலூர் காற்றைச் சுவாசிக்கப் பிடிக்கவில்லை. மூச்சு முட்டியது. யாரிடமும் சொல்லாமல், எந்தத் திட்டமும் இல்லாமல் ஒருநாள் அவர் வீட்டைவிட்டு வெளியேறினார். 1982ஆம் ஆண்டில் ஒருநாள் அவர் டிக்கெட் வாங்காமல் பெங்களூருக்கு ரயிலேறினார்.

முதலில் ஒரு ஹோட்டலில் சர்வராக இருந்தார். பிறகு ரூம்பாய் ஆனார். அங்கே சிலர் பெண்களை வாடிக்கையாளர் களுக்காக அழைத்து வருவதைப் பார்த்தார். அது பசையுள்ள வியாபாரம் என்று தெரிந்தது. நண்பர்களுடன் சேர்ந்து சில பெண்களை மூன்று தரமற்ற லாட்ஜுகளுக்குக் கூட்டிவந்தார். அவற்றில் ஒன்று சத்தியபிரகாஷ் லாட்ஜ். இந்த லாட்ஜ்களில் புரோக்கர்கள் அழைத்துவரும் பெண்களுக்காகக் காத்திருக்கும் வாடிக்கையாளர்களுக்கு மூட்டைப் பூச்சிகளும் கரப்பான் பூச்சிகளும் துணையாக இருந்தன.

ஆகஸ்ட் 16 அன்று தான் அழைத்து வந்த தர்மபுரி பெண்களுக்கு, ஒரே ஒரு வாடிக்கையாளர் (சீக்கியர்) மட்டுமே இருந்தார் என்பதைச் சுப்பிரமணியம் ஒப்புக்கொண்டார். அவர் செய்த வேலையால் கோபமடைந்திருந்த அந்தப் பெண்கள், மிருகங்கள்போல் நடந்துகொள்ளும் வாடிக்கையாளர்களை அனுப்பாதீர்கள் என்றார்கள்.

அந்தச் சீக்கியர் போன பிறகு, சுப்பிரமணியம் வராந்தாவில் நின்றிருந்தபோது, போண்டா சாந்தா, காலா, பாபு ஆகியோருடன்

போலீஸ்காரர்களும் இருப்பதைப் பார்த்து, ரெய்டு நடக்கிறது போலும் என்று நினைத்தபடி அவர்களுடன் சேர்ந்துகொண்டார். கான்ஸ்டபிள், போண்டா சாந்தாவிடம், ரஷீத்தால் ஹை கிரவுண்ட்ஸ் போலீஸுக்குப் பிரச்சினை இருப்பதைச் சொல்லி, தலைமைக் காவலர் விளக்கமாகச் சொல்லுவார் என்றார். போண்டா சாந்தா, நாகராஜ், நாராயணப்பா ஆகியோரிடம் பேசிய பின், அறை எண் 11க்குள் போனார். மூன்று போலீஸாரும், காலா, சாந்தாவும் பின்தொடர்ந்தார்கள். சுப்பிரமணியம் கடைசியாக உள்ளே வந்தார்.

ரஷீத் படுக்கையில் உட்கார்ந்திருந்தார். கால்கள் தரையில் இருந்தன. ஷூ அணிந்திருந்தார். சிந்தனையில் ஆழ்ந்திருந்தார். அறைக்குள் ஏழு நபர்கள் நுழைவதைப் பார்த்தவுடன் அலறத் தொடங்கினார். படுக்கையின் மீது தாவி ஏறிக்கொண்டார். இரண்டு போலீஸ்காரர்கள் அவரது கால்களைப் பிடித்து இழுக்க, காலாவும் பாபுவும் கைகளைப் பிடித்து அவரை இரும்புக் கட்டிலில் அழுத்தினார்கள். போண்டா சாந்தா, தலையணையை எடுத்து அவரது முகத்தில் வைத்து அழுத்தத் தொடங்கினார். முதலில் அவரது மார்பின் மீது அமர்ந்துகொண்டு, பின் அவரது தலையை மிதித்துக்கொண்டு அழுத்தினார்.

சுப்பிரமணியமும் கான்ஸ்டபிள் மோகனும் வாசலில் நின்றுகொண்டு யாரும் உள்ளே வந்துவிடாமல் பார்த்துக் கொண்டார்கள்.

ரஷீத் பலசாலிதான். ஆனால் அவரால் இத்தனை பேரை எப்படிச் சமாளிக்க முடியும்? இந்த மோதலில் ஜன்னல் கண்ணாடி உடைந்தது. ரஷீத் இறந்ததால் சீனிவாசன் வெளியிலிருந்து அலறுவதைச் சுப்பிரமணியம் கேட்டார். நாகராஜும் நாராயணப்பாவும் வாயிலுக்கு விரைந்து, யாரும் உள்ளே வந்துவிடாமல் பார்த்துக்கொண்டார்கள். ரஷீத் உதைத்ததால் உடைந்த கண்ணாடி ஜன்னல் வழியே சீனிவாசன் நடப்பதைப் பார்த்துக்கொண்டிருந்தார்.

போண்டா சாந்தா கட்டிலிலிருந்து கீழிறங்கி, கத்தியை எடுத்துச் சீனிவாசனை நோக்கிக் காட்டி மிரட்டினார். அதன் பின் போலீஸார், பிணத்தை டிக்கியில் ஏற்றிக்கொண்டு, எல்லோரையும் காரில் ஏற்றிக்கொண்டு அங்கிருந்து கிளம்பினார்கள் .

அந்தக் கறுப்பு நிற அம்பாஸிடர் கார், ஹோசூர் சாலை நோக்கி விரைந்தது. ஹோசூர் சாலையில் ஓரிடத்தில் நின்றது. அங்குச் சுமார் 40 வயது மதிக்கத்தக்க பலசாலியான ஒரு ஆள் நின்றுகொண்டிருந்தார். அந்த ஆள் தனது ஸ்கூட்டரில்

ஏறிக்கொண்டு, காரைத் தன் பின்னால் வரும்படி கூறிவிட்டுச் சென்றார்.

அவர்கள் வில்சன் சாலையில் கிடங்கு போலிருந்த ஒரு கட்டடத்திற்குச் சென்றார்கள். அது பெரிய வளாகம். அதன் ஒரு மூலையில் ஒரு வீடு இருந்தது. உடலை எடுத்துக் கிடங்கில் தரையில் கிடத்தினர். அங்கு நிறைய பழைய செய்தித்தாள்கள் இருந்தன.

ஸ்கூட்டரில் வந்த நபர், அந்தக் கிடங்கின் உரிமையாளர் கோவிந்த பிரசாத். அதிகாலை 02.00 மணிவாக்கில், அரசியல்வாதி போல வெள்ளை உடை அணிந்த குள்ளமான நபர் அங்கு வந்தார். போலீஸார் அவருக்குச் சல்யூட் செய்தார்கள். அமைச்சர் வந்திருக்கிறார் என்று தங்களுக்குள் முணுமுணுத்துக் கொண்டார்கள்.

அவர் யார் என்று சுப்பிரமணியம் கேட்க, அவர்தான் உள்துறை அமைச்சர் ஜலப்பா என்று சொன்னார்கள். ஜலப்பா உடலைப் பார்த்துவிட்டு வெளியேறினார். சுப்பிரமணியம், காலா, ராஜா ஆகியோர் அங்கேயே பிணத்துடன் இருந்தார்கள். பிணத்தை எடுத்துச் சென்று மரங்கள், புதர்கள் நிறைந்த மறைவிடத்தில் எரித்துவிடுவது என்று முடிவாகியது. அந்தப் பொறுப்பு போண்டா சாந்தாவிடம் ஒப்படைக்கப்பட்டது. கோவிந்த பிரசாத் அதனை மேற்பார்வையிட வேண்டும் என்பது ஏற்பாடு.

பின்னர் அமைச்சர் தன் முடிவை மாற்றிக்கொண்டார். உடலைக் கர்நாடக மாநிலத்திற்கு வெளியே எறிந்துவிட வேண்டும் என்று விரும்பினார். மாடிவாலா என்னுமிடத்தில் நடந்த கொலையால் எழுந்த பிரச்சினைகள் அவருக்கு நினைவுக்கு வந்தன. அந்த உடல் எரிக்கப்பட்ட பின்பும் எரியாதிருந்த ஒரு எலும்பை வைத்து இறந்தவரை அடையாளம் காண முடிந்தது. உடலை இருந்த இடம் தெரியாமல் அழித்துவிட வேண்டும் என்று அமைச்சர் எச்சரித்தார்.

அப்போதுதான் சுப்பிரமணியத்திற்கு ஒரு யோசனை தோன்றியது. அவருடைய ஊரில் இருப்புப் பாதையில் ஒரு பிணம் காணப்பட்டது. அது கொலைதான் என்றபோதும், போலீஸ் அந்த நபர் ரயிலிலிருந்து குதித்துத் தற்கொலை செய்து கொண்டார் என்று முடிவு செய்தது. இதைப் பிரசாத்திடம் சொன்னபோது, அவர்கள் உடனே பக்கத்து அறையில் டி.சி. பி. நாராயணன், எஸ்.ஐ. உத்தப்பா ஆகியோருடன் இருந்த அமைச்சரிடம் போனார்கள். அமைச்சர் அந்த யோசனைக்கு ஒப்புக்கொண்டார்.

நாராயணன், "ரஷீத் லாட்ஜைக் காலி செய்துவிட்டு, ஐலண்ட் எக்ஸ்பிரஸில் புறப்பட்டுவிட்டார்" என்று காட்டிவிடலாம் என்றார். "தற்கொலை வாதம் ஏற்கப்படவில்லை என்றால் கொலைப் பழியைச் சதாசிவத்தின் மீது போட்டுவிடலாம்" என்றார்.

கோவிந்த பிரசாத், காலா, சுப்பிரமணியம், போண்டா சாந்தா ஆகியோர் ஒரு வேனில் புறப்பட்டார்கள். நாகராஜ் வேனை ஓட்டினார். லோகூரை அடைந்தவுடன் பிணத்தை எறிவதற்கு ஒரு இடத்தைத் தேடினார்கள். அத்தகைய இடங்கள் அங்கு நிறைய இருந்தன. இன்னும் கொஞ்சம் ஒதுக்குப்புறமாக இருந்தால் யாரும் பிணத்தைப் பார்ப்பதற்கு முன் அது அழுகிவிடும். புதர்கள் நிறைந்த ஒரு தனியிடத்தை விடிய விடியத் தேடினார்கள்.

இந்தப் பகுதி சுப்பிரமணியத்திற்கு அறிமுகமானதுதான். டேனிஷ்பேட் ரயில் நிலைய கேங்மேன் என்.கோவிந்தசாமியின் உதவியுடன் சுப்பிரமணியம், இந்தப் பகுதிகளில் வேட்டைக்கு வந்திருக்கிறார்.

அவர்கள் ரயில்வே ஓய்வறைக்கு வந்தார்கள். குளித்துவிட்டு, கேங்மேன் கோவிந்தசாமியைச் சந்தித்தார்கள். சுப்பிரமணியம், பெங்களூரிலிருந்து வந்திருக்கும் முக்கியஸ்தர்கள் என்று மற்றவர்களை அறிமுகப்படுத்தினார். அவர்கள் இந்தப் பகுதியில் வேட்டையாட வந்திருக்கிறார்கள் என்றார். கேங்க் மேனுக்கு ரூ. 2000 முன்பணம் தந்து, இருப்புப் பாதையில் செல்லும் டிராலி ஒன்று வேண்டும் என்று கேட்டார்கள். கேங்க் மேன், அதிகாலை 2 அல்லது 3 மணிதான் வேட்டைக்குப் போக ஏற்ற நேரம் என்றார். அப்போது இந்தப் பாதையில் ரயில்கள் இருக்காது என்றார். பின்னர் அவர்கள் பெங்களூர் கிடங்குக்குத் திரும்பினார்கள்.

திங்கள்கிழமையன்று பகலில் உடலைப் போட அவர்கள் விரும்பவில்லை. விஷயம் வெளியே தெரிந்துவிடக்கூடிய ஆபத்து அதிகம்.

உடல் துர்நாற்றம் வீசத் தொடங்கியது. கொஞ்சம் ஐஸ் வாங்கிவந்து உடலைச் சுற்றி வைத்தார்கள். ஈக்கள் மொய்க்க ஆரம்பித்தன. உடலை ஒரு பாலிதீன் பையில் போட்டுக் கட்டினார்கள்.

என்ன நடக்கிறது என்று பார்க்க உத்தப்பா வந்தார். இடத்தைத் தேர்வு செய்துவிட்டோம். இன்று (ஆகஸ்ட் 17) இரவு முடித்துவிடுவோம் என்றார்கள்.

சுப்பிரமணியத்திற்கு அந்த இரவு தெளிவாக நினைவிருக்கிறது. மங்கலான வெளிர் நிலவு வானில் தெரிந்தது. காற்று இல்லை, புழுக்கம். வேன் முகப்பில் 'போலீஸ்' என்னும் அட்டையை வைத்துக்கொண்டு அவர்கள் லோகசூரை அடைந்தபோது கேங்மேன் டிராலியுடன் காத்திருந்தார். அவர் மயங்கிப்போகும்வரை மது ஊற்றிக்கொடுத்தார்கள். ரஷீத்தின் உடலை டிராலியில் கிடத்தினார்கள். டிராலியைத் தள்ளிச் சென்று மின் கம்பங்கள் 304–305 இடையே நிறுத்தினார்கள். உடலிலிருந்து பாலிதீன் உறையை அகற்றினர். உடலை டிராலியிலிருந்து தூக்கிக் கீழே இருந்த புதருக்குள் வீசினார்கள்.

புதருக்குள் விழுந்த பின் அதைப் பார்க்க இயலவில்லை. டிராலியை மீண்டும் டேனிஷ்பேட் ரயில் நிலையத்திற்குத் தள்ளிக்கொண்டு சென்றார்கள். அதை அங்கே விட்டுவிட்டு வேனில் ஏறிக்கொண்டார்கள். சுப்பிரமணியத்தின் கூட்டாளிகள் இருவரும் அவரது மைத்துனர் தேவராஜனும் மணியும் அவர்களுக்கு உதவியாக இருந்தார்கள். சன்னல்கள் திறந்திருந்த போதும் பெங்களூர் வில்சன் தோட்டத்திற்குத் திரும்பும் வழி நெடுகிலும் ரஷீத்தின் உடலின் நாற்றம் வேனுக்குள் சுற்றிக்கொண்டிருந்தது.

கிடங்கில் கோவிந்த பிரசாத், போண்டா சாந்தா, காலா, சுப்பிரமணியம் ஆகியோரை ஒவ்வொருவராகத் தன் அலுவலக அறைக்குக் கூப்பிட்டார். சுப்பிரமணியத்திற்கு அவர் 10,000 ரூபாய் கொடுத்தார்.

"இதப்பத்தி எங்கயாவது முணுமுணுத்தாலும் உன்னயும் கொன்னுடுவோம்" என்ற அச்சுறுத்தலுடன், "சத்தியபிரகாஷ் லாட்ஜுக்குப் போக வேணாம், தலமறைவாயிரு" என்ற அறிவுரையும் சொன்னார்.

கோவிந்த பிரசாத் அறைக்குக் கடைசியாகப் போனவர் சுப்பிரமணியம்தான். அவர் அறையை விட்டு வெளியே வந்தபோது அங்கு யாரும் இல்லை.

சுப்பிரமணியம் ஆட்டோ பிடித்துச் சத்தியபிரகாஷ் லாட்ஜுக்குத் திரும்பினார். அங்குச் சீனிவாசன், இரண்டு பெண்களுடன் தன்னைக் காயவைத்துவிட்டுப் போனதற்கு அவரைக் கடிந்துகொண்டார். அந்தக் காவலாளிக்கு 1000 ரூபாயைக் கொடுத்துவிட்டு, அந்தப் பெண்களைத் தருமபுரிக்குப் பஸ் ஏற்றிவிட்டார் சுப்பிரமணியம். அதன் பின் அவர் கே.ஆர். மார்க்கெட் பகுதியில் தன் வியாபாரத்தில் கவனம் செலுத்தினார்.

ஹை கிரவுண்ட்ஸ் போலீஸ் அவ்வப்போது வந்து அவரை விசாரித்துவிட்டுப் போவது அவருக்குப் பழகிவிட்டது. சி.பி.ஐ. வந்து தன் தந்தையை விசாரித்துவிட்டுப் போனது பற்றிக் கேள்விப்பட்டதும், விரைந்து வீட்டிற்கு வந்தார். அப்பா அவரை நேராக டி.எஸ்.பி சபேசனிடம் ஒப்படைத்தார்.

இப்போது ரகோத்தமனுக்கு எவ்வாறு கொலை நிகழ்ந்தது, உடல் எப்படித் தூக்கி ஏறியப்பட்டது என்பது தெரிந்துவிட்டது. ஆனால் ஏன்? எதற்காக?

இதற்கு விடை காண மேலும் சிலரைக் கைது செய்ய வேண்டும்.

17

வேட்டை

இந்த வழக்கில் போலீஸ் பல ஆவணங்களை மறைத்துப் பொய்கள் சொல்லியிருக்கிறது என்பது தெரிந்துவிட்டது. ஆனாலும் அதனை மெய்ப்பிக்க எஸ்.ஐ. உத்தப்பா, டி.சி.பி. (மேற்கு) நாராயணன் ஆகியோர் கையொப்பமிட்ட அறிக்கைகள் வேண்டும் என்று கருதினார் ரகோத்தமன்.

இந்த வழக்கில், சி.பி.ஐ. டைரக்டர் மோகன் காட்ரேயும் டி.ஐ.ஜி.யும் ரகோத்தமன் குழுவினருக்கு முழுச் சுதந்திரம் கொடுத்திருந்தார்கள்.

சில போலீஸ் அலுவலர்களைக் கைது செய்ய வேண்டும் என்று ரகோத்தமன் கருதினார். தலைமைக் காவலர்கள் எம். நாகராஜ், என். நாராயணப்பா, கான்ஸ்டபிள்கள் ஏ. மோகன், பிரசன்னா, ஏ.எஸ்.ஐ. பி. கிருஷ்ணமூர்த்தி நாயர், எஸ்.ஐ. உத்தப்பா, நாகராஜ், மோகன், பிரசன்னா ஆகியோர் ரஷீத்தை சந்தியா லாட்ஜிலிருந்து கடத்தினார்கள். நாகராஜும் நாராயணப்பாவும் அவரைச் சத்தியபிரகாஷ் லாட்ஜுக்குக் கொண்டுச் சென்றார்கள். உத்தப்பாவுக்கு ரஷீத் கொலையில் தொடர்பிருந்தது மட்டுமின்றி, அவர் ரஷீத்தைச் சட்ட விரோதமாக அடைத்துவைத்து, ரஷீத்தைக் கடத்தியது, கொலை செய்தது ஆகியவற்றை மறைத்திருக்கிறார்.

இந்தப் போலீஸ் அலுவலர்களை மட்டுமின்றி, சத்தியபிரகாஷ் உரிமையாளர் போஜராஜ், அவரது மகன் சுதாகர், வில்சன் தோட்ட பேப்பர் கிடங்கு உரிமையாளர் கோவிந்த பிரசாத் (அங்குதான்

ரஷீத்தின் உடல் முதலில் எடுத்துச் செல்லப்பட்டது) ஆகியோரை யும் கைது செய்ய ரகோத்தமன் முடிவு செய்தார்.

இது பெங்களூர் சி.பி.ஐ. அலுவலர்கள் யாருக்கும் தெரியக் கூடாது என்பதற்காக, தேவையான வாகனங்கள் அருகிலுள்ள கிருஷ்ணகிரியிலும் ஹோசூரிலும் தயாராக நிறுத்திவைக்கப் பட்டன. அவர்களைக் கைதுசெய்த பிறகு சீனிவாசன், ஒரு பர்தா அணிந்து தன்னை மறைத்துக்கொண்டு அவர்களை ஹெப்பலிலுள்ள சி.பி.ஐ. அலுவலகத்தில் வைத்து அடையாளம் காட்டுவார்.

சீனிவாசன், சுப்பிரமணியம் ஆகியோரை அதிக நாட்கள் சி.பி.ஐ.யின் பிடியில் வைத்திருக்க முடியாது. அவர்கள் முறைப்படி கைது செய்யப்படவில்லை. அவர்களது உறவினர்களுக்கு அவர்கள் சி.பி.ஐ. வசம் இருப்பது தெரியும். எனவே ரகோத்தமன் விரைந்து செயல்பட்டாக வேண்டும்.

ரகோத்தமன் முதலில் சுப்பிரமணியத்தைக் கைது செய்ய விரும்பினார். ஆனால் அது வேண்டாம் என்று அவருக்குச் சொல்லப்பட்டது. சுப்பிரமணியத்தைக் கைது செய்தால் இந்த வழக்கு பற்றிய செய்திகள் வெளிவந்துவிடும். அது ஆபத்தானது. சீனிவாசன் தனது வாக்குமூலத்தில், ஜலப்பா, டி.சி.பி. (மேற்கு) நாராயணன் ஆகியோர் பெயர்களைக் குறிப்பிடவில்லை. ஆனால் சுப்பிரமணியம், அவர்கள் இருவரையும் குறிப்பிட்டுள்ளார். அது தேன்கூட்டைக் கலைத்த கதையாகிவிடும்.

ஆறு போலீஸாரையும் ஒரே நேரத்தில் கைது செய்வது என்று முடிவாகியது.

1988 ஏப்ரல் 4 அன்று ஆறு குழுக்கள் அமைக்கப்பட்டன. அவர்களுக்குத் தெளிவான உத்தரவுகள் வழங்கப்பட்டன.

அவர்களைக் கண்டுபிடித்து அடையாளத்தை உறுதி செய்ய வேண்டும். அவர்கள் காவல் நிலையத்தில் இருந்தால் வீட்டிற்குக் கூட்டிச் செல்ல வேண்டும். வீட்டைச் சோதனையிட்டு, ஹெப்பல் சதுக்கத்தில் உள்ள சி.பி.ஐ. அலுவலகத்துக்குக் கொண்டு வந்து முறைப்படி கைது செய்ய வேண்டும் என்பதே அவர்களுக்கு வழங்கப்பட்ட உத்தரவு.

எந்த ஒரு குழுவுக்கும் மற்ற குழுக்கள் யாரைத் தேடுகின்றன என்பது தெரியாது. ஒவ்வொரு குழுவிலும் ஒரு இன்ஸ்பெக்டர், ஒரு சப்-இன்ஸ்பெக்டர், ஒரு கான்ஸ்டபிள், இரண்டு சாட்சிகள் இருந்தார்கள். வழக்கமாக அவர்கள், அஞ்சலகம், கனரா வங்கி, சிண்டிகேட் வங்கி ஆகியவற்றிலிருந்து சாட்சிகளை அமர்த்துவார்கள்.

ரகோத்தமன், சாட்சிகள் யாரும் சி.பி.ஐ. அலுவலகத்திற்கு வரக் கூடாது என்று உத்தரவிட்டார். அந்தந்தக் குழு அவரவர் இடத்திலேயே அவர்களை வாகனத்தில் ஏற்றிக்கொள்ள வேண்டும்.

ஹெப்பல் சதுக்கத்தில் உள்ள சி.பி.ஐ. அலுவலகத்தில் தொலைபேசி அருகிலேயே ரகோத்தமன் கவலையுடன் காத்திருந்தார். கைதுகள் முடிந்தவுடன், ரஷீத் கொலை வழக்கில் சிலர் கைது செய்யப்பட்டுள்ளனர் என்ற செய்தி வெளியாகியது.

செய்தியாளர்கள் சி.பி.ஐ. அலுவலகத்தின் முன் குவியத் தொடங்கினார்கள். பெங்களூர் சி.பி.ஐ. பிரிவு எஸ்.பி. ஸ்ரீகுமார், (இவர் ரகோத்தமனுடன் திப்பு வாள் வழக்கில் பணியாற்றியவர்) கலந்தாய்வுக் கூட்டத்தில் செய்தியாளர்களுக்கு விளக்கத் தொடங்கினார்.

கைது செய்யப்பட்டவர்களை ரகோத்தமன் கூடுதல் தலைமை நீதித்துறை மாஜிஸ்டிரேட் முன் மறுநாள் நிறுத்தினார். நீதிமன்றத்தில், செய்தியாளர்களும் வழக்கறிஞர்களும் குவிந்திருந்தார்கள். அவர்கள் ஜலப்பாவைக் கைது செய் என்றும், சி.பி.ஐ.யைப் பாராட்டியும் கோஷமிட்டார்கள்.

போலீஸ் அலுவலர்கள், ஹோட்டல் முதலாளிகள், கிடங்கு உரிமையாளர் (இவர் ஜலப்பாவின் அரசியல் நண்பர்) எல்லோரும் ஒரே லாக்–அப்பில் அடைக்கப்பட்டார்கள். லாக்–அப்பை ஒட்டியிருந்த ஒரே கழிப்பறையைத்தான் இவர்கள் பகிர்ந்துகொள்ள வேண்டும். லாக்–அப், தரைத்தளத்தில் ஒரு தனிப் பகுதியில் இருந்தது. அங்கு மிகச் சிலர் மட்டுமே செல்ல முடியும். சி.பி.ஐ. அதிகாரிகளும் இன்ஸ்பெக்டர்களும் முதல் மாடியில் இருந்தார்கள்.

கைதானவர்களை ரிமாண்ட் செய்வதற்கான தனது அறிக்கையில், ரகோத்தமன், விசாரணைக்காக அவர்களைச் சி.பி.ஐ. வசம் 10 நாட்களுக்கு ஒப்படைக்க வேண்டும் என்று கேட்டார். அவர்களைத் தொட மாட்டோம் என்றும் சொல்லியிருந்தார். ஏழு நாட்களுக்கு ஒப்படைத்து நீதிமன்றம் ஆணை வழங்கியது.

மறுநாள் அவர்களை விசாரணைக்காக டெல்லி அழைத்துச் சென்று உண்மை அறியும் சோதனைக்கு உட்படுத்துவது என்று திட்டமிடப்பட்டது. ஆனால் அன்று காலை 11 மணிக்கு வந்த ஒரு நீதிமன்ற ஆணை அத்திட்டத்தை மடைமாற்றியது.

எம்.டி. நாணியப்பா என்னும் மூத்த வழக்கறிஞர், கைது செய்யப்பட்ட ஒருவர் சார்பாகப் பெயில் மனு தாக்கல் செய்தார்.

அதன் மீதான ஆணையில் நீதிமன்றம், குற்றவாளிகளைப் பெங்களூருக்கு வெளியே கொண்டுசெல்லக் கூடாது என்று உத்தரவிட்டது.

ரகோத்தமன், அவர்களை உள்ளூரில் வைத்து விசாரிக்கக் கூடாது என்று நினைத்தார். இப்போது அது சாத்தியமில்லை. டெல்லியிலிருந்து உண்மை அறியும் கருவி வரவழைக்கப்பட்டது. ஆனால் அது எந்தப் பயனும் தரவில்லை.

அடுத்த நாள் ரகோத்தமன் சீனிவாசனை முதல் குற்றவாளியாக (A1) நீதிமன்றத்தில் நிறுத்தினார். அவரைச் சென்னையில் கைதுசெய்து, அங்கிருந்து மாற்ற வாரண்ட் வாங்கி, ஒரு இன்ஸ்பெக்டர் அவரைப் பெங்களூர் நீதிமன்றத்திற்கு அழைத்து வந்தார். சீனிவாசன், தான் கூடுதல் தலைமை பெருநகர மாஜிஸ்டிரேட் முன் வாக்குமூலம் தர விரும்புவதாகக் கூறினார். தன்னைத் தயார்ப்படுத்திக்கொள்ளச் சட்டப்படி அவருக்கு 24 மணிநேர அவகாசம் தரப்பட்டது. நீதிமன்றக் காவலில் வைக்கப்பட்டார்.

ரகோத்தமன் கவலையடைந்தார். கர்நாடகப் போலீஸ், சீனிவாசனைச் சிறையில் அணுகி, அவர் வாக்குமூலத்தைத் திரும்பப் பெற அழுத்தம் தரக்கூடும் என்று நினைத்தார். இந்த முக்கியச் சாட்சியை ஒரு நாளைக்குத் தங்கள் (சி.பி.ஐ.) பிடியி லிருந்து விடுவித்து, சிறையில் கர்நாடகப் போலீஸின் பொறுப்பில் விடுவது வழக்கிற்குப் பெரும் பின்னடைவைத் தரலாம் என்று அஞ்சினார். சீனிவாசன் மிரட்டப்பட்டாரா என்பது நாளைதான் தெரியும். சி.பி.ஐ.க்கு உள்ளிருந்தேகூட விஷயங்கள் கசியலாம் என்பது குறித்தும் ரகோத்தமன் கவலைப்பட்டார்.

அடுத்த நாள், கூடுதல் தலைமை பெருநகர மாஜிஸ்டிரேட், சீனிவாசன் நீதிமன்றத்தில் வாக்குமூலம் தர விரும்புகிறாரா அல்லது தனது தனியறையிலா என்று கேட்டார். மாஜிஸ்டிரேட்டின் தனியறையில் வாக்குமூலம் தருவதுதான் வழக்கம். அவர் அதை எழுதிக்கொண்டு ஒரு உறையில் வைத்துச் சீல் வைத்துவிடுவார். நீதிமன்ற விசாரணையின்போது இந்த உறை பிரிக்கப்பட்டுச் சான்றாவணமாக ஏற்கப்படும். சாதாரணமாக வாக்குமூலம் நீதிபதி அறையில்தான் பதிவு செய்யப்பட்டிருக்க வேண்டும். ஆனால் இந்த மாஜிஸ்டிரேட், சீனிவாசனை நீதிமன்றத்தில் வாக்குமூலம் தர விருப்பமா என்று கேட்டார். வாக்குமூலத்தை எல்லோரும் கேட்க வேண்டும் என்று அவர் விரும்பியிருக்கக்கூடும்.

1987 ஆகஸ்ட் 16 அன்று சத்தியபிரகாஷ் லாட்ஜில் நடந்தவற்றைச் சீனிவாசன் சொல்லச் சொல்ல, நீதிமன்ற அறிக்கையாளர்கள், போலீஸ், வக்கீல்கள் என அங்கிருந்த

அனைவரும் அதிர்ச்சி கலந்த அமைதியில் கேட்டார்கள். சுமார் ஒரு மணிநேரத்திற்கும் மேலாகச் சீனிவாசன் விவரித்தார். கூடுதல் தலைமைப் பெருநகர மாஜிஸ்டிரேட் அந்த ஒப்புதல் வாக்குமூலத்தை எழுதிக்கொண்டார்.

நடைமுறைப்படி, ரகோத்தமன் சீனிவாசனை விடுவிக்கக் கேட்டு (PARDON) மனு செய்ய வேண்டும். ஆனால் அதுவரை சீனிவாசன் சிறையில் இருக்க வேண்டும். வாக்குமூலத்திற்குப் பிறகு வழக்கறிஞர்கள் பலர் உதவ முன்வந்தார்கள். சீனிவாசன் எவ்வளவு விரைவாகச் சிறையிலிருந்து வெளிவர முடியுமோ அவ்வளவுக்கு நல்லது. எனவே, சீனிவாசனுக்கு ஜாமீன் கேட்டு மனு செய்யுமாறு ரகோத்தமன் வழக்கறிஞர்களைக் கேட்டுக்கொண்டார். பெயில் வாங்கிவிட்டால் சீனிவாசனைச் சென்னைக்கு அனுப்பிவைத்துவிடலாம். பெயில் மனு தாமதமானால் அதுவரை சீனிவாசன் சிறையில் நெருக்கடிக்கு உள்ளாகக்கூடும் என்று ரகோத்தமன் கவலைப்பட்டார்.

ரகோத்தமன் முன்னாள் பெங்களூர் கமிஷனர் கே.யூ. பாலகிருஷ்ண ராவை, அவரது ஊர்க்காவல் படை அலுவலகத்தில் சந்தித்தார். முன்னாள் கமிஷனர், ரகோத்தமனை இதமாக வரவேற்று ஆர்வத்துடன் கைகுலுக்கினார். வழக்கில் வெற்றி பெறவும் வாழ்த்தினார்.

ரகோத்தமன் தான் மீண்டும் வந்திருப்பது ஏனென்று விளக்கினார். உத்தப்பாவும் டி.சி.பி. (மேற்கு) நாராயணனும், ரஷீத் தாமாகவே சந்தியா லாட்ஜிலிருந்து வெளியேறினார் என்றும், அவர் ஹை கிரவுண்ட்ஸ் போலீஸால் கைது செய்யப்படவோ, அச்சுறுத்தப்படவோ இல்லை என்றும் தந்த அறிக்கைகள் வேண்டும் என்றார். மேலும், அவர்கள் அந்தக் கதையை மாற்றி, ரஷீத்தின் உடல் கண்டறியப்பட்டுள்ளது என்றும் அவரிடம் சத்தியபிரகாஷ் லாட்ஜின் ரசீது இருந்தது என்றும் அறிக்கைகள் தந்தார்கள். அதற்கு முன், ரஷீத் தங்களிடம் இரவு 08.30 மணிக்கு வந்ததாகவும் சதாசிவத்தின் ஆட்களால் தனது உயிருக்கு ஆபத்து என்று சொல்லிவிட்டு, சத்தியபிரகாஷ் லாட்ஜை விட்டுப் போனதாகவும் சொல்லியிருந்தார்கள். இவைதான் இந்த வழக்கின் அடித்தளம் என்றார். இவை இல்லாமல் இந்த வழக்கை முன் நகர்த்த இயலாது என்றும் சொன்னார்.

இந்த அறிக்கைகள் வேண்டுமென்றே மறைக்கப்பட்டது ரகோத்தமனுக்குத் தெரியும். அவை ராவிடம் இருக்க வேண்டும் அல்லது அழிக்கப்பட்டிருக்க வேண்டும். ராவ் பெருமுயற்சி எடுத்துத்தான் அந்த அறிக்கைகளை வாங்கினார். துணை கமிஷனர் ஏ.கே. சிங்கை மறுநாள் காலை 10 மணிக்கு, அலுவலகத்தில் வேறு

யாரிடமும் சொல்லாமல் சந்திக்குமாறு ரகோத்தமனை ராவ் கேட்டுக்கொண்டார்.

துணை கமிஷனருடன் பேசியபோது, / இந்தப் பேச்சு வார்த்தையின்போது, பெருநகர மாஜிஸ்டிரேட்–2 நக்ரே அனுப்பிய அசல் வாரண்ட் கமிஷனர் அலுவலகத்தில் பெறப்பட்டு, அது டி.சி.பி. (மேற்கு) அலுவலகத்திலிருந்து வந்த ஒரு ஆர்டர்லியால் எடுத்துச் செல்லப்பட்டது என்றும், பின்னர் அது டி.சி.பி. (மேற்கு) அலுவலகச் சுருக்கெழுத்தர் துரே ஷாவார் என்பவரது மேசையில் இருந்தது என்றும் மத்தியக் குற்ற ஆவணப் பிரிவின் இன்ஸ்பெக்டர் ராமுலு என்பவர் கமிஷனருக்கு அனுப்பிய அறிக்கையொன்றில் உறுதிப்படுத்தியிருந்தது ரகோத்தமனுக்குத் தெரியவந்தது.

அடுத்த நாள் காலை ஏ.கே. சிங், ரகோத்தமனிடம் ஒரு கோப்பை ஒப்படைத்தார். அதில் எஸ்.ஐ. உத்தப்பாவும் டி.சி.பி. (மேற்கு) நாராயணனும் தந்த முரண்பட்ட அறிக்கைகள் இருந்தன.

அது முடிந்த பிறகு ரகோத்தமன், குற்றவாளிகளுக்காக வக்கீல் நாணியப்பா தாக்கல் செய்துள்ள பெயில் மனுவின் மீது நடவடிக்கை எடுக்க வேண்டும்.

தமிழ்நாட்டில் உயர் நீதிமன்றத்தில் சி.பி.ஐ. வழக்குகளில் மட்டும் வாதாடுவதற்கு ஒரு அரசு வழக்கறிஞர் இருந்தார். ஆனால், கர்நாடகத்தில், மாநில அரசின் வழக்கறிஞரே சி.பி.ஐ. வழக்குகளுக்கும் ஆஜரானார்.

இந்த வழக்கை மாநில அரசு சி.பி.ஐ. வசம் ஒப்படைத்துள்ள தால் தான் இந்த வழக்கில் ஆஜராக முடியாது என்று கர்நாடக மாநில அரசின் வழக்கறிஞர் தெரிவித்தார். அட்வகேட் ஜெனரல் ஹெக்டே இந்த வழக்கில் அரசுத் தரப்பில் யாரும் சம்பந்தப்படக் கூடாது என்றும் அறிவுறுத்தியுள்ளார் என்றும் அவர் கூறினார். தனி வழக்கறிஞரை அமர்த்திக்கொள்ளுமாறு அவர் ரகோத்தமனுக்கு ஆலோசனை சொன்னார்.

சி.பி.ஐ. தனி வழக்கறிஞரை அமர்த்திக்கொள்ள மத்திய அரசின் சட்டப் பணிகள் துறைக்கு எழுத வேண்டும். அது கால தாமதமாகும் நடைமுறையாகும். இந்தப் பிரச்சினை குறித்து ரகோத்தமன் கவலைப்பட்டுக் கொண்டிருந்தபோது இந்த வழக்குக் கோப்பு மத்திய அரசின் நிலை வழக்கறிஞர் சி. சிவப்பாவுக்கு அனுப்பப்பட்டுள்ளது என்னும் செய்தி கிடைத்தது.

அன்றைய தினமே மாலை 7 மணிக்குச் சிவப்பாவைச் சந்திக்குமாறு ரகோத்தமன் கேட்டுக்கொள்ளப்பட்டார். சிவப்பாவின் வீடு கோரமங்களாவில் இருந்தது. ரகோத்தமன்

குற்றமும் தீர்ப்பும்

மாலை 06.30 மணிக்கே போய்விட்டார். காவலாளி அவரைக் காத்திருக்குமாறு சொன்னார்.

07.15 மணிக்குச் சிவப்பா முகம் சுளித்தவாறு வந்து ரகோத்தமனைப் பார்த்து, "இங்கே என்ன செய்துகொண்டு இருக்கிறீர்கள்?" என்று கேட்டார்.

ரகோத்தமன் தன்னை அறிமுகப்படுத்திக்கொண்டார். அதைக் கேட்டதும் சிவப்பா பொறுமை இழந்தார்.

"உங்களை 7 மணிக்கு வரச் சொன்னேன். உங்களிடம் கைக்கடிகாரம் இல்லையா? வெளியே போங்கள்."

சிவப்பா எவ்வளவு பொறுமையற்றவர், கோபக்காரர் என்பதை ரகோத்தமன் புரிந்துகொண்டார். எப்படியோ அவரைச் சமாதானப்படுத்திப் பேச ஆரம்பித்தார்.

ரஷீத்தின் வழக்கு பற்றிச் சிவப்பா கேள்விப்பட்டிருந்தார். புலனாய்வு பற்றியும், கையாளப்பட்ட தந்திரங்கள் பற்றியும் தெரிந்துவைத்திருந்தார்.

ரகோத்தமன் சொல்லி முடித்தபோது இரவு 09.00 மணியாகி விட்டது. சிவப்பா குடிக்கத் தண்ணீர்கூடத் தரவில்லை.

"பெயிலுக்கு மறுப்புத் தெரிவிக்க எதிர் உறுதி ஆவணம் தயாரித்துவிட்டீர்களா?" என்ற ஒரே ஒரு கேள்வியை மட்டும் கேட்டார்.

சிவப்பா சி.பி.ஐ.க்காகத் தான் வாதாடுவதாகத் தெரிவித்தார். சிறப்பு வக்கீலாக இருக்கவும் ஒப்புக்கொண்டார்.

தான் தங்கியிருந்த விருந்தினர் விடுதிக்குத் திரும்பியதும் ரகோத்தமன் டி.ஐ.ஜி.க்குப் போன் செய்து, சிவப்பாவைச் சி.பி.ஐ. சிறப்பு வக்கீலாக நியமனம் செய்து சட்ட அமைச்சகத்தின் அனுமதி பெறுமாறு கேட்டுக்கொண்டார்.

அடுத்த நாள் பெயில் மனுவுக்கு எதிராக வாதாட சிவப்பா உயர் நீதிமன்ற நீதிபதி படேல் முன் ஆஜரானார்.

"என்னுடைய கோர்ட்டில் நீங்கள் என்ன செய்துகொண் டிருக்கிறீர்கள்?" என்று நீதிபதி கேட்டார்.

மத்திய அரசின் ஸ்டாண்டிங் கவுன்சல் என்ற முறையில் பெயில் மனுவுக்கு எதிராக அரசுத் தரப்பில் வாதாட வந்திருக்கிறேன் என்றார் சிவப்பா. நீதிபதி படேல் அவரை வாதாட அனுமதித்தார். பெயில் மனு நிராகரிக்கப்பட்டது.

இதற்கிடையில் சீனிவாசன் நீதிமன்றக் காவலுக்குப் போன பின், ரகோத்தமன் சுப்பிரமணியத்தைச் சென்னையில் கைது செய்து பெங்களூருக்கு அழைத்துவர ஏற்பாடு செய்தார். சுப்பிரமணியம், தான் ரகோத்தமனிடம் சொன்ன அனைத்தையும் நீதிமன்றத்திலும் சொல்வதாக உறுதியாகச் சொன்னார்.

சுப்பிரமணியம் ஒப்புதல் வாக்குமூலம் அளித்தால், ஜலப்பா, நாராயணன் இருவரது பெயர்களும் வெளிச்சத்துக்கு வந்துவிடும். "மனதை மாற்றிக்கொள்வதாக இருந்தால், இப்போதே சொல்லிவிடு" என்று ரகோத்தமன் சுப்பிரமணியத்திடம் சொன்னார்.

சுப்பிரமணியம் மாஜிஸ்டிரேட்டிடம், தான் ஒப்புதல் வாக்குமூலம் அளிக்க விரும்புவதாகச் சொன்னார். வழக்கமான நடைமுறைப்படி, அவர் ஒருநாள் நீதிமன்றக் காவலுக்கு அனுப்பப்பட்டார்.

அடுத்த நாள் பிற்பகல் 2 மணியளவில், நீதிமன்றம் கூடிய போது, சுப்பிரமணியம் அழைத்து வரப்பட்டார். ரகோத்தமன் சாட்சிக் கூண்டிற்குப் போகும் வழியில் அமர்ந்திருந்தார். சுப்பிரமணியம் அவரைக் கடந்து போனார். அவரது நடையில் தடுமாற்றம் தெரிந்தது. போலீஸ்காரர்கள் அவரைத் தாங்கிப் பிடித்தார்கள். ரகோத்தமனை நெருங்கியபோது சுப்பிரமணியம் இரு கைகளையும் கட்டிக்கொண்டு அமைதியாக அவரைப் பார்த்தார்.

போலீஸ்காரர்கள் அவரைச் சாட்சிக் கூண்டிற்குத் தள்ளி விட்டார்கள். அவர்கள் (குற்றவாளிகள்) சுப்பிரமணியத்தைப் பிடித்துவிட்டார்கள். அவரை மிரட்டியோ அடித்தோ இருக்கிறார்கள். அது அவரது தள்ளாடும் நடையிலிருந்தே ரகோத்தமனுக்குத் தெரிந்தது.

சுப்பிரமணியம் தான் ஒப்புதல் வாக்குமூலம் அளிக்க விரும்பவில்லை என்றும், யோசிக்க வேண்டியிருக்கிறது என்றும் மாஜிஸ்டிரேட்டிடம் சொன்னார். அவர் மீண்டும் நீதிமன்றக் காவலுக்கு அனுப்பப்பட்டார். ரகோத்தமன் அவருக்குப் பெயில் கேட்கவில்லை.

அது ஒரு கசப்பான ஏமாற்றம். என்றாலும், சீனிவாசன் வாக்குமூலம் அளித்திருக்கிறார். போண்டா சாந்தாவையும் காலாவையும் இன்னும் கைது செய்யவில்லை. அவர்களைப் பிடித்துவிடலாம் என்று ரகோத்தமனுக்கு நம்பிக்கை இருந்தது.

18

பூனைக்கு மணிகட்டுதல்

1988, மே 1

சென்னை திரும்பிய ரகோத்தமன் நேராகத் தன் வீட்டிற்குச் சென்றார். டி.சி.பி. (மேற்கு) கே. நாராயணனுக்கு எதிராக விரைந்து நடவடிக்கை எடுக்க வேண்டும். சுப்பிரமணியம் கைது செய்யப்பட்டதால் டி.சி.பி. மீதான வலை இறுகியுள்ளது. அதிக அவகாசம் கொடுத்தால் டி.சி.பி. தனக்கெதிரான தடயங்களை அழித்து விடுவார். எஸ்.பி. பாலாஜி, டி.ஐ.ஜி.யுடன் பேச விரும்பவில்லை. அவர் ரகோத்தமனை நேரிடையாக டி.ஐ.ஜி.யுடன் பேசச் சொன்னார்.

ரகோத்தமன் டி.ஐ.ஜி.யுடன் பேசினார். அவர் சூழ்நிலையின் அவசரத்தைப் புரிந்துகொள்ள வில்லை. டி.சி.பி.யைக் கைது செய்வது குறித்து சி.பி.ஐ. டைரக்டரின் அனுமதியைப் பெறுவதாகக் கூறினார்.

மாலை 4 மணியளவில், டி.சி.பி.யைக் கைது செய்வதற்கான அனுமதி கிடைத்துவிட்டதாகச் செய்தி கிடைத்தது.

ரகோத்தமன் பெங்களூர் செல்வதற்கான விமான டிக்கெட் புக் செய்யப்பட்டு, அவரை விமான நிலையம் அழைத்துச் செல்ல ஒரு வாகனமும் அனுப்பப்பட்டது. இடைவழியில் அந்த வாகனம் பழுதானது. ரகோத்தமன், ஆட்டோ பிடித்துப் போனார். எஸ்.பி.யும், டி.ஐ.ஜி.யும் ஏற்கெனவே விமானத்தில் ஏறிவிட்டார்கள். டி.ஐ.ஜி. முதல்

வகுப்பில் இருந்தார். எஸ்.பி.க்குச் சிக்கன (எகானமி) வகுப்பு. எஸ்.பி. பாலாஜி, முணுமுணுத்துக்கொண்டிருந்தார்.

பெங்களூரில், சி.பி.ஐ. எஸ்.பி. ஸ்ரீகுமார் அதிர்ந்திருந்தார். அவருக்குத் தகவல் சொன்னபோது, "கைது செய்வதற்கான எழுத்துமூலமான உத்தரவு என்ன?" என்று கேட்டார்.

டி.ஐ.ஜி. கிண்டலாகக் கேட்டார், "ஓ, நீங்கள், சி.பி.ஐ.க்குப் புதியவரா? சி.பி.ஐ.க்கு எழுத்துமூலமான உத்தரவு தேவையா? எனக்குத் தெரியாத சில விதிகள் உங்களுக்குத் தெரிந்திருக் கிறதா? இந்தக் கைது செய்யப்பட்ட வேண்டும் என்று நான் சொல்கிறேன். உங்களுக்கு நம்பிக்கையில்லையென்றால் டைரக்டரை அழைத்துப் பேசுங்கள்".

கைது பற்றி விவாதித்துக்கொண்டிருந்தபோது, டி.சி.பி. தனது அலுவலகத்திற்கு வந்துகொண்டிருக்கிறார் என்ற தகவல் கிடைத்தது. 11 மணியளவில் விவாதம் முடிவின்றித் தொடர்ந்துகொண்டிருக்க, டி.சி.பி. தனது அலுவலகத்திற்கு வந்துவிட்டு, ஒரு இன்ஸ்பெக்டரையும் அழைத்துக்கொண்டு கமிஷனர் ஸ்ரீதரனின் அலுவலகத்திற்குப் போயிருக்கிறார் என்று தெரிந்தது.

ரகோத்தமன் கமிஷனரின் அறைக்குள் அனுமதிக்கப் பட்டபோது, அவர் தன் உதவியாளரை வெளியே அனுப்பி விட்டார். ரகோத்தமன் தாழ்ந்த குரலில் சொன்னார் – "சார், உத்தரவு கிடைத்திருக்கிறது."

"கைது செய்யவா?" கமிஷனர் நம்ப முடியாதவராய்க் கேட்டார்.

"யெஸ் சார்" என்றார் ரகோத்தமன்.

"டைரக்டர் உத்தரவு கொடுத்துள்ளாரா?" கமிஷனர் குறிப்பாகக் கேட்டார்.

"யெஸ் சார், நாங்கள் அவரை அழைத்துப் போக வேண்டும்".

"நிச்சயமாக?"

"யெஸ் சார், பக்கா." ரகோத்தமன் உறுதியாகச் சொன்னார்.

"சரி, என் அறைக்கு நீங்கள் வந்ததாக யாரிடமும் சொல்லாதீர்கள்."

கமிஷனர் தன் காரை வரவழைத்து, அன்றைய நாளுக்கான மீதமுள்ள அப்பாய்ண்ட்மென்ட் அனைத்தையும் ரத்துச் செய்துவிட்டு, அலுவலக வளாகத்தை விட்டு வெளியேறினார்.

குற்றமும் தீர்ப்பும்

டி.சி.பி. அலுவலகம் அதே வளாகத்தில் வேறொரு பகுதியில் இருந்தது. வாயிலில் நின்ற கான்ஸ்டபிளைப் புறக்கணித்து விட்டு, அறை வாயிலில் எரிந்த சிவப்பு விளக்கைப் பொருட் படுத்தாமல், டி.சி.பி.யின் அறைக்குள் நுழைந்து தன்னை அறிமுகப்படுத்திக்கொண்டார் ரகோத்தமன். பக்கத்தில் அவருடைய இன்ஸ்பெக்டர் நின்றிருந்தார்.

வாயிலில் நின்ற கான்ஸ்டபிள் அறைக்குள் வந்து, உள்ளே வந்த இவர்கள் தான் தடுத்ததைக் கேட்கவில்லை என்றார்.

தொலைபேசியில் பேசிக்கொண்டிருந்த டி.சி.பி. சட்டென்று அதைத் துண்டித்தார். கான்ஸ்டபிள் சொன்னதைப் பொருட்படுத்தவில்லை.

"நான் உங்களுக்கு என்ன செய்ய வேண்டும்"?

"சார், டெல்லியிலிருந்து எங்கள் டி.ஐ.ஜி. வந்திருக்கிறார். உங்களுடன் பேச வேண்டும் என்கிறார். நீங்கள் எங்களுடன் வர வேண்டும்." ரகோத்தமன் மிக உறுதியாகச் சொன்னார்.

நாராயணன் எதுவும் சொல்லவில்லை. சரி என்பது போல் தலையை ஆட்டினார். பக்கத்திலிருந்த ப்ரீஃப்கேசைக் கை நீட்டி எடுத்தார். அதிலிருந்து ஒரு பேப்பரை எடுத்து அதை மடித்துத் தன் சட்டைப் பையில் வைத்துக்கொண்டார்.

டி.சி.பி. அவரது காரிலேயே வர ரகோத்தமன் மறுப்புச் சொல்லவில்லை. ஆனால் தனது இன்ஸ்பெக்டரை டி.சி.பி.யுடன் வரச் சொன்னார். டி.சி.பி. யாருடனாவது பேசுகிறாரா என்பதைக் கண்காணிக்க வேண்டும்.

நாராயணன் எரிச்சலடைந்தார். "இவர் ஏன் என்னுடன் வர வேண்டும்? நீங்கள் சி.பி.ஐ. என்பது தெரியும். நான் நாளைகூட வந்து உங்கள் டி.ஐ.ஜி.யைச் சந்திக்கலாம்."

"எங்கள் டி.ஐ.ஜி மாலை டெல்லி திரும்புகிறார், எனவே அதற்கு நேரமில்லை" என்றார் ரகோத்தமன்.

சி.பி.ஐ. அலுவலகத்தில் அவரை, அரசு வழக்கறிஞரின் அறைக்கு அழைத்துச் சென்று உட்காரவைத்தார். இன்ஸ்பெக்டரைக் கூட இருக்குமாறு சொல்லி, அவருடன் எதுவும் பேச வேண்டாம் என்றும் சொன்னார்.

டி.ஐ.ஜி. ஸ்ரீகுமாரிடம் சென்று, டி.சி.பி. அரசு வழக்கறிஞரின் அறையில் இருப்பதைச் சொன்னார். அவர் டி.சி.பி.யைச் சந்திக்க விரும்பவில்லை. உள்துறை அமைச்சருக்கு நெருக்க மானவர் என்பதால், டி.சி.பி. செல்வாக்கு மிக்கவராகக்

கருதப்பட்டார். எஸ்.பி. பாலாஜியும் டிசி.பி.யை விசாரிக்க முன்வரவில்லை.

“இது உங்கள் வழக்கு. நீங்களே கையாளுங்கள் ரகோத்தமன்” என்றார்கள். அன்று மாலையே இருவரும் விமானத்தில் சென்னை திரும்பிவிட்டார்கள்.

ரகோத்தமன் நாராயணனிடம், “டி.ஐ.ஜி. ஒரு கூட்டத்தில் இருக்கிறார். உங்கள் வீட்டைச் சோதனையிட வேண்டும் என்று உத்தரவிட்டிருக்கிறார். சோதனையின்போது நீங்களும் கூட இருக்க வேண்டும்” என்றார்.

நாராயணன் தயக்கம் ஏதும் காட்டவில்லை. டி.எஸ்.பி. கங்காதரனுடன் சென்று வீட்டையும், பின் அவரது அலுவலகத்தையும் சோதனையிட்டுவிட்டு அவரை சி.பி.ஐ. அலுவலகம் அழைத்துவந்து கைது செய்யத் திட்டம். மறுநாள், அவரை மாஜிஸ்டிரேட் முன் நிறுத்தி, அவரை விசாரிப்பதற்காக ஏழு நாட்கள் சி.பி.ஐ. காவலில் வைக்க வேண்டும் என்று கேட்பதாகவும் திட்டம்.

சி.பி.ஐ. காரில் அவரையும், இரண்டு சாட்சிகளையும் அழைத்துக்கொண்டு, சிவாஜி நகர் அருகில், கண்டோன்மெண்ட் ரயில் நிலையம் எதிரில் இருந்த அவரது வீட்டிற்குச் சென்றார்கள்.

டி.சி.பி. தன் மனைவியை, எதுவும் சொல்ல வேண்டாம் என்று அமைதிப்படுத்தினார். அவரது படுக்கையறையில் ஒரு டைரியைக் கண்டெடுத்தார்கள். அதில் நாராயணன் தனது நகர்வுகளைச் சுருக்கமாகக் குறித்து வைத்திருந்தார். ஆகஸ்ட் 14, 15, 16 தேதிகளில், அதாவது ரஷீத் கைது செய்யப்பட்ட நாள் முதல் எல்லாம் ஒரே மாதிரியான குறிப்பாகத்தான் இருந்தது “உள்துறை அமைச்சரோடு” என்று. வேறு எதுவும் இல்லை.

ஒரு நிகழ்ச்சியில் உள்துறை அமைச்சர் ஜலப்பாவும் நாராயணனும் ஒன்றாக நிற்கும் புகைப்படம் இருந்தது.

கைப்பற்றப்பட்ட பொருட்களுக்கு ரகோத்தமன் ஒப்புதல் சீட்டு கொடுத்தார். அவரது மனைவி, அவரைக் கைது செய்யப் போகிறீர்களா என்று கேட்டார்.

ரகோத்தமன், “அம்மா, இப்போதைக்குச் சோதனை செய்கிறோம் அவ்வளவுதான்” என்றார்.

நாராயணனின் அலுவலகத்தில், அவரது ப்ரீஃப்கேசில், ரஷீத் வழக்கு தொடர்பாக கர்நாடக சி.ஓ.டி. நடத்திய விசாரணை பற்றிய பருமனான கோப்பு இருந்தது. அதில் எல்லா ஆவணங்களும் இருந்தன. சதாசிவம், ரஷீத் தொடர்பான ஆவணங்கள்,

முத்தண்ணாவின் முறையீடு ஆகியவையும் இருந்தன. திருத்தங்கள் செய்யப்பட்ட ஆவணம் ஒன்றும் இருந்தது. அந்தத் திருத்தங்கள் தான் செய்ததுதான் என்று நாராயணன் ஒப்புக்கொண்டார். டி.சி.பி. (மேற்கு), ரஷீத் தொடர்பான ஆவணங்களைக் கைப்பற்றிக்கொண்டார் என்பதையும் அந்த விஷயங்கள் அனைத்தையும் தன் கட்டுப்பாட்டில் வைத்திருந்தார் என்பதையும் நிரூபிக்க அவை போதுமானவையாக இருந்தன.

மாலை சி.பி.ஐ. அலுவலகம் வந்தபோது ரகோத்தமன், நாராயணனிடம் அவர் கைது செய்யப்படுவதாகத் தெரிவித்தார். அவர் அதிர்ச்சியோ வியப்போ அடைந்ததாகத் தெரியவில்லை.

அவரது கைது பற்றிய செய்தி காட்டுத் தீ போல் பரவியது. கர்நாடகப் போலீஸின் நுண்ணறிவுப் பிரிவு ஐ.ஜி. ரகுராமன் (முன்னர் சி.பி.ஐ. எஸ்.பி.யாக இருந்தவர்) சி.பி.ஐ. அலுவலகம் வந்தார். தொடர்ந்து கர்நாடகப் போலீஸின் உயர் அதிகாரிகள் வந்தார்கள்.

"நான் உங்கள் கைதியைப் பார்க்கலாமா? அவரைத் துன்புறுத்தினீர்களா?" என்று ரகுராமன் ரகோத்தமனிடம் கேட்டார்

"இல்லை சார். சி.பி.ஐ. அப்படியெல்லாம் செய்வதில்லை என்பது உங்களுக்குத் தெரியுமே."

ரகுராமன் சிரித்தபடி சொன்னார், "ஆனால், நீங்கள், கர்நாடகப் போலீஸாரின் காற்சட்டைகளைக் கழற்றிவிட்டீர்கள் போலிருக்கிறதே? அவர்கள் உள்ளாடைகளோடு நிற்கிறார்கள்."

ரகோத்தமன் மேலதிகாரிகளிடம் சரிக்குச் சரியாய் பேசக் கூடாது என்று ஒன்றும் சொல்லாமல் இருந்தார்.

"அவரை லாக்–அப்பில் அடைக்கிறீர்களா?" ரகுராமன் கேட்டார்.

"அவரை அரசு வழக்கறிஞர் அறையில் வைத்திருப்போம்" என்றார் ரகோத்தமன்.

ஸ்ரீகுமாரும் ரகுராமனும், உங்கள் திட்டம் என்ன என்று கேட்டபோது ரகோத்தமன் சொன்ன பதில், நாராயணன் நாளை நீதிமன்றத்தில் முன்நிறுத்தப்படுவார் என்பதுதான்.

அன்று இரவு நாராயணனின் மனைவி, பாய், தலையணை, இரவு உணவு, அவரது சொந்த உபயோகப் பொருட்கள் ஆகியவற்றைக் கொண்டு வந்தார். ரகோத்தமன் அவரை நாராயணனைப் பார்க்க அனுமதித்தார். அவர் யாரோடும் தொலைபேசியில் பேசவும் அனுமதித்தார்.

ரகோத்தமன், நாராயணனைச் சி.பி.ஐ. காவலில் எடுக்க விரும்பினாலும் அவரைச் சி.பி.ஐ. அலுவலகம் கொண்டுவர விரும்பவில்லை. லால்பாக் அருகில் மாடிவாலாவில் ரஷீத்தின் உடல் வைக்கப்பட்டிருந்த கிடங்கிற்கு அவரை அழைத்துப்போக விரும்பினார். மறுநாள் அதிகாலை விமானத்தில் சென்னையி லிருந்து டெல்லிக்கு அழைத்துச்சென்று டி.எஸ்.பி. கங்காதரனிடம் ஒப்படைத்துவிட வேண்டும் என்பது ரகோத்தமனின் திட்டம்.

அன்று காலை, ரகோத்தமன், முச்சாண்டி, கூடுதல் தலைமை ஜுடிஷியல் மாஜிஸ்டிரேட்டைச் சந்தித்தபோது, அவர் எழுந்து நின்று, ரகோத்தமனை நோக்கிக் கைகளை நீட்டியபடி வந்தார். "வெரி குட் ஒர்க், வெரி குட் ஒர்க். நீங்கள் இத்தோடு நிறுத்திவிட மாட்டீர்கள் என்று நம்புகிறேன்," என்றார்.

அவர் 14 நாட்கள் காவலில் வைக்க அனுமதிக்கத் தயாராக இருந்தார். ரகோத்தமன் ஏழு நாட்கள் போதும் என்று நினைத்தார்.

யாரும் பின் தொடராதிருப்பதை உறுதி செய்ய, டி.சி.பி., கோவிந்த பிரசாத் கிடங்கிற்குக் கொண்டு செல்லப்படுவார் என்றும், வழியில் சி.பி.ஐ. அலுவலகத்திற்கும் கொண்டுசெல்லப் படுவார் என்றும் தகவலைக் கசியவிட்டது சி.பி.ஐ.

செய்தியாளர்கள் சிலர் வில்சன் தோட்டத்திற்கும் சிலர் சி.பி.ஐ. அலுவலகத்திற்கும் சென்று காத்திருந்தார்கள். ஒசூர் எல்லையை நெருங்கும்போது, எங்கே கொண்டு செல்கிறார்கள் என்று தெரிந்ததும் டி.சி.பி. எதிர்க்கவும் கூச்சலிடவும் தொடங்கினார். ஆனால், அவருக்கு வேறு வழியிருக்கவில்லை. ரகோத்தமன் அவரைக் கங்காதரனிடம் ஒப்படைத்துவிட்டுப் பெங்களூர் திரும்பினார். கங்காதரன் அவரைச் சென்னை அழைத்துச் செல்வார்.

சிவப்பா, ரகோத்தமனைக் காலை 7 மணிக்குச் சந்திக்க விரும்பினார். டி.சி.பி. பெயில் மனு தாக்கல் செய்திருந்தார். அது நீதிபதி படேல் முன் 11 மணிக்கு விசாரணைக்கு வருகிறது. ஆறு போலீஸ் அலுவலர்களுக்கும் பெயில் தர மறுத்த அதே நீதிபதி. நீதிமன்றத்தில் வக்கீல்களும் பத்திரிகையாளர்களும் போலீஸாரும் நிறைந்திருந்தார்கள். வராந்தாவிலும் கூட்டம். நீதிபதி படேல் அமர்வைத் துவக்கியபோது சிவப்பா பேச எழுந்தார்.

"ஆனால் நீங்கள் சி.பி.ஐ. வழக்கறிஞர் இல்லையே" சிவப்பாவை நோக்கிக் கையைக் காட்டிக் கேட்டார் நீதிபதி. "நீங்கள், மத்திய அரசின் நிலை வழக்கறிஞர். சிவில் வழக்குகளில் ஆஜராகிறீர்கள். கிரிமினல் வழக்குகளில் அல்ல. உங்களுக்குக் கிரிமினல் வழக்குகளில் ஆஜராக அதிகாரமில்லை. சி.பி.ஐ.

வழக்குகளை எப்படி நடத்த முடியும்? நியமன ஆணை இருக்கிறதா? காட்டுங்கள்."

சிவப்பா கோபத்தால் பொங்கி எழுவார் என்று ரகோத்தமன் காத்திருந்தார்.

நீதிபதி படேல் மாநில அரசு வழக்கறிஞரைப் பார்த்தார். அவர் ஏற்கெனவே சி.பி.ஐ.க்காக வாதாட மறுத்திருந்தார். இந்த வழக்கை மாநில அரசு சி.பி.ஐ.க்கு மாற்றியிருந்ததால், தான் வழக்கை நடத்துவது முறையாகாது என்று கூறியிருந்தார். அவர் மற்ற வழக்கறிஞர்களிடையே அமர்ந்திருந்தார். நீதிபதி படேல் அவரைப் பார்த்து, "பப்ளிக் பிராசிகியூட்டர், நீங்கள் வாதிடுங்கள்" என்றார்.

பப்ளிக் பிராசிகியூட்டர் வாதிட எழுந்தார். இந்தத் திடீர் மாற்றத்தால் தான் இந்த வழக்கை நடந்த நேர்ந்தது குறித்து அவர் சற்றும் வியப்படைந்ததாகத் தெரியவில்லை.

சிவப்பா வாயடைத்துப்போய் நின்றிருந்தார்.

"தெருவில் போகிறவர், வருகிறவரெல்லாம் வாதாடுவதை நான் கேட்டுக்கொண்டிருக்க முடியாது" என உரத்த குரலில் சொன்னார் நீதிபதி படேல், "பப்ளிக் பிராசிகியூட்டர், நீங்கள் இந்த வழக்கை வாதிடுங்கள்" என்று மீண்டும் ஒருமுறை சொன்னார்.

இப்போது குமுறி எழுவது சிவப்பாவின் முறை. "திடீரென உங்களுக்கு அத்தாட்சி வேண்டும் அல்லவா? சில தினங்களுக்கு முன் போலீஸ் அதிகாரிகளுக்குப் பெயில் மறுக்க நான் வாதாடியபோது நீங்கள் அத்தாட்சி வேண்டும் என்று கேட்கவில்லை அல்லவா? அதுவும் இதே வழக்கில் என்பது வினோதம்தான். இப்போது இந்தக் குற்றவாளிக்கு மட்டும் உங்களுக்கு அத்தாட்சி வேண்டும் அல்லவா? நீங்கள் ஏன் இதைச் செய்கிறீர்கள் என்று எனக்குத் தெரியும். எனக்கு அதிகாரம் இருக்கிறது என்பதை நான் நிரூபிக்கிறேன். இந்த வழக்கைப் பிற்பகல் 2 மணிக்கு ஒத்திவையுங்கள். நான் நிரூபிக்கிறேன்."

நீதிபதியின் பதிலை எதிர்பாராமல், சிவப்பா தன்னுடைய பேப்பர்களை எடுத்துக்கொண்டு வெளியேறினார். ரகோத்தமன், அவரைப் பின்தொடர்ந்து அவரது அறைக்குச் சென்று, அங்கிருந்து தன் மேலதிகாரிகளைத் தொடர்புகொண்டு, மிக அவசரமாகச் சிவப்பாவைச் சி.பி.ஐ.யின் சிறப்பு வழக்கறிஞராக நியமிக்கும் கடிதம் வேண்டும் என்று சொன்னார். டி.ஐ.ஜி. டைரக்டரைத் தொடர்புகொண்டு பேச, அவர் அப்போதைய மத்திய உள்துறை அமைச்சர் ப. சிதம்பரத்தைத் தொடர்புகொண்டு அந்த ஆணையை உடனடியாக வழங்க வேண்டும் என்று வலியுறுத்தினார்.

சிவப்பாவின் கோபம் இன்னும் தணியவில்லை. ரகோத்தமன், சட்டத்துறை அலுவலகத்திலிருந்து சிவப்பா மத்திய அரசின் நிலை வழக்கறிஞராக நியமனம் செய்யப்பட்ட ஆணையைப் பெற எண்ணினார். அங்கு உணவு இடைவேளை. பணியாளர்கள் யாரும் இல்லை. ஒரு உதவியாளர் தனது உணவுப் பொட்டலத்தைப் பிரித்துக்கொண்டிருந்தபோது, ரகோத்தமன், அவரிடம் சென்று, மிக அவசரமாக, சிவப்பா மத்திய அரசின் நிலை வழக்கறிஞராக நியமனம் செய்யப்பட்ட ஆணையைப் பார்க்க வேண்டும் என்றார். அது ரஷீத் கொலை வழக்கு தொடர்பாகத் தேவைப்படுகிறது என்றவுடன், அந்தப் பெண், சில நிமிடங்களில் அந்த ஆணையை நகலெடுத்து ரகோத்தமனிடம் கொடுத்தார்.

கர்நாடக உயர் நீதிமன்றப் பதிவாளரால், சிவப்பாவுக்கு முகவரியிட்ட அந்தக் கடிதத்தில், "நீங்கள் மத்திய அரசின் நிலை வழக்கறிஞராக நியமிக்கப்படுகிறீர்கள். எல்லா, சிவில், கிரிமினல் வழக்குகளிலும் நீங்கள் ஆஜராகி வாதாடலாம், ரயில்வே, வருமான வரித்துறை நீங்கலாக" என்றிருந்தது.

ரகோத்தமன் நீதிமன்ற வளாகத்திற்கு விரைந்தார்.

அங்கு சி.பி.ஐ. இன்ஸ்பெக்டர் ஒருவர் அவருக்காகக் காத்திருந்தார். பெங்களூரிலிருந்து ஏ.சி.பி. ஒருவர் ரகோத்தமனைக் கைது செய்ய வந்து சி.பி.ஐ. அலுவலகத்தில் காத்திருப்பதாகத் தெரிவித்தார்.

சீனிவாசனின் உறவினர் யாரோ ரகோத்தமன் சீனிவாசனைக் கடத்திவிட்டதாகப் புகாரளித்துள்ளதாகத் தெரிந்தது.

ரகோத்தமன், சிவப்பாவின் அலுவலகத்திலிருந்து பெங்களூர் கமிஷனர் ஸ்ரீதரனைத் தொடர்புகொண்டார்.

"இதெல்லாம் ஜோடிக்கப்பட்ட புகார்கள் என்பது உங்களுக்குத் தெரியாதா? நீங்கள் இப்போது எங்கே இருக்கிறீர்கள்?" கமிஷனர் கேட்டார். ரகோத்தமன் நீதிமன்றத்திலிருப்பதைச் சொன்னார். "நான் விசாரித்துவிட்டு, திரும்ப உங்களைத் தொடர்பு கொள்கிறேன்" என்றார் கமிஷனர்.

சிவப்பா, ரகோத்தமன் கொடுத்த ஆணையினைப் படித்துப் பார்த்தார். "ஹே, இதன் நகல் என்னிடம் இருக்கிறது. எனக்குத் தோன்றவில்லை. இதை எப்படி விளக்கிச் சொல்வது?" என்று வியந்தார்.

ரகோத்தமன் அவரைச் சமாதானப்படுத்தினார். "சார், இப்போது அதைப் பற்றிக் கவலைப்படாதீர்கள். எல்லாம் சரியாகிவிடும். இந்த ஆணையை நீதிபதியிடம் கொடுங்கள்."

குற்றமும் தீர்ப்பும்

பிற்பகல் 02.00 மணிக்கு நீதிமன்ற அறையில் அவர்கள் நீதிபதி வருவதற்காகக் காத்திருந்தார்கள். அவர் சீக்கிரமே வந்து விட்டார். அறை நிறைந்திருந்தது. செய்தி தெரிந்ததால் மேலும் அதிகம் பேர் வந்திருந்தார்கள். பப்ளிக் பிராசிகியூட்டரும் இருந்தார்.

சிவப்பா எழுந்து அறிவித்தார் – "கர்நாடக உயர் நீதிமன்றத்தில் 15 ஆண்டுகளாக நான் வழக்கறிஞராகப் பணிபுரிகிறேன். நான் ஒரு மூத்த வழக்கறிஞர். நீங்கள் என்னைத் "தெருவில் போவோர் வருவோர்" என்றீர்கள். சிவப்பா நீதிபதியிடம் மரியாதையாகப் பேச வேண்டும் என்பதைப் பற்றிக் கவலைப்படவில்லை.

"உங்கள் பாரைச் (bar) சேர்ந்த மிக மூத்த வழக்கறிஞர்களில் ஒருவருக்கு மரியாதை தர வேண்டும் என்னும் பண்பை நீங்கள் காட்டவில்லை. இதோ என்னுடைய நியமன ஆணை. இதை வழங்கியது எந்த அரசாங்கமும் இல்லை. மாறாக இதே நீதிமன்றத்தின் பதிவாளர். நீங்கள் நிரூபணம் கேட்டீர்கள். இதோ உங்கள் நிரூபணம். வாங்கிப் பாருங்கள்."

சிவப்பா நியமன ஆணையை வீசி எறிந்தார். அது பறந்து சென்று நீதிபதியின் மேசை முகப்பில் தொற்றியது. பின் கீழே விழுந்தது. எழுத்தர் விரைந்து சென்று அதை எடுத்து நீதிபதியிடம் கொடுத்தார். அவர் அந்த ஆணையைப் பார்த்துவிட்டு, அறையைச் சுற்றிப் பார்த்தார். பத்திரிகையாளர்கள் பலர் குறிப்பெடுத்துக் கொண்டிருந்தார்கள். "நீங்களெல்லாம் யார்? இங்கே என்ன செய்து கொண்டிருக்கிறீர்கள்?"

"சார், நான் பத்திரிகையாளன்" என அவர்களில் ஒருவர் சொன்னார்.

"வெளியேறுங்கள். பத்திரிகையாளர்கள் எல்லோரும் உடனே வெளியேறுங்கள்" நீதிபதி உரத்த குரலில் கட்டளையிட்டார்.

ஒரு வக்கீல் எழுந்து, நீங்கள் இன்-கேமரா விசாரணை நடத்துகிறீர்களா? அல்லது இது ஒரு சாதாரண ஜாமீன் மனுதானா என்று நீதிபதியைக் கேட்டார்.

"இல்லை. இது இன்-கேமரா விசாரணையல்ல" என்றார் நீதிபதி. அப்போது மேலும் வக்கீல்கள் உள்ளே வந்தார்கள். இப்போது அந்த அறை முற்றாக நிறைந்துவிட்டது.

பிறகு, நீதிபதி சிவப்பாவை வெறித்துப் பார்த்தார் "சரி, நீங்கள் வாதிடுங்கள்."

சிவப்பா சொன்னார், "நான் வருந்துகிறேன். ஆனால் நீங்கள் என்னுடைய மன நிலையைச் சிதைத்துவிட்டீர்கள். ஆனாலும்

நான் சொல்கிறேன். நான் இந்த வழக்கை ஐந்து நாட்களுக்கு வாதிடுவேன். நீங்கள் இந்தக் குற்றவாளிக்கு ஜாமீன் தராமல் பார்த்துக்கொள்வேன். ஆனால் இன்றல்ல. நீங்கள் என்னுடைய மன நிலையைச் சிதைத்துவிட்டீர்கள்."

பின்னர் சற்றும் காத்திருக்காமல், சிவப்பா நீதிமன்றத்திலிருந்து வெளியேறினார். ரகோத்தமன் அவரைப் பின்தொடர்ந்தார். தன் அறைக்குப் போனபின், சிவப்பா, ரகோத்தமனை, தன்னோடு மதிய உணவைப் பகிர்ந்துகொள்ளுமாறு அழைத்தார். கேழ்வரகு களி, காரமான கறிக்குழம்பு, தயிர் சாதம், ஊறுகாய். கடைசியாக இனிப்பான மைசூர்பாக்கு.

கமிஷனர் ஸ்ரீதரன் கூப்பிட்டு, "இப்போது குழப்பம் நீங்கிவிட்டது, ரகோத்தமன்" என்றார். ரகோத்தமனைக் கைது செய்ய வந்த ஏ.சி.பி., நாராயணனுக்கு நெருக்கமானவர் என்றும் ரகோத்தமனைக் கைது செய்வதற்கான ஆணை கமிஷனரின் கவனத்திற்கு வராமல் வழங்கப்பட்டது என்றும் பின்னர் தெரிய வந்தது.

ரகோத்தமன் சி.பி.ஐ. அலுவலகத்தை அடைந்தபோது, ஒரு டெலெக்ஸ் செய்தி வந்திருந்தது. சிவப்பா சி.பி.ஐ.யின் சிறப்பு பப்ளிக் பிராசிகியூட்டராக நியமிக்கப்பட்டிருந்தார்.

அதே நாளில், வழக்கறிஞர்கள் ஒரு வழியாகச் சீனிவாசனுக்கு ஜாமீன் வாங்கிவிட்டார்கள். அவரைச் சென்னைக்கு அழைத்துச் சென்று பாதுகாப்பாக வைத்திருக்குமாறு ரகோத்தமன் உத்தரவிட்டிருந்தார். ரகோத்தமனுக்கு மீண்டும் பாதை நேர்ப்பட்டிருப்பதாகத் தோன்றியது.

19

ஜாமீன் வேட்டை

மறுநாள், நீதிபதி படேல், டி.சி.பி. (மேற்கு) நாராயணனின் பெயில் மனுவை விசாரிக்க மறுத்து விட்டார். வேறு நீதிபதிக்கு வழக்கை மாற்றிவிடுமாறு தலைமை நீதிபதியைக் கேட்டுக்கொண்டார். அவரைச் சரிக்கட்டி விட்டார்கள் என்று உள்ளூர் செய்தித்தாள் ஒன்று எழுதியது.

அமர்வு (செஷன்ஸ்) நீதிமன்றத்திலிருந்து, உயர் நீதிமன்றத்திற்குப் பதவி உயர்த்தப்பட்டிருந்த நீதிபதி ஷியாம் சுந்தர் முன் இந்த வழக்கு விசாரணைக்கு வந்தது. அவர் வழக்கு நாட்குறிப்பை முழுவதுமாகப் படித்துவிட்டு, விசாரணைக்குத் தேதி குறித்தார்.

இதற்கிடையில் நாராயணன், உண்மை கண்டறியும் சோதனைக்காக டெல்லி கொண்டு போகப்பட்டு திரும்பி வந்திருந்தார். அவரது சி.பி.ஐ. காவல் மே 9 அன்று முடிவடைந்தது. அவர் நீதிமன்றக் காவலில் வைக்கப்பட்டார். உடல் நலக் குறைவு என்று ஒரு நாடகமாடி, மருத்துவமனைக்குப் போய்விட்டு மீண்டும் சிறைக்குத் திரும்பினார்.

நாராயணனுக்குச் சிறையில் விருந்தினர் மாளிகை போன்ற வசதிகள் கிடைக்கும் என்று ரகோத்தமனுக்குத் தெரியும். இந்த வழக்கில் கைது செய்யப்பட்ட மற்ற குற்றவாளிகளான ஆறு போலீஸ் அதிகாரிகள், மத்தியச் சிறையில் இருந்தார்கள். நாராயணனின் ஜாமீன் மனு முதலில் அமர்வு (செஷன்ஸ்) நீதிமன்றத்தில் தாக்கல் செய்யப்பட்டது. அங்கு நிராகரிக்கப்பட்டதால் அவரது வழக்கறிஞர்

உயர் நீதிமன்றத்தில் (நீதிபதி படேலிடம்) மேல்முறையீடு தாக்கல் செய்தார். நாராயணனை வெளியில் கொண்டு வருவதற்கு அசாதாரண ஆர்வம் காட்டப்படுவதை ரகோத்தமன் அறிந்திருந்தார்.

தன்னுடைய நீதிமன்றத்தில் நாடகங்கள் அரங்கேற்றப் படுவதை நீதிபதி ஷியாம் சுந்தர் விரும்பவில்லை. வழக்கை முறையாக நடத்தவே விரும்பினார். புலனாய்வு தொடங்கியது முதல் நாள்தோறும் எடுக்கப்படும் நடவடிக்கைகள் பதிவு செய்யப்படும் வழக்கு நாட்குறிப்பைத் தாக்கல் செய்யுமாறு ரகோத்தமனிடம் சொன்னார். அதைப் பார்த்த பிறகு, அதில் ரஷீத்தின் பிணக் கூராய்வு அறிக்கை இல்லை என்பதைக் கண்டார். அதைப் பார்க்க வேண்டும் என்று கேட்டார். வழக்கு அன்றைக்கு ஒத்தி வைக்கப்பட்டது.

பிணக் கூராய்வு அறிக்கை, சென்னையில், சிறப்புக் குற்றப் பிரிவில் வழக்குப் பதிவு செய்த இன்ஸ்பெக்டர் சிவாஜி என்பவரிடம் இருந்தது. அந்த வழக்கு சி.பி.ஐ. வழக்குடன் இணைக்கப்படவில்லை. எனவே அந்த ஆவணங்கள் சி.பி.ஐ. வழக்குக் கோப்பிற்கு வரவில்லை. இதை முன்னரே செய்திருக்க வேண்டும். ரகோத்தமன் தன் தவறை உணர்ந்தார். இதனால் ஒரு நாள் வீணாகிவிட்டது.

ஆனால் மறுநாள் காலை அவை பெங்களூர் வந்துவிட்டன. நீதிபதி அவற்றைப் பார்த்த பின் எதிர்த் தரப்பு வக்கீலைத் தன் வாதங்களைச் சொல்ல அழைத்தார்.

விஸ்வேசரய்யா என்னும் அந்தப் பிரசித்தி பெற்ற வக்கீல், தனது கட்சிக்காரருக்கும் இந்தக் கொலைக்கும் சம்பந்தமே இல்லை என்றார். ரஷீத், ஆகஸ்ட் 16 அன்று எஸ்.ஐ. உத்தப்பாவிடமிருந்து விடைபெற்றுச் சென்ற பின் அவரைப் பற்றி எந்தத் தகவலும் இல்லை. பொய்யான குற்றச்சாட்டுக்களைச் சுமத்துவதன் மூலம் சி.பி.ஐ. ஒரு தனிமனிதனின் சுதந்திரத்தைக் கேள்விக்குள்ளாக்கி விட்டது. அவர் ஒரு போலீஸ் அதிகாரியும்கூட என்றார்.

ஆனால், ரகோத்தமனின் வழக்கு நாட்குறிப்பில் சுப்பிரமணியம் மற்றும் சீனிவாசன் ஆகியோரின் வாக்குமூலங்கள் இருந்தன. சிவப்பா தனது வாதத்தில், தமிழ்நாடு சி.பி.ஐ., கர்நாடகத்தில் இந்த வழக்கை விசாரிப்பதில் எதிர்கொண்ட சிரமங்களை எடுத்துரைத்தார். அதிலும் கர்நாடகப் போலீஸிடமிருந்து அவர்கள் எதிர்கொண்ட பகைமை. விஸ்வேசரய்யாவின் தனிமனித சுதந்திரம் பற்றிய வாதங்களை இந்த விஷயங்களோடு ஒப்பிட்டு முடிவெடுக்க வேண்டும் என்று வாதிட்டார்.

1988, ஜூன் 16 அன்று நீதிபதி ஷியாம் சுந்தர் தீர்ப்பு வழங்கினார். அவரது அறிமுக உரை தன் வாழ்நாளில் மறக்க முடியாதது என்று ரகோத்தமன் கருதினார்.

"ஒரு மருத்துவர் நோய்வாய்ப்பட்டால், நாம் அவரிடம் நீங்களே உங்களைக் குணப்படுத்திக்கொள்ளுங்கள் என்று சொல்லுவோம். ஒரு போலீஸ்காரரிடம் நாம் என்ன சொல்லப் போகிறோம்? அவர்தான் சமூக அமைதியைப் பராமரிக்க வேண்டியவர். ஒவ்வொரு குடிமகனின் சுதந்திரமும் வாழ்வும் அவரிடம் ஒப்படைக்கப்பட்டுள்ளன. இப்போது அவரே சிக்கலில் உள்ளார். தனது சுதந்திரத்திற்காகச் சட்டத்தின் பாதுகாப்பை நாடுகிறார். இதுவே இப்போது நம்முன் உள்ள கேள்வி."

நீதிபதி ஷியாம்சுந்தர் தொடர்ந்து சொன்னார்:

"நிறுவனங்களுக்கிடையே போட்டி, அரசியல் பழிவாங்கல், பொதுமக்களின் குழப்பமான மனநிலை, ஊடகங்கள் அன்றாடம் நடத்தும் வழக்கு விசாரணைகள் இவையெல்லாம் இந்த வழக்கைச் சிக்கலாக்கி இந்த நிலைக்குக்கொண்டு வந்துள்ளன. டி.சி.பி. (மேற்கு), போலீஸ் கமிஷனருக்கு வந்த வாரண்ட்டைக் கடத்தி, அவரது ஒப்புதல் இல்லாமலேயே அவர் சார்பாகப் பதிலளித்துள்ளார். கமிஷனரின் பார்வைக்கு வாரண்ட் சென்றதாக எந்தச் சான்றும் இல்லை. பிறகு எப்படி இவர் தானே பதில் தயாரித்து அதை நீதிமன்றத்திற்கு அனுப்பினார் என்பது புரியாத புதிராகவே உள்ளது. இதில் மற்றொரு கேள்வி ஏன் செய்தார் என்பதாகும். கமிஷனர் அந்த வாரண்ட்டை வேறொரு அதிகாரிக்கு அனுப்பிவிடக் கூடாது, அதன்மூலம் விஷயங்கள் வெளி வந்துவிடக் கூடாது என்பதுதான் அவரது நோக்கம். கமிஷனர் தலையிடும் முன், நடவடிக்கையைத் திசைமாற்றும் முன், கமிஷனரைத் தவிர்த்துவிட்டுத் தான் நினைத்ததைச் செய்ய முனைந்திருக்கிறார். அதன் விளைவுதான் சிக்பேட் போலீஸ் எஸ்.ஐ. அனுப்பிய பதிலறிக்கை."

"டி.சி.பி. (மேற்கு), ஏன் இப்படிச் செய்தார்? கமிஷனருக்கு வந்த வாரண்டுக்குத் தானே பதிலனுப்புவதன் மூலம் கமிஷனர் வேறு விதமான பதிலைத் தருவது தவிர்க்கப்பட்டுவிடுகிறது. மேலும் அந்தப் பதிலில் ஏதேனும் குற்றமிருப்பின் அதற்குக் கமிஷனரே பொறுப்பாவார் என்ற நோக்கத்திலேயே இவ்வாறு செய்துள்ளார் என்றே கருத வேண்டியுள்ளது. எதற்காக இப்படிச் செய்தார் என்பது அடுத்த கேள்வியாக்கும். ஏற்கத்தக்க ஒரு காரணம் தெரிய வேண்டும். தனக்குக் கீழுள்ள அதிகாரிகளின் குறைகளை, தவறுகளை மறைத்து அவர்களைக் காப்பாற்றவே

இப்படிச் செய்ததாக அவர் தரப்பில் கூறப்படுகிறது. இதை ஏற்பதற்கில்லை. அவ்வாறு கீழுள்ள அதிகாரிகள் சட்ட விரோதமான காரியங்களைச் செய்திருந்தால் அவர்கள் மீது நடவடிக்கை எடுப்பதுதான் அவரது கடமை. நீதிமன்றத்தின் பார்வையிலிருந்து மறைப்பது அல்ல.”

நீதிபதி தொடர்ந்து சொன்னார்:

“ஒன்றை நாம் மறவாமல் கருத்தில் கொள்ள வேண்டும். டி.சி.பி., நீதிமன்றம் வழங்கிய ஒரு வாரண்ட்டின் மீது நடவடிக்கை எடுத்துள்ளார். அந்த வாரண்ட்டின் மீது நடவடிக்கை எடுக்கும் போது கீழுள்ள அதிகாரிகள் சட்ட விரோதமான காரியங்களைச் செய்கிறார்கள், இவர் தலையிட்டு அதை மறைக்கிறார் என்றால், உண்மையான கேள்வி, இவர் நம்பத்தகுந்தவர்தானா? எப்போதாவது இவரை நம்ப முடியுமா? பிறகு ஏன் இவர் தன் கீழுள்ள அதிகாரிகள் செயலுக்குத் தான் பொறுப்பேற்றுக் கொண்டார்? இவர், 1987 ஜூலையில்தான் டி.சி.பி. (மேற்கு) ஆகப் பொறுப்பேற்றுள்ளார். ஒரே மாதத்தில் இந்த நிகழ்வுகள் நடந்துள்ளன. இவர் மாநிலம் முழுவதும் பணியாற்றக் கடமைப்பட்டவர். பெங்களூரில் இவரின் கீழ் இருந்தவர்கள் இவருக்குப் புதியவர்கள். இந்த ஒரு மாதத்திற்குள் இவருக்குத் தனது பணியாளர்கள் மீது பாசம் வந்துவிட்டது என்பதை ஏற்பதற்கில்லை. அதிலும் அவர்கள் பொருட்டு தன் மீதே பழியைப் போட்டுக்கொள்ளும் அளவுக்கு. இவரது செயல், இவரது சார்நிலை அதிகாரிகளைக் காப்பாற்றுவதற்காக என்பதை நான் ஏற்கவில்லை. இவரது மேலதிகாரியான கமிஷனரைக் காப்பாற்றுவதற்காகவும் இல்லை என்பதில் சந்தேகமில்லை. ஏனென்றால், “நான் குற்றவாளி என்றால், கமிஷனரும் குற்றவாளியே” என்னும் வாதமே இங்கு வைக்கப்பட்டது. இந்த வாரண்ட் விஷயத்தில் இவர் ஏற்கவியலாத, சட்ட விரோதமான காரியங்களைச் செய்தது இவருக்காகவே என்ற முடிவுக்கே வர வேண்டியுள்ளது.”

“இந்த உண்மைகளின் அடிப்படையிலேயே இவர் மீதுள்ள குற்றச்சாட்டுக்களைப் பார்க்க வேண்டும். இதுவரை நடந்துள்ள விசாரணைகளின்படி, ரஷீத் என்பவரைத் தேடி நீதிமன்றத்தின் முன் நிறுத்தவே வாரண்ட் வழங்கப்பட்டது. ஆனால் அதற்குள் அவர் இறந்துவிட்டார். இவர் மீது சுமத்தப்பட்டுள்ள குற்றச்சாட்டுக்களில் இவர் சம்பந்தப்பட்டுள்ளார் என்பதை மறுப்பதற்கில்லை.”

நீதிபதி ஷியாம் சுந்தர் பிணக் கூராய்வு அறிக்கைகள் குறித்துப் பின்வரும் கருத்தைத் தெரிவித்தார்:

“இரண்டு பிணக் கூராய்வு அறிக்கைகள் தரப்பட்டுள்ளன. இரண்டுமே ஐயத்திற்கிடமின்றி, முகத்தில் ஏற்படுத்தப்பட்ட காயத்தால் ரத்த இழப்பு ஏற்பட்டு ரஷீத் இறந்தார் என்று கூறுகின்றன. வாரண்ட் விஷயத்தில் மனுதாரர் காட்டியுள்ள பதற்றமும் அக்கறையும் அவருக்கு இந்தக் கொலையில் தொடர்பு இருக்கிறது என்ற சந்தேகத்திற்கு இடமளிக்கிறது.”

“இந்தச் சூழ்நிலையில் இவரை ஜாமீனில் விடுவிக்க வேண்டுமா என்ற கேள்வி எழுகிறது. வழக்கு தற்போதுள்ள நிலையில், நீதிமன்றச் செயல்முறைக்கு இடையூறு ஏற்படும் அல்லது திசை மாற்றப்படக்கூடும் என்ற காரணங்கள் ஜாமீன் மறுக்கப் போதுமானவையாகும். இந்த நீதிமன்றத்தின் முன் நிற்பது சாதாரண நபரல்ல. பயிற்சி, அனுபவம், முக்கியத்துவம் வாய்ந்த ஒரு போலீஸ் அதிகாரி. தன்மீது குற்றச்சாட்டு வருமெனில், அதைத் தவிர்க்க எதையும் செய்யத் துணிவார். வழக்கு இன்னமும் புலனாய்வில் உள்ள நிலையில், இவரை விடுதலை செய்ய எனக்குள்ள அதிகாரத்தைப் பயன்படுத்துவது நீதிக்கு நல்லதாகாது. இவருக்கு ஜாமீன் வழங்க இயலாது என்று தீர்மானித்து, இம்மனுவைத் தள்ளுபடி செய்கிறேன். நாராயணன் தனது பாஸ்போர்ட்டைச் சமர்ப்பிக்க வேண்டும்.”

அடுத்த நாளே, நாராயணனின் வழக்கறிஞர், உச்ச நீதிமன்றத்தில் ஜாமீன் மனு தாக்கல் செய்தார். அதுவும் நிராகரிக்கப் பட்டது. குற்றம் சாட்டப்பட்டவர் எத்தனை ஜாமீன் மனு வேண்டுமானாலும் தாக்கல் செய்யலாம் என்பதால், வேறெதையும்விட இதுவே ஒரு தொந்தரவாகிவிட்டது.

ரகோத்தமன் 90 நாட்களில் குற்றப் பத்திரிகை தாக்கல் செய்ய வேண்டும். இல்லையெனில் எல்லாக் குற்றவாளிகளும் ஜாமீனில் வெளிவந்துவிடுவார்கள்.

ரகோத்தமன் 78 சாட்சிகளுக்கு மேல் விசாரிக்க வேண்டும். ரஷீத் அனுப்பிய எல்லாத் தந்திகளையும் அவர் சேகரித்து விட்டார். கர்நாடக முதலமைச்சர் ஹெக்டேவுக்கு அனுப்பப் பட்டதைத் தவிர. அது கர்நாடக முதலமைச்சரின் இல்லத்தில் பெறப்பட்டது. அதை அவர் உள்துறை அமைச்சருக்கு அனுப்பினார். ரகோத்தமன் அதற்கான ரசீதைச் சான்றாகப் பெற்றுக்கொண்டார். பின்னர் ரகோத்தமன் முதலமைச்சரின் தனிச் செயலாளரை விசாரித்து, முதலமைச்சர் அந்தத் தந்தியை உள்துறை அமைச்சர் ஜலப்பாவுக்கு அனுப்பச் சொன்னார் என்று பதிவு செய்துகொண்டார்.

ரகோத்தமன் கைப்பற்றிய ஒரு பதிவேட்டில் டி.சி.பி. (மேற்கு) எப்போதெல்லாம் உள்துறை அமைச்சரை அலுவலகத்தில்

அல்லது இல்லத்தில் சந்தித்தார் என்பதற்கான பதிவுகள் இருந்தன. அமர்வு நீதிமன்றம், மாஜிஸ்டிரேட் நீதிமன்றம், உயர் நீதிமன்றம் ஆகியவற்றிலிருந்தும் ரகோத்தமன் ஆவணங்களைச் சேகரித்தார். சுப்பிரமணியம் பின்வாங்கிவிட்டார். அவர் அப்ரூவர் (அரசுத் தரப்பு சாட்சி) ஆக வாய்ப்பில்லை.

சீனிவாசனின் சாட்சியத்துடன் ஒத்துப்போகும் ஒப்புதல் வாக்குமூலங்களைச் சத்தியபிரகாஷ் லாட்ஜின் உரிமையாளரும் அவரது மகனும் தந்திருந்தார்கள். வேறொரு காரணத்திற்காகவும் அவர்களது வாக்குமூலம் ஹை கிரவுண்ட்ஸ் போலீஸுக்கு எதிராக இருந்தது.

போஜராஜும் சுதாகரும் ஒரு வழக்கறிஞரைக் கலந்தாலோசித்தார்கள். ரஷீத் காணாமல்போன பிறகு அவரது உடைமைகள் லாட்ஜில் இருந்ததால் அவர் அறையைக் காலி செய்துவிட்டார் என்று சொல்ல முடியாது என்றார் அவர். லாட்ஜின் பதிவேடுகளும் ரஷீத் அறையில் இருப்பதாகவும் அவரது உடைமைகள் அங்கேயே இருப்பதாகவுமே காட்டின. அவர்கள் செய்ததெல்லாம், ரஷீத்தின் உடல் அகற்றப்பட்ட பின் அறையைப் பூட்டியதுதான்.

ஒரு கிரெடிட் பில் தயாரித்து வையுங்கள் என்றார் வழக்கறிஞர். ஆனால் அந்த கிரெடிட் பில், ரஷீத்தின் உடல் கண்டு பிடிக்கப்பட்ட நாளுக்கு நான்கு நாட்கள் கழித்து, ஆகஸ்ட் 22 தேதியிட்டுத் தயாரிக்கப்பட்டது போலீஸுக்குப் பிரச்சினையானது.

ரஷீத்தின் உடல் கண்டறியப்பட்ட செய்தி, பத்திரிகை களில் ஆகஸ்ட் 23 அன்று வெளியானது. அது ஆவணங்கள் பொய்யானவை என்று காட்டியது. லாட்ஜ் உரிமையாளர் களுக்கு இக்குற்றத்தில் பங்கிருப்பதால் அவர்களுக்குச் சதித்திட்டத்திலும் கொலையிலும் பங்கில்லை என்றபோதும் அவர்கள் தங்களைத் தற்காத்துக்கொள்ளப் போலி ஆவணங்களைத் தயாரித்துள்ளார்கள் என்று அவர்களையும் குற்றவாளிகள் பட்டியலில் சேர்க்க முடிந்தது.

போண்டா சாந்தா சி.பி.ஐ.யிடம் சிக்கவில்லை. சி.பி.ஐ. டி.எஸ்.பி. சிவாஜி, சுப்பிரமணியத்தின் நண்பர்களான மணியையும் கோவிந்தசாமியையும் கைது செய்தார். கோவிந்தசாமி, ரஷீத்தின் உடலைப் புதருக்குள் வீசும்முன் அதனைக் கொண்டுசெல்ல டிராலியைத் தந்தவர். இந்தக் கைதுகள் பற்றி ரகோத்தமனுக்குத் தெரிவிக்கவில்லை.

இந்த வழக்கு சென்னையில் பதிவு செய்யப்பட்டது. அது தொடர்பான ஆவணங்கள் ரகோத்தமனுக்கு வந்து சேர்ந்தபோது,

குற்றமும் தீர்ப்பும்

அவர்களின் வாக்குமூலங்கள் மாஜிஸ்டிரேட் முன்னிலையில் பெறப்படவில்லை, போலீஸால் வாங்கப்பட்டுள்ளன என்பதைப் பார்த்தார். போலீஸால் வாங்கப்படும் வாக்குமூலம் நீதிமன்றத்தில் சான்றாவணமாக ஏற்கப்பட மாட்டாது. ரகோத்தமன் இவர்கள் மூவரையும் குற்றப் பத்திரிகையில் சேர்க்க வேண்டும்.

சீனிவாசன், சத்தியபிரகாஷ் லாட்ஜின் உரிமையாளர், அவரது மகன் ஆகியோருக்கு நீதிமன்றத்தில் விடுவிப்பு (PARDON) வாங்க அவகாசம் இருக்கவில்லை. ரகோத்தமன் அவர்களை அப்ரூவர்களாக மாற்றினார்.

நாராயணனின் இரண்டாவது ஜாமீன் மனுவை உயர் நீதிமன்றம் நிராகரித்தவுடன், ஜலப்பா அமர்வு (செஷன்ஸ்) நீதிமன்றத்தில் முன்ஜாமீன் கேட்டு மனு செய்தார். அது நிராகரிக்கப்பட்டது. அவர் தன் அமைச்சர் பதவியை ராஜினாமா செய்து முதலமைச்சருக்குக் கடிதம் அனுப்பினார். இது ஒரு பெரிய கிளர்ச்சியை உருவாக்கியது. குற்றவாளிகள் பட்டியலில் அவரது பெயர் இல்லாதபோது அவர் ஏன் முன்ஜாமீன் தாக்கல் செய்ய வேண்டும்? ஏன் ராஜிநாமா செய்ய வேண்டும்?

ஜலப்பாவின் முன்ஜாமீன் மனு, உயர் நீதிமன்றத்தில், நாராயணனின் ஜாமீன் மனுவை விசாரிக்க மறுத்த அதே நீதிபதி படேல் முன்பு விசாரணைக்கு வந்தது. அவர், சி.பி.ஐ. தரப்பு வாதம் என்னவென்று கேட்காமலேயே முன்ஜாமீன் வழங்கினார். ஜலப்பா ஏன் இப்படிச் செய்தார்? சுப்பிரமணியம் பிறழ் சாட்சியாக மாறாமல் இருந்திருந்தால், அவனது ஒப்புதல் வாக்குமூலம், ஜலப்பாவைக் கைது செய்ய வழி செய்திருக்கும். சுப்பிரமணியம் மட்டுமே ஜலப்பாவின் பெயரைச் சொல்லியிருந்தான். வேறு யாரும் சொல்லவில்லை. போலீஸாரும் கோவிந்த பிரசாத்தும் வாக்குமூலம் தரவில்லை.

ஜலப்பாவைக் கைது செய்வதற்கான ஆணை ஞாயிறு காலை கிடைத்தது. அப்போது ரகோத்தமன் பெங்களூரில் இருந்தார். டி.ஐ.ஜி. ராம் மோகன் ஹைதராபாத்திலிருந்து வந்தார். ஜலப்பா முன்ஜாமீன் வாங்கியிருந்தாலும் அவர்கள் அவரை முறைப்படி கைது செய்து, பின் விடுவிக்க வேண்டும். ரகோத்தமன் குற்றப் பத்திரிகை தாக்கல் செய்யும்முன் இதைச் செய்தாக வேண்டும்.

ராஜினாமா செய்துவிட்ட போதும், ஜலப்பா அவரது அரசு குடியிருப்பிலேயே இருந்தார். ஹை கிரவுண்ட்ஸ் பகுதியிலிருந்த அந்த வீட்டிற்கு ரகோத்தமனும் டி.ஐ.ஜி.யும் சென்றார்கள்.

அவர்களது குழு வெளியே காத்திருந்தது. ஜலப்பாவுடன் மேலும் இரு அமைச்சர்கள் இருந்தார்கள். இது ஒரு ஃபார்மாலிட்டிதான் என்றார் ரகோத்தமன்.

அவர்கள் அவரைக் கைது செய்து, ஒரு கைது குறிப்பாணை (மெமோ) தயாரிக்க வேண்டும். ஜலப்பா பெயில் வாரண்ட்டைக் காட்டி, பிணைத் தொகை வழங்க இரண்டு பேரைக் காட்ட வேண்டும். விசாரணையின் ஒரு அங்கமாக அவர்கள் சில கேள்விகள் கேட்பார்கள். அவ்வளவுதான்.

விசாரணை பின்வருமாறு நடந்தது:

ரஷீத்தை நீங்கள்தான் கொலை செய்தீர்களா?

ஜலப்பா: நான் யாரையாவது கொல்ல வேண்டுமென்றால், சதாசிவத்தைத்தான் கொன்றிருக்க வேண்டும். இந்த வக்கீல் பற்றி நான் ஏன் கவலைப்பட வேண்டும்? நான் அவரை ஒருபோதும் பார்த்ததுகூடக் கிடையாது. அவர் எப்படி இருப்பார் என்றுகூட எனக்குத் தெரியாது. நான் அவரது முகத்தைப் பார்த்ததே இல்லை.

ரகோத்தமன்: இல்லை சார், நீங்கள் அவரது உடலை வில்சன் தோட்டத்தில் பார்த்தீர்கள்.

ஜலப்பா: அது கட்டுக்கதை. நீங்கள் யார் எது சொன்னாலும் உண்மை என்று எடுத்துக்கொள்வீர்களா?

ரகோத்தமன்: ஆகஸ்ட் 14–16 தேதிகளில், நீங்கள் ஏன் டி.சி.பி. கே. நாராயணனை அடிக்கடி சந்தித்தீர்கள்?

ஜலப்பா: அப்போது நான் உள்துறை அமைச்சர். அவருக்கு என்னைச் சந்திக்கும் உரிமை இருக்கிறது.

அத்துடன் விசாரணை முடிந்தது. அங்கிருந்த அமைச்சர்கள் ஜாமீன் கையெழுத்துப் போடத் தயங்கினர். வேறு இருவர் கையெழுத்துப் போட்டார்கள்.

மறுநாள் திங்கள்கிழமை. அமைச்சர் கைது, பத்திரிகைகளில் செய்தியாகியது. ரகோத்தமன் குற்றப் பத்திரிகை தயாரிக்கச் சென்னைக்குப் போனார். ரகோத்தமனின் அறிக்கைகளுக்குச் சி.பி.ஐ. டைரக்டரின் ஒப்புதல் மின்னல் வேகத்தில் கிடைத்தது. குற்றப் பத்திரிகை இரண்டு நாட்களில் தயாராகிவிடும். புதன்கிழமை தாக்கல் செய்துவிடலாம்.

புதன்கிழமை காலை ரகோத்தமன் பெங்களூர் வழியாகக் கோவைக்குப் போனார். பெங்களூரில் விமானம் நின்றபோது,

இந்தியன் ஏர்லைன்ஸ் பணியாளர் ஒருவர், ரகோத்தமனிடமிருந்து குற்றப் பத்திரிகை நகலை வாங்கிப் பெங்களூரில் முகாமிட்டுள்ள டி.ஐ.ஜி.யிடம் கொடுப்பார். ரகோத்தமன் அதே விமானத்தில் கோவையிலுள்ள தலைமை ஜுடிஷியல் மாஜிஸ்டிரேட் நீதிமன்றம் செல்வார். டெல்லியின் உத்தரவுப்படி ரகோத்தமன் குற்றப் பத்திரிகை தாக்கல் செய்வார்.

குற்றப் பத்திரிகையைக் கொலை நடந்த இடத்திலோ அல்லது உடல் கிடைத்த இடத்திலோ தாக்கல் செய்யலாம். சி.பி.ஐ., பெங்களூரில் தாக்கல் செய்ய விரும்பவில்லை. அங்கு வழக்கு விசாரணை பல வழிகளில் முடக்கப்படலாம். வழக்கு விசாரணை தாமதமானால் பெங்களூரில் ரகோத்தமனின் உயிருக்கே ஆபத்து வரலாம்.

சி.பி.ஐ. வழக்குகள் சேலம், கோயம்புத்தூர் மாவட்டங்கள், கோவையிலுள்ள தலைமை ஜுடிஷியல் மாஜிஸ்டிரேட் நீதிமன்ற எல்லைக்குள் வந்தன. ரஷீத்தின் உடல் கண்டெடுக்கப் பட்ட ஓமலூர், சேலம் மாவட்டத்தில் இருந்தது. அங்கு இவ்வழக்கினை அமர்வு நீதிமன்றம் ஏற்பதற்கான முதன்மை நடைமுறைகளை (COMMITTAL PROCEEDINGS) முடிக்கலாம். சேலத்தில் அமர்வு (செஷன்ஸ்) நீதிமன்றம் உள்ளது. எடுக்கப்படும் நடவடிக்கைகளை ரகோத்தமன் சிவப்பாவுக்கு அவ்வப்போது தெரிவித்துவந்தார்.

இரவு சுமார் 07.00 மணியளவில் குற்றப் பத்திரிகையைத் தட்டச்சு செய்யும் பணி நடந்துகொண்டிருந்தது. ஆறு குற்றவாளிகள் தொடர்பான குற்றங்கள் தட்டச்சு செய்யப்பட்டு விட்டன.

எஸ்.பி. பாலாஜி அறைக்குள் வந்து ஜலப்பாவின் பெயரைக் குற்றப் பத்திரிகையில் சேர்க்க வேண்டாம் என்றார். கிடைக்கும் ஆதாரங்களைப் பொறுத்துப் பின்னர் சேர்த்துக் கொள்ளலாம் என்றார் டி.ஐ.ஜி.

ரகோத்தமன் ஒரு நிமிடம் திகைத்து நின்றுவிட்டார்.

டி.ஐ.ஜி.யிடம் பேச வேண்டும் என்று தனக்குத்தானே சொல்லிக்கொண்டார். எஸ்.பி. பாலாஜியின் அறையிலிருந்து பெங்களூருக்குத் தொடர்புகொண்டார். குற்றப் பத்திரிகையில் சேர்க்கத் தேவையில்லையென்றால், அவரை ஏன் கைது செய்தோம்? கைது பற்றிய பயம் இல்லையென்றால் அவர் ஏன் முன்ஜாமீன் பெற்றார்? அவரைக் கைது செய்யவும் குற்றப் பத்திரிகையில் சேர்க்கவும் தேவையான ஆணை இயக்குநரிட மிருந்து வந்துள்ளதே என்றும் சுட்டிக்காட்டினார். ஜலப்பாவின்

பெயரைக் குற்றப் பத்திரிகையில் சேர்க்கவில்லையெனில் அது நாம் நீதியைக் கேலி செய்வதாக இருக்கும் என்றார் ரகோத்தமன்.

ரகோத்தமனை இடைமறித்த டி.ஐ.ஜி., கடைசி நேரத்தில் சி.பி.ஐ. கூடுதல் இயக்குநரிடமிருந்து வந்துள்ள ஆணையையே தான் பின்பற்றுவதாகவும், தன்னால் ஏதுவும் செய்ய முடியாது என்றும் சொன்னார்.

ரகோத்தமன் வெறி பிடித்தவரானார். இயக்குநரிடமிருந்து வந்துள்ள எழுத்து மூலமான ஆணை தன்னிடம் இருப்பதால், இந்த வாய்மொழி உத்தரவை ஏற்கப்போவதில்லை என்று எண்ணிக்கொண்டார். ஒன்று ஜலப்பாவின் பெயரைச் சேர்க்க வேண்டும் அல்லது குற்றப் பத்திரிகையே தாக்கல் செய்ய வேண்டாம். எல்லோருமே விடுதலையாகட்டும்.

சி.பி.ஐ. தன் மீது ஒழுங்கு நடவடிக்கை எடுக்கட்டும் அல்லது தன்னை இந்த வழக்கிலிருந்து நீக்கிவிடட்டும் என்று ரகோத்தமன் முடிவு செய்துவிட்டார். ராஜினாமா செய்யவும் அவர் தயாராக இருந்தார். ரகோத்தமனைச் சமாதானப்படுத்த டி.ஐ.ஜி. எடுத்த முயற்சிகள் தோல்வியடைந்தன.

அன்று காலை சி.பி.ஐ. இயக்குநர் பிரான்ஸ் நாட்டிலுள்ள லியோன்ஸ் நகருக்குப் பன்னாட்டு போலீஸின் கூட்டத்திற்குச் சென்றுவிட்டார். இந்த இடைவெளியைப் பயன்படுத்திக்கொண்டு யாரோ இந்த வழக்கைச் சிதைக்க முயல்கிறார்கள் என்று ரகோத்தமன் உறுதியாக நம்பினார். இந்தக் கருத்தை அவர் சிவப்பாவிடமும் தெரிவித்தார். சிவப்பாவுக்குச் சி.பி.ஐ. இயக்குநரை நெருக்கமாகத் தெரியும். அவர் இயக்குநரிடம் பேசக்கூடும் என்று ரகோத்தமன் நினைத்தார். சிவப்பா கொஞ்சம் பொறுத்திருக்குமாறு சொன்னார். ஆனால் அன்று இரவு அவர் திரும்ப அழைக்கவில்லை.

அறைக்குத் திரும்பியபோது அவர் மீண்டும் பொறுமை யிழந்தார். அவர்கள் ஏற்கெனவே குற்றப் பத்திரிகையை மாற்றி அமைக்கத் தொடங்கியிருந்தார்கள். அப்போது பாலாஜி வேகமாக அறைக்குள் வந்தார். முகத்தில் புன்னகை. வெற்றிச் சின்னமாகக் கட்டைவிரலை உயர்த்திக் காட்டினார். டி.ஐ.ஜி. மீண்டும் அழைத்து, ஜலப்பாவின் பெயரைச் சேர்க்கலாம் என்று சொல்லிவிட்டார் என்றார். ஜலப்பா ஏ12 (குற்றவாளி எண் 12.) சி.பி.ஐ. குற்றப் பத்திரிகையில் மொத்தம் 18 குற்றவாளிகள் சேர்க்கப்பட்டிருந்தார்கள்.

250 பக்கக் குற்றப் பத்திரிகையை அடித்து முடித்தபோது அதிகாலை 02.00 மணி. ஐந்து பிரதிகள் எடுத்துக் கோப்புகளில்

வைத்தார்கள். ரகோத்தமன் சூட்கேஸில் ஆவணங்களை எடுத்துக்கொண்டு ஒரு பிளாஸ்டிக் பையில் வழக்கு நாட்குறிப்புகளையும் மற்ற ஆவணங்களையும் எடுத்துக்கொண்டு வீடு திரும்பியபோது காலை மணி மூன்று.

மகள் ஸ்வீட்டி உறங்கிவிட்டாள். அவளை முத்தமிட்டு விட்டு ரகோத்தமன் மனைவியிடம் சொன்னார், "நான் இன்னும் இரண்டு மணி நேரத்தில் புறப்பட வேண்டும்."

அவர் கொஞ்சம் விஸ்கி அருந்தியபோது ஜானி அவரது சூட்கேஸைத் தயார் செய்தார். இரவு உணவாகச் சாதமும் கறிக்குழம்பும் சாப்பிட்டபோது மணி காலை 04.00. இன்னும் ஒரு மணி நேரத்தில் அவரை விமான நிலையம் அழைத்துப் போக வாகனம் வந்துவிடும். ரகோத்தமன் முன் இருக்கையில் அமர்ந்தார்.

விமான நிலையத்தை நெருங்கியபோது பரங்கிமலையருகே வாகனம் நின்றுபோனது. தனது அதிர்ஷ்டத்தை நொந்து கொண்டு ரகோத்தமன் ஆட்டோ பிடித்தார்.

விமான நிலையத்தில் கண்காணிப்பு அலுவலர் ரகோத்தமனின் போர்டிங் பாஸைத் தயாராக வைத்திருந்தார். ரகோத்தமன் நேராக இருக்கையில் சரிந்தார். இருக்கையில் அமர்ந்து சாய்ந்ததும் தூங்கிவிட்டார். அது அரை மணிநேரப் பயணம்தான். விமானம் அதிர்வுடன் தரையிறங்கியது. பறக்கத் தொடங்கும் முன்னரே தரையிறங்கிவிட்டதாக ரகோத்தமனுக்குத் தோன்றியது.

20

கோயம்புத்தூர் நாட்கள்

போலீஸ் அலுவலர்களைக் கைது செய்த நாளிலிருந்து 89ஆவது நாள். ரகோத்தமன் தலைமை ஜுடிஷியல் மாஜிஸ்டிரேட் நீதிமன்ற வளாகத்தில் மாஜிஸ்டிரேட் வருவதற்காகக் காத்திருந்தார். பெஞ்ச் கிளார்க் வந்து, தலைமை ஜுடிஷியல் மாஜிஸ்டிரேட் கோவிந்தராஜுலு விடுப்பில் சென்றுள்ளார் என்று தகவல் சொல்லும்போதே தாமதமாகியிருந்தது. இப்போது கூடுதல் சி.ஜே.எம். ஆவணங்களைப் பெற்று சி.ஜே.எம். பார்வைக்கு வைக்க வேண்டும்.

ரகோத்தமன் கைதிகளை மாற்றக் கோரும் மனுவையும் அவரிடம் கொடுத்தார். அவர்கள் பெங்களூர் சிறையில் இருந்தார்கள். வழக்கை ஏற்கும் (கமிட்டல் புரொசீடிங்ஸ்) நடைமுறைக்குக் கோவை கொண்டுவர வேண்டும். அன்று பிற்பகலில் கூடுதல் சி.ஜே.எம்., ரகோத்தமன் கேட்ட பிடி வாரண்ட்களைக் கொடுத்தார். ரகோத்தமன் பெங்களூருக்குப் புறப்பட்டார்.

பெங்களூரில், குற்றப் பத்திரிகை நகலையும், பி.டி. வாரண்ட்களையும் முச்சாண்டி நீதிமன்றக் கூடுதல் சி.ஜே.எம்.மிடம் கொடுத்தார். கைதிகளைக் கோவைக்கு மாற்றச் சிறைத்துறை அதிகாரிகளுக்கு அவர் வாரண்ட் கொடுக்க வேண்டும்.

அப்போது சிவப்பா அவசரமாக ரகோத்தமனைத் தன் அலுவலகத்திற்கு வருமாறு அழைத்தார். எதிர்த்தரப்பு, கைதிகளைக் கோவைக்கு மாற்றத் தடை கேட்டு உயர் நீதிமன்றத்தில் மனு தாக்கல் செய்துள்ளது. நீதிபதி, வழக்கை ஏற்கும்

நடைமுறை முடியும்வரை கைதிகள் பெங்களூரிலிருந்து வர வேண்டும். முறையான வழக்கு விசாரணை தொடங்கும்போது அவர்களைக் கோவைக்கு மாற்றலாம் என்று ஆணையிட்டுள்ளார். வழக்கை ஏற்கும் நடைமுறையில் கைதிகள் 15 நாட்களுக்கு ஒருமுறை நீதிமன்றம் வந்தால் போதும். முறையான வழக்கு விசாரணைக்குத் தினமும் வர வேண்டியிருக்கும்.

குற்றப் பத்திரிகை தாக்கல் செய்யப்பட்டுவிட்டதால், கைதிகள் ஜாமீனில் வெளிவர முடியாது. இப்போது கைதிகளை வழக்கு நடக்கும் நாட்களில் கோவை கொண்டுவருவது பெங்களூர் போலீஸின் பொறுப்பு. ஜலப்பா முன்ஜாமீன் வாங்கி யிருந்ததால் அவருக்குத் தனி வாரண்ட் வழங்கப்பட்டது. அவர்கள் ஐலண்ட் எக்ஸ்பிரஸில் வருவார்கள். ஜலப்பா சேலம் நேஷனல் ஹோட்டலில் தங்குவார். நாராயணன் நீதிமன்ற விசாரணைக்கு வரும்முன் அங்குச் சென்று குளித்துவிட்டுத் தயாராகி வருவார் என்று ஏற்பாடாகியிருந்தது. வழிக்காவல் போலீஸார் குளித்துத் தயாராக ரயில்வே வெயிட்டிங் ரூமுக்கு அழைத்துச் செல்லப்படுவார்கள்.

சி.ஜே.எம். கோவிந்தராஜுலு விடுப்பிலிருந்து திரும்பி விட்டார். கைதிகளைக் கோவைக்கு மாற்ற சிவப்பா மனு தாக்கல் செய்தார். போண்டா சாந்தா சரணடைய விரும்புவதாக ரகோத்தமனுக்குத் தகவல் கிடைத்தது. அவர் பெங்களூர் சி.பி.ஐ. அலுவலகத்தில் சரணடைந்தார்.

சுப்பிரமணியத்தின் நண்பர்கள், காலா, பாபு ஆகியோர் இன்னும் கைதாகவில்லை. சில நாட்களுக்குப் பிறகு பாபு கைது செய்யப்பட்டார். காலாவைப் பிடிப்பது சிரமமாக இருந்தது. அவர் பெங்களூரிலேயே இருப்பதாகத் தகவல் கிடைத்தது. ரகோத்தமன் நேரில் சென்று காந்தி நகர் ரயில் நிலையம் அருகில் அவரைக் கைது செய்தார்.

அங்கு நிறைய மது அருந்தும் கூடங்கள் இருந்தன. காலா வழக்கமாக மாலையில் அங்கு வருவான் என்ற தகவல் கிடைத்தது. ரகோத்தமன் ஒரு ஜீப்பிலும் குழுவினர் ஒரு வேனிலும் காத்திருந்தார்கள். காலாவோடு அவனது கூட்டாளிகள் சிலரும் வந்தார்கள். அவர்கள் போலீஸைப் பார்த்ததும் ஆளுக்கொரு பக்கமாகப் பிரிந்து ஓட ஆரம்பித்தார்கள். ஒரு போலீஸ் உளவாளி காட்டும்வரை ரகோத்தமனுக்குக் காலா யாரென்று தெரியாது.

காலா காலை நொண்டியபடி நடந்தான். அவனால் அதிக தூரம் போக முடியவில்லை. அவனைப் பிடித்தார்கள். வேனில் ஏற்றி அது முன்னே செல்ல, ரகோத்தமன் ஜீப்பில் பின்தொடர்ந்தார். சற்று நேரத்தில், மாலை நேரப் போக்குவரத்து நெரிசலில், வசந்த

நகர் அருகில் கார் பின்தங்கிவிட்டது. வேனைக் காணவில்லை. பிறகு வேன் சாலையோரம் நிறுத்தப்பட்டிருந்ததைப் பார்த்தார்கள். அங்கு ஒரு கும்பல் சேர்ந்திருந்தது. கூச்சலும் குழப்பமும் இருந்தது. டிரைவர் புலம்பிக்கொண்டிருந்தார்.

காலாவுக்காகக் காத்திருந்தபோது டிரைவர் கொஞ்சம் மது அருந்தியிருக்கிறார். வரும் வழியில் வேன் ஒரு பாதசாரி மீது மோதி அவர் அங்கேயே இறந்துவிட்டார். காலாவுடன் போலீஸார் இருந்ததால் அவன் ஓடவில்லை. அவனைத் தன் ஜீப்பில் ஏற்றிக்கொண்டு ரகோத்தமன் விரைந்து அகன்றார்.

18 குற்றவாளிகளும் பிடிபட்டுவிட்டார்கள். போண்டா சாந்தா, காலா, பாபு ஆகியோரை ரகோத்தமன் கோவைக்குக் கொண்டு வந்தார்.

குற்றப் பத்திரிகை தாக்கல் செய்த பிறகு கர்நாடக சட்டமன்றத்தில் ஒரு கவன ஈர்ப்புத் தீர்மானம் கொண்டுவரப் பட்டது. அதற்குப் பதில் தர, போலீஸ் கமிஷனரின் அறிக்கையைக் கோரினார்கள். டி.சி.பி. நாராயணனும் எஸ்.ஐ. உத்தப்பாவும் முதலில் ரஷீத் தாமாகவே சந்தியா லாட்ஜிலிருந்து போய்விட்டார், அவர் எங்கிருக்கிறார் என்று தெரியாது என்று தந்த அறிக்கை யையும் பின்னர் ஹை கிரவுண்ட்ஸ் போலீஸ் ரஷீதைச் சத்தியபிரகாஷ் லாட்ஜுக்குக் கொண்டு சென்றது பற்றிய விளக்கத்தையும் கமிஷனர் ஜலப்பாவுக்கு அனுப்பி வைத்தார்.

இந்த முரண்பட்ட அறிக்கைகளைச் சட்டமன்றத்தில் வைத்தால் வரக்கூடிய பின்னடைவுகள் ஜலப்பாவுக்குத் தெரியும். அவரது அலுவலகம், கமிஷனரின் அறிக்கைகளை அடிப்படையாகக் கொண்டு தயாரித்த குறிப்பில் ஜலப்பா, தானே சட்டமன்றத்தில் பதில் தருவதாக 1987 செப்டம்பர் 2 அன்று பதிவு செய்தார்.

சட்டமன்றத்தில் எந்த அறிக்கையும் வைக்கப்படத் தேவை யில்லை. ரஷீத் கொலை வழக்கு சென்னை உயர் நீதிமன்றத்தில் நடந்துவருவதாலும், இந்த வழக்கை சி.பி.ஐ. விசாரிக்க வேண்டும் என்று முதலமைச்சரே கேட்டுக்கொண்டதாலும், இது பற்றி விவாதிப்பது நீதிமன்றச் செயல்பாட்டுக்குக் குந்தகம் விளைவிப்பதாகும் என்று சொன்னால் போதுமானது.

இப்போது அப்ரூவராக மாறிய சீனிவாசன், லாட்ஜ் உரிமையாளர் போஜராஜ், அவரது மகன் சுதாகர் ஆகியோருக்கு மன்னிப்புப் பெற வேண்டும். அவர்களது பெயர்களைக் குற்றவாளிகள் பட்டியலிலிருந்து எடுக்க வேண்டும். ரகோத்தமன் அவர்களது பெயர்களை நீதிமன்றத்தில் சமர்ப்பித்தார். ஆனால் நீதிபதி கோவிந்தராஜுலு வேறு விதமாக முடிவெடுத்தார்.

அவர்களது வாக்குமூலங்களைப் பார்க்கும்போது அவர்கள் சாட்சிகளே, குற்றவாளிகள் அல்ல என்று அறிவித்தார். சிவப்பா வின் மனுவை வாதாட அனுமதிக்காமலே நிராகரித்தார்.

இது புலனாய்வில் குறை காண்பதாகும். எனவே சி.பி.ஐ. செஷன்ஸ் நீதிமன்றத்தில் முறையிட்டது. சிவப்பா ஒரு நாள் முழுவதும் வாதிட்டார். அறை முழுவதும் சட்ட மாணவர்களும் வக்கீல்களும், போலீஸாரும் நிறைந்திருந்தார்கள். எதிர்த் தரப்பு வக்கீல்களும் இருந்தார்கள். சி.பி.ஐ. சாட்சிகளைக் குற்றவாளி களாக மாற்றிவிட்டது. அவர்களை அச்சுறுத்தி, துன்புறுத்தி வாக்குமூலம் வாங்கியுள்ளது. கொலையே நடக்கவில்லை என்று அவர்கள் வாதிட்டார்கள்.

சிவப்பா, அவர்கள் ரஷீத்தின் மரணத்தில் நெருங்கிய தொடர்புகொண்டிருந்தார்கள் என்று போராடினார். லாட்ஜ் உரிமையாளர்கள் குற்றவாளிகள்தான். அவர்கள் கொலைக்குத் துணைபோனது மட்டுமல்ல, ரஷீத் இறந்துவிட்ட பிறகு அவர் தாமே வெளியேறியதாகப் பொய்யான பதிவுகள் செய்தார்கள். இது குற்றச் செயலாகும். சீனிவாசன் கொலை நடக்கும்போது பார்த்துக்கொண்டிருந்தார். ரஷீத்தின் காலைப் பிடித்துத் தூக்கி உடலை அகற்ற உதவியிருக்கிறார். இது தடயங்களை மறைப்பதாகும். எனவே அவர் இந்தக் குற்றச் செயலில் சம்பந்தப்பட்டவரே என்று வாதாடினார்.

போஜராஜ், சுதாகர், சீனிவாசன் மூவரும் குற்றவாளிகளே, சாட்சிகள் அல்ல என்று செஷன்ஸ் நீதிபதி தீர்ப்பளித்தார். கோவிந்தராஜுலுவை, சி.பி.ஐ.யின் விடுவிப்பு *(PARDON)* கோரும் மனுவை மறு பரிசீலனை செய்யுமாறு சி.ஜே.எம். அறிவுறுத்தினார். இந்தத் திருப்பம் கோவிந்தராஜுலுவுக்கு மகிழ்ச்சியளிக்கவில்லை.

சீனிவாசன், மாஜிஸ்டிரேட்டிடம் "நான் சொல்வதை நீங்கள் எழுதப்போகிறீர்களா இல்லையா? நான் சொல்வது அனைத்தும் உண்மை" என்று எதிர்த்துக்கொண்டிருந்தார். கொஞ்சம் முணுமுணுப்புக்களுக்குப் பிறகு, அவர்கள் அப்ரூவர்களாக அறிவிக்கப்பட்டு அவர்களது பெயர்கள் குற்றவாளிகள் பட்டியலிலிருந்து நீக்கப்பட்டன.

அடுத்து அவர்களை நீதிமன்றம் விசாரிக்க வேண்டும். அதற்கான நாள் குறிக்கப்பட்டது. தீபாவளிக்குப் பிறகு விசாரணை தொடங்கும்.

சீனிவாசன் தீபாளிக்கு ஊருக்குப் போக விரும்பினார். ஜாமீன் வாங்கிய பிறகு பாதுகாப்பாகத் தங்கவைக்க அவரை அழைத்துச் சென்ற இடம், சென்னை ஈ.வி.கே. சம்பத் மாளிகையி லுள்ள சி.பி.ஐ. அலுவலகம்தான். பழைய பொருட்களைப்

போட்டு வைத்திருந்த சிறிய அறையில் அவர் தங்கினார். அவர் அலுவலகத்திற்குள் சுற்றிவரலாம். வெளியே எங்கும் போக முடியாது. அவருக்குக் கேன்டீன் பொறுப்பு தரப்பட்டது. அலுவலகத்தின் பின்புறம் படிகளின் இடையே இருக்கும் இடைவெளியில் ஒரு கேஸ் அடுப்பு இருந்தது. அங்கே ஒரு குழாயும் பீங்கான் தொட்டியும் இருந்தன. அவ்வளவுதான்.

சீனிவாசன் தனது உணவைத் தானே தயாரித்துக் கொண்டார். வடை, சிற்றுண்டிகள், பக்கோடா தயாரித்தார். அவர் போடும் டீ எல்லோருக்கும் பிடித்திருந்தது. சீனிவாசனுக்கு ஆட்டுக் கறி பிரியாணி பிடிக்கும். சிவாஜி கணேசனின் ரசிகர். அவரைப்போல நடித்துக் காட்டி எல்லோரையும் மகிழ்விப்பார். சில நேரம் தெருவில் உள்ள வண்டிக் கடைகளிலிருந்து பிரியாணி வாங்குவார்கள்.

சீனிவாசன் சாட்சியமளித்து வழக்கு நல்லபடியாக முடிந்தால் சிவாஜி கணேசனைச் சந்திக்க ஏற்பாடு செய்வதாக ரகோத்தமன் அவரிடம் சொல்லியிருந்தார்.

சீனிவாசன் தீபாளிக்கு ஊருக்குப் போக விரும்பியபோது சி.பி.ஐ. அனுமதித்தது. பண்டிகைக்குப் பின் சென்னை சி.பி.ஐ. அலுவலகத்திற்குத் திரும்பி வந்தார். முதல் சாட்சியாகச் சாட்சியமளிக்கக் கோவைக்கு அவரை அழைத்துச் சென்றது சி.பி.ஐ.

சாட்சிக் கூண்டில் கால் வைத்தவுடன், சி.பி.ஐ. தன்னைத் துன்புறுத்திப் பொய் வாக்குமூலம் பெற்றதாகவும் தனக்குப் பாதுகாப்பு வேண்டும் என்றும் சீனிவாசன் கூறினார்.

ரகோத்தமன் இதை எதிர்பார்க்கவேயில்லை. சீனிவாசனைத் தொடர்ந்து, சத்தியபிரகாஷ் லாட்ஜின் உரிமையாளரும் அவரது மகனும் தங்கள் சாட்சியத்திலிருந்து பின்வாங்கினார்கள்.

ரகோத்தமனின் வழக்கு பலவீனமாகிக்கொண்டிருந்தது. சி.ஜே.எம். நீதிமன்றத்தில் வழக்கை ஏற்கும் நடைமுறை நிறைவுறுவதற்கான மூன்றே மாதங்களுக்குள் வழக்கின் அடித்தளம் ஆட்டம் கண்டுகொண்டிருந்தது.

ரகோத்தமன் தன்னை ஆசுவாசப்படுத்திக்கொண்டார். சாட்சிகள் பொய் சொன்னாலும் அபரிமிதமான சூழல் சான்றுகளை ஒருங்கிணைத்துப் பார்க்கும்போது உண்மை வெளிவரும் என்று அவர் நம்பினார்.

சீனிவாசன், போஜராஜ், சுதாகர் மூவரும் பிறழ் சாட்சியான பிறகு டி.சி.பி. (மேற்கு) நாராயணன், சென்னை உயர் நீதிமன்றத்தில் ஜாமீன் மனு தாக்கல் செய்தார். அதனை நீதிபதி பத்மினி ஜேசுதுரை விசாரித்தார்.

ரகோத்தமன் மைலாப்பூர் அருகில் வீனஸ் காலனியில் ஒரு விருந்தினர் விடுதியை வாடகைக்கு எடுத்துச் சிவப்பாவைத் தங்கவைத்தார். அவருக்கு உதவி செய்ய ஒரு கான்ஸ்டபிளை நியமித்தார். வாதம் நடக்கவிருந்த நாளுக்கு முந்தைய இரவில் குளிர்சாதனம் பழுதாகியது. உடனே ரகோத்தமனை வரச் சொல்லுமாறு கான்ஸ்டபிளை விரட்டினார் சிவப்பா. மைலாப்பூரிலிருந்து கே.கே. நகரிலிருந்த ரகோத்தமனின் வீட்டிற்கு ஏழு கிலோமீட்டர் சைக்கிளில் வந்து ரகோத்தமன் வீட்டு அழைப்பு மணியை இரவு ஒரு மணிக்கு அழுத்தினார் கான்ஸ்டபிள். ரகோத்தமன் ஸ்கூட்டரில் விருந்தினர் விடுதிக்கு விரைந்தார். ரகோத்தமன் விருந்தினர் விடுதியை அடைந்த போது, சிவப்பாவும், அவரது உதவியாளர் நாராயணப்பாவும் வியர்வை வழிந்தோடத் தரையில் அமர்ந்திருந்தார்கள். விடுதி மேலாளர் இல்லை. அதுவும் சிவப்பாவைக் கோபப்படுத்தியது.

"ரகோத்தமன், என்னை ஏன் இந்த இருட்டுச் சிறையில் அடைத்தீர்கள்? நாளை என்னால் வாதாட முடியாது. நான் தூங்கவில்லை. நீங்கள் வேறு யாரையாவது பாருங்கள்" என்றார் சிவப்பா.

ரகோத்தமன் சோழா ஷெராட்டன் என்னும் ஐந்து நட்சத்திர ஹோட்டலில் இரண்டு அறைகள் பிடித்தார். கட்டுப்பாட்டறையை அழைத்து ஒரு காரை வரவழைத்தார். அவர்களை அழைத்துப்போய் அறையில் சேர்த்தார்.

அன்று பிற்பகலில் ஜாமீன் மனு நிராகரிக்கப்பட்டது. ரஷீத் வழக்குக் கோப்புகள் கோவை சி.ஜே.எம். நீதிமன்றத்திலிருந்து சேலம் செஷன்ஸ் நீதிமன்றத்திற்குச் சென்றன.

அதற்கிடையில், டி.சி.பி. (மேற்கு) சென்னை உயர் நீதிமன்றத்தில் மற்றொரு மனு தாக்கல் செய்தார். சிவப்பா மீண்டும் அழைக்கப்பட்டார். அதிலும் ஒரு பிரச்சினை. முன்னதாக நீதிபதி பத்மினி ஜேசுதுரை நீதிமன்றத்தில் வழக்கு நடந்துகொண்டிருந்தபோது அருணாசலம் என்னும் மூத்த வழக்கறிஞர் நீதிமன்றத்திற்கு வந்து வழக்கு விசாரணையை அவதானித்துக்கொண்டிருந்தார். அவரே உயர் நீதிமன்ற நீதிபதி ஆகியிருந்தார். டி.சி.பி. (மேற்கு) நாராயணனின் ஜாமீன் மனு அவர்முன் விசாரணைக்கு வந்தது. சிவப்பா, ஏற்கெனவே ஒரு உயர் நீதிமன்ற நீதிபதி பெயில் மனுவை நிராகரித்துள்ளார் என்று வாதிட்டார். "வழக்கின் தன்மையைப் பெருமளவில் மாற்றும் புதிய சான்றுகள் இருந்தால் தவிர இன்னொரு நீதிபதி அதே விஷயங்களை மறு ஆய்வு செய்யக் கூடாது" என்றார். தீர்ப்பு மறு நாளுக்கு ஒத்திவைக்கப்பட்டது.

மறுநாள் செய்தித் தாள்களில், சி.பி.ஐ.யிலிருந்து பேசுகிறோம் என்று சொல்லிக்கொண்டு, யாரோ நீதிபதியைத் தொலைபேசியில் மிரட்டினார்கள் என்று செய்தி வெளியாகியது. தனது உயிருக்கு அச்சுறுத்தல் வந்துள்ளதால் தான் தீர்ப்பு வழங்க இயலாது என்று நீதிபதி அருணாசலம் வழக்கிலிருந்து விலகிக்கொண்டார்.

வழக்கு, பொறுப்பு தலைமை நீதிபதி மோகன் வசம் வந்தது. அவர் வழக்கை மற்றொரு நீதிபதிக்கு மாற்றினார்.

இதற்கிடையில் சில வழக்கறிஞர்கள், ஒரு நீதிபதி விசாரித்த வழக்கை இன்னொரு நீதிபதி விசாரிக்கக் கூடாது என்று சொன்னதன் மூலம் சிவப்பா நீதிமன்றத்தை அவமதித்துவிட்டார் என்று மனு தயாரித்தார்கள்.

சென்னையிலுள்ள ஒரு மூத்த வழக்கறிஞர், பொறுப்பு தலைமை நீதிபதி மோகனிடம் பேச முன்வந்தார். சிவப்பா பேசியது தவறல்ல என்று நீதிமன்ற அவமதிப்பு விஷயம் முடித்துவைக்கப்பட்டது.

மறுநாள் புதிய நீதிபதி ஜாமீன் மனுவை நிராகரித்தார். இவ்வாறாகச் சேலத்தில் ரஷீத் கொலை வழக்கு விசாரணை தொடங்க ஏதுவாகியது.

இருந்தபோதும், யாரோ சிலர் அவச் செயல்களைத் தொடர்ந்தார்கள். நாராயணனின் ஜாமீன் மனு நிராகரிக்கப்பட்ட நாளுக்கு மூன்றாம் நாள், பெங்களூர் கோரமங்களாவில் இருந்த சிவப்பாவின் வீட்டை அடியாட்கள் அடித்து நொறுக்கினார்கள். அவர் மனைவி உள்ளிருந்தபோதே கல்லெறிந்து ஜன்னல் கண்ணாடிகளை உடைத்தார்கள். சிவப்பாவின் குடும்பத்தினர் ஆடிப்போனார்கள். ரகோத்தமன் பெங்களூர் சென்று சிவப்பாவின் மனைவி, மூன்று மகன்கள் ஆகியோருடன் பேசினார்.

இது தங்களுக்கு விடப்படும் அச்சுறுத்தல், எச்சரிக்கை என்று ரகோத்தமனுக்குத் தெரியும். கல்லெறிச் சம்பவம் பற்றிப் போலீஸில் புகாரளிக்கப்பட்டது. ஒன்றும் நடக்கவில்லை. சிவப்பா இந்த வழக்கிலிருந்து விலகிவிட வேண்டும் என்று எதிரிகள் விரும்புகிறார்கள். நீண்ட விவாதத்திற்குப் பிறகு, தனது குடும்பத்தின் பாதுகாப்பு கருதி சிவப்பா பப்ளிக் பிராசிகியூட்டர் பொறுப்பிலிருந்து விலகிவிடுவது என்றும், தேவைப்பட்டால் அவரை அழைப்பது என்றும் முடிவாகியது. (பல ஆண்டு களுக்குப் பிறகு சிவப்பா கர்நாடக உயர் நீதிமன்றத்தில் நீதிபதியாக ஆனார். பின்னர் சென்னை உயர் நீதிமன்றத்தின் நீதிபதியாக ஆனார்.)

குற்றமும் தீர்ப்பும்

ரகோத்தமனைப் பொறுத்தவரை அது கடினமான முடிவாக இருந்தது. சேலம், கோவையில் வழக்கறிஞர்கள் யாரும் சிவப்பாவின் இடத்தை நிரப்ப முடியாது. இந்த வழக்கின் நுட்பங்களைப் புதியவருக்கு விளக்க வேண்டும். மேலும் இது ஒரு சிக்கலான வழக்கு. தேர்வு செய்யப்படும் வழக்கறிஞர் அச்சுறுத்தலையும் ஆசைகாட்டுதலையும் எதிர்கொள்ள வேண்டும். இப்போதுள்ள குறுகிய கால அவகாசத்தில் இது மிகச் சிரமமான காரியமாகத் தெரிந்தது. வழக்கு விசாரணையை நிறுத்தவும் முடியாது.

ரகோத்தமன் இன்னொரு பப்ளிக் பிராசிகியூட்டரைத் தேட வேண்டும். இப்போது கைவசம் இருப்பவர், சேலத்தைச் சேர்ந்த நடராஜன் என்பவர். சி.பி.ஐ.யில் வேறு பணியாக இருக்கிறார். குற்றப் பத்திரிகை தயாரிக்க உதவிய இன்னொரு பப்ளிக் பிராசிகியூட்டர் கல்யாணசுந்தரம், நடராஜனை இந்த வழக்கிற்கு நியமிக்குமாறு வலியுறுத்தினார். கல்யாணசுந்தரத் திற்குக் கொலை வழக்கைக் கையாள்வதில் அனுபவமில்லை என்பதால் கவலையோடு ரகோத்தமன் ஒப்புக்கொண்டார். அவருக்கு வேறு வழியில்லை. ஏதோ தவறாக நடப்பதாக அவர் உள்ளுணர்வு கூறியது.

கடைசியில் சேலத்தில் வழக்கு விசாரணை தொடங்கியது. கைதிகள் கோவை சிறையிலிருந்து சேலம் சிறைக்கு மாற்றப் பட்டார்கள். சி.பி.ஐ. கேட்டுக்கொண்டதால் தினமும் இந்த வழக்கைப் பிற்பகலில் விசாரிக்க நீதிபதி ஒப்புக்கொண்டார். முற்பகல் 12.30வரை வழக்கமான பணிகள் நடக்கும். தினமும் 12.30க்குப் பிறகு நீதிபதி வழக்குக் கோப்பை எடுப்பார். 12.30முதல் 01.30வரை விசாரணை நடக்கும். 01.30முதல் 02.00வரை உணவு இடைவேளை. 02.00முதல் 04.00வரை மீண்டும் விசாரணை நடக்கும்.

ஒவ்வொரு நாளும் யாரை அழைப்பது என்னும் பட்டியலை ரகோத்தமன் நீதிமன்றத்தில் கொடுக்க வேண்டும். கல்வித்துறை செயலாளர் ஏ. பரத், உள்துறை இணைச் செயலாளர், ஏ.எஸ். நாகராஜ், முன்னாள் கமிஷனர் கே.யூ. பாலகிருஷ்ண ராவ், டாக்டர் நீலா கோவிந்தராஜ் என எழுபது சாட்சிகளுக்கு மேல் பட்டியலில் இருந்தார்கள். ரகோத்தமனுக்கு முன் இந்த வழக்கை விசாரித்த டி.எஸ்.பி. கிருஷ்ணனும் இந்தப் பட்டியலில் இருந்தார். ஒரு சாட்சி ஒரு விஷயத்தை மெய்ப்பித்த பின் அதே விஷயத்தை இன்னொரு சாட்சி சொல்ல வேண்டிய அவசியமில்லை. அந்த விஷயம் மிக முக்கியமானது என்றால் தவிர.

21

சூட்கேஸின் கதை

வழக்கு விசாரணையின்போது எதிர்த் தரப்பு வக்கீல்கள் 1987, ஆகஸ்ட் 16 அன்று காலை 09.30 முதல் மாலை 05.30 வரை, ரஷீத் ஹை கிரவுண்ட்ஸ் போலீஸாரின் பிடியில் இருந்தார் என்பதை ஒப்புக்கொண்டார்கள். ஆனால், அது அவரின் பாதுகாப்புக்காகத்தான் என்றார்கள். எதிர்த் தரப்பினர் கூற்றுப்படி அன்று காலை சந்தியா லாட்ஜில் சதாசிவத்தின் ஆட்கள் கார்த்திகேயனும் ராஜனும் ரஷீத்தைத் தாக்கினார்கள் என்றார்கள். ரஷீத் அவர்களிடமிருந்து தப்பித்து, அங்கிருந்து சுமார் ஒரு கி.மீ தொலைவில் இருந்த ஜகத்குரு ரேணுகாச்சார்யா கல்லூரியின் என்.சி.சி. அணி வகுப்பு மைதானத்திற்கு ஓடினார். தன்னைத் துரத்தி வரும் ஆட்களிடமிருந்து தன்னைக் காப்பாற்று மாறு அங்கிருந்த மாணவர்களிடம் கேட்டார். மாணவர்கள், கல்லூரி பியூன்கள், தாசப்பா, ராமானுஜா ஆகியோரிடம் ரஷீத்தைப் போலீஸ் ஸ்டேஷன் அழைத்துப் போகுமாறு சொன்னார்கள். எனவே ராமானுஜா, ரஷீத்தை, ஒரு ஆட்டோ ரிக் ஷாவில் ஏற்றி, ரேஸ் கோர்ஸ் ரோடு, அரண்மனைச் சாலை, கன்னிங்ஹாம் சாலை வழியாக ஹை கிரவுண்ட்ஸ் போலீஸ் நிலையம் அழைத்து வந்தார்.

அங்கு ரஷீத், எஸ்.ஐ. உத்தப்பாவிடம், சதாசிவத்தின் ஆட்கள் தன்னை அடித்ததாகவும், தனக்குப் பாதுகாப்பு வேண்டும் என்றும் சொன்னார். உத்தப்பா, தலைமைக் காவலர்கள் என். நாகராஜ், கான்ஸ்டபிள் ஏ. மோகன் ஆகியோரை, ரஷீத்துடன்

சந்தியா லாட்ஜுக்குப் போகுமாறும், அவரைத் தாக்கியவர்களைக் கண்டுபிடித்து சந்தியா லாட்ஜுக்கு அருகிலுள்ள உப்பரபேட் போலீஸ் ஸ்டேஷனில் புகாரளிக்குமாறும் அனுப்பி வைத்தார்.

போலீஸார் சந்தியா லாட்ஜுக்குப் போனபோது ரஷீத்தைத் தாக்கியவர்கள் அங்கு இல்லை. காலை 09.45 மணிக்கு ரஷீத் உத்தப்பாவைப் போனில் கூப்பிட்டு மலையாளத்தில் பேசத் தொடங்கினார். உத்தப்பாவுக்கு மலையாளம் தெரியாததால், அவர் ரிஸீவரை ஏ.எஸ்.ஐ. நாயரிடம் கொடுத்தார். ரஷீத், உப்பரபேட் போலீஸ் ஸ்டேஷனில் புகார் தர உறுதியாக மறுத்து விட்டார். பின் ரஷீத் தன் அறைக்குச் சென்று, உடை மாற்றிக் கொண்டு, கீழே வந்து, தான் அறையைக் காலி செய்வதாகத் தெரிவித்தார். ரஷீத், நாகராஜ், மோகன் மூவரும் ஹை கிரவுண்ட்ஸ் போலீஸ் ஸ்டேஷன் திரும்ப முடிவு செய்தார்கள். ரஷீத் தனது புகாரை ஹை கிரவுண்ட்ஸ் போலீஸ் ஸ்டேஷனில் தர விரும்பினார். ரஷீத் ஆட்டோ ரிக்ஷாவில் செல்லப் பயந்ததால், மூவரும் டாக்ஸி பிடித்து (சி.ஏ.ஏ. 4300) காலை 10.00 மணிக்கு ஹை கிரவுண்ட்ஸ் போலீஸ் ஸ்டேஷன் வந்தார்கள். ரஷீத் ஆகஸ்ட் 14 அன்று காலை மில்லர்ஸ் சாலையில் உள்ள டி.வி. எஸ். கட்டடத்தில் விட்டுவிட்டு வந்த தனது ப்ரீஃப்கேஸைத் திரும்பப் பெற வேண்டும் என்று உத்தப்பாவிடம் சொன்னார். எனவே கான்ஸ்டபிள் மோகனும் ஏ.எஸ்.ஐ. நாயரும் ரஷீத்தை அங்கே அழைத்துச் சென்றார்கள். நாயர் அந்த மேலாளரிடம் மலையாளத்தில் பேசினார். பிறகு ரஷீத் பாதுகாப்பாக ஹை கிரவுண்ட்ஸ் போலீஸ் ஸ்டேஷன் வர விரும்பினார்.

பிறகு உத்தப்பா ரஷீத்தை ரேஸ் கிளப்பிற்குச் சாப்பிட அழைத்துப் போகுமாறு கான்ஸ்டபிள் மோகனிடம் சொன்னார். அவர்கள் பிற்பகல் 02.00 மணிக்குப் போய், 04.00 மணிக்குத் திரும்பி வந்தார்கள். ரஷீத், உத்தப்பாவிடம், தன்னிடம் ரூ. 250/– மட்டுமே இருப்பதாகவும், எனவே மலிவான விடுதிக்குப் போக விரும்புவதாகவும் சொன்னார். எனவே தலைமைக் காவலர்கள் நாகராஜ், நாராயணப்பா ஆகியோர் அவரைச் சத்தியபிரகாஷ் லாட்ஜுக்கு மாலை சுமார் 05.50 மணிக்கு அழைத்துச் சென்றார்கள். ரஷீத்தை அங்கே தங்கவைத்து விட்டு அவர்கள் இரவு 07.00 மணியளவில் ஹை கிரவுண்ட்ஸ் போலீஸ் ஸ்டேஷன் திரும்பினார்கள்.

பின்னர், உத்தப்பா, கமிஷனருக்குத் தான் அனுப்பிய பத்தி வாரிக் குறிப்பில், இரவு 08.15 மணிக்கு ரஷீத் சத்தியபிரகாஷ் லாட்ஜிலிருந்து தொடர்புகொண்டு, பரபரப்பாகப் பேசினார் என்றும், தான் ஐலண்ட் எக்ஸ்பிரஸில் கேரளா செல்வதாகவும், இரண்டு அல்லது மூன்று நாட்களில் திரும்பி வருவேன் என்று

சொன்னதாகவும் தெரிவித்தார். அவர் மறுநாள் நீதிமன்றத்தில் ஆஜராக வேண்டியிருப்பதை நினைவுறுத்தியதாகவும், ஆனால் ரஷீத் அதைப் பொருட்படுத்தவில்லை என்றும், திடீரென ரஷீத், “ராஜன்” என்று கத்தியது கேட்டது என்றும், பின் தொடர்பு துண்டிக்கப்பட்டுவிட்டது என்றும் உத்தப்பா தெரிவித்திருந்தார்.

நாகராஜ், நாராயணப்பா, மோகன், பிரசன்னா ஆகியோரின் பாக்கெட் நோட் புக் பதிவுகள், அன்று, ரஷீத் அவர்களுடன் இருந்தார் என்பதற்கான சான்றாவணமாகக் காட்டப்பட்டன. இந்த நோட்டுப் புத்தகங்கள், அரசுத் தரப்பில் சான்றாவணங்கள் 151 முதல் 154 வரையான ஆவணங்களாக வழக்கேற்பு நடைமுறையின்போது சமர்ப்பிக்கப்பட்டன. கமிஷனருக்கு உத்தப்பா அளித்த பத்திவாரிக் குறிப்பு சான்றாவனம் 177ஆகக் காட்டப்பட்டது. இந்த விவரணங்கள், ஆகஸ்ட் 16 அன்று ரஷீத் போலீஸாருடன்தான் இருந்தார் என்பதை ஒப்புக்கொள்வதாகும்.

சான்றாவணங்கள் 151–154, ரஷீத் ஹை கிரவுண்ட்ஸ் போலீஸுடன்தான் இருந்தார் என்பது கமிஷனருக்குத் தெரிய வந்தபின் (இதை டி.சி.பி. (மேற்கு) நாராயணனும், எஸ்.ஐ. உத்தப்பாவும் முதலில் கமிஷனரிடமிருந்து மறைத்திருந்தார்கள்) போலியாகத் தயாரிக்கப்பட்டவை என்று அரசுத் தரப்பு வாதிட்டது.ஒவ்வொரு முறையும் வசமாகச் சிக்கிக்கொள்ளும்போது நாராயணனும் உத்தப்பாவும் தங்கள் கதைகளை மாற்றிக் கொள்கிறார்கள் என்பதற்கு இது ஒரு உதாரணம் என்ற வாதத்தை முன்வைத்தது.

ரஷீத் சந்தியா லாட்ஜில் தாக்கப்பட்டார் என்பதற்கும், அவர் அங்கிருந்து தானே வெளியேறினார் என்பதற்கும் ஒரு சாட்சியும் இல்லை என்று அரசுத் தரப்பு குறிப்பிட்டது.

ஹை கிரவுண்ட்ஸ் போலீஸால் கைது செய்யப்பட்டுக் கடுமையாகத் தாக்கப்பட்டதாகவும், தனது ப்ரீஃப்கேசைப் பறித்துக்கொண்டார்கள் என்றும் ரஷீத், பெருநகர மாஜிஸ்திரேட்–2 இடம் சொல்லியிருக்கிறார். அவர் தனது பாதுகாப்பிற்காக ஹை கிரவுண்ட்ஸ் போலீஸை நாடினார் என்பது எவ்வளவு வினோதம் என்றும் அரசுத் தரப்பு சுட்டிக் காட்டியது.

ரஷீத் ஹை கிரவுண்ட்ஸ் போலீஸிடம் சுமுகமாக இருந்தாரென்றால், அவரிடமிருந்து சதாசிவத்தின் இருப்பிடம் பற்றி அறிய ஹை கிரவுண்ட்ஸ் போலீஸ் ஏன் முயற்சிக்கவில்லை? விடுதலை நாளுக்கு அடுத்த நாளே என்.சி.சி. அணிவகுப்பு நடந்திருக்க சாத்தியமே இல்லை என்றும் அரசுத் தரப்பு வாதிட்டது.

எல்லாக் காவல் நிலையங்களிலும் பராமரிக்கப்படும் நிலையக் கையேடு குறித்து நீதிமன்றத்தின் கவனத்திற்குக்

கொண்டு வந்தது அரசுத் தரப்பு. நாள்தோறும், காவல் நிலையத்தின் ஒவ்வொரு செயல்பாடும் அலுவலர்கள் பல்வேறு வேலைகளுக்கு அனுப்பப்படும் விவரங்களும் அதில் பதிவு செய்யப்படுகின்றன. ரஷீத் காவல் நிலையத்திற்கு வந்தது குறித்தோ, தாஸப்பா, ராமானுஜா ஆகியோரின் வாக்குமூலங்கள் குறித்தோ அதில் ஏதும் பதிவு செய்யப்படவில்லை.

மிக முக்கியமாக இந்த வாக்குமூலங்கள் மகாதேவப்பாவின் அறிக்கையில் இடம்பெற்றுள்ளன. பின்னர், ஹை கிரவுண்ட்ஸ் போலீஸ் நிலையத்தின் ஏ.எஸ்.ஐ. சென்னபசவய்யா, இந்த வாக்குமூலங்கள், சேஷாதிரிபுரம் உதவி கமிஷனர் முகம்மது இக்பால் ஆணைப்படி பெறப்பட்டன என்று கூறியுள்ளார்.

உதவி கமிஷனர் முகம்மது இக்பால் தனது அறிக்கையைக் கமிஷனருக்கு ஆகஸ்ட் 28 அன்று அனுப்பியுள்ளார். உத்தப்பா, தனது பத்திவாரி பதிலை ஆகஸ்ட் 30 அன்று தந்திருக்கிறார். ஆனால், அதில் தாஸப்பா, ராமானுஜாவின் வாக்குமூலங்களைப் பெறுமாறு சென்னபசவய்யா கேட்டுக்கொள்ளப்பட்டது பற்றியோ, அவை மகாதேவப்பாவின் அறிக்கையுடன் இணைக்கப்பட்டது பற்றியோ ஏதும் குறிப்பிடப்படவில்லை.

ப்ரீஃப்கேஸைப் பொறுத்தவரை, உத்தப்பாவின் கதை உண்மையென்றால், ரஷீத்துக்கு டி.வி.எஸ். கட்டடம்வரை நடந்துசென்று ப்ரீஃப்கேஸை வைத்துவிட்டு வர எங்கே நேரமிருந்தது? அவர் ஆகஸ்ட் 14 காலை முதலே ஹை கிரவுண்ட்ஸ் போலீஸ் லாக்–அப்பில் இருந்திருக்கிறார். அவர்கள் ப்ரீஃப்கேஸை ஏற்கெனவே சஞ்சய் காந்தி கல்வியியல் கல்லூரியிலேயே பறிமுதல் செய்துவிட்டார்கள் என்று அரசுத் தரப்பு சுட்டிக் காட்டியது.

ரஷீத் கொலை வழக்கு பற்றி டி.சி.பி. (மேற்கு) நாராயணனிடமிருந்து கைப்பற்றிய ஆவணங்களைக் கருத்தில் கொள்ளுமாறு அரசுத் தரப்பு நீதிமன்றத்தைக் கேட்டுக்கொண்டது. 1988 மார்ச் 2 அன்று டி.சி.பி. (மேற்கு) அலுவலகத்திலிருந்து கைப்பற்றப்பட்ட ப்ரீஃப்கேஸில் டி.சி.பி.யை ரஷீத்துடன் நெருக்கமாகத் தொடர்புப்படுத்தும் ஆவணங்கள் இருக்கின்றன. அவற்றில் தாசப்பா, ராமானுஜர் ஆகியோரின் வாக்குமூலங்களும் அடங்கும்.

ரஷீத்தின் உறவினர் அப்துல் சலீம் தாக்கல் செய்த ரிட் மனு, கர்நாடக பார் அஸோஸியேஷனுக்கு ரஷீத் அனுப்பிய புகார், கன்னட பிரபா, இந்தியன் எக்ஸ்பிரஸ் பத்திரிகைகளில் வெளிவந்த செய்திகள், தடையாணை கோரி சதாசிவம் தாக்கல் செய்த மனு, சிவில் நீதிமன்றம் ஒரு தரப்பாக வழங்கிய தடையாணை, சஞ்சய் காந்தி கல்வியியல் கல்லூரி தொடர்பாகச் சதாசிவத்திற்கு

வழங்கப்பட்ட தற்காலிகத் தடையாணையைக் கொடுக்கச் சென்றபோது வழக்கறிஞர் முத்தண்ணா, உத்தப்பாவிடம் கொடுத்த மனு, அம்மனுவைப் பெற்றுக்கொண்டதாக உத்தப்பா கொடுத்த ஒப்புதல் குறிப்பு ஆகியவை இருந்தன.

சி.ஓ.டி. கண்காணிப்பாளர் மகாதேவப்பா, கப்பன் பார்க் போலீஸ் ஸ்டேஷனில் பதிவு செய்யப்பட்ட முதல் தகவல் அறிக்கையைத் (எப்.ஐ.ஆர்.) திருத்துமாறு அனுப்பிய கடிதம், தாசப்பா, ராமானுஜா ஆகியோர் பற்றிய குறிப்புகள், என்.சி.சி. அணிவகுப்பு பற்றிய குறிப்பு ஆகியவையும் டி.சி.பி. (மேற்கு) ப்ரீஃப்கேஸில் இருந்தன.

இந்த முக்கியமான சான்றாவணங்கள் டி.சி.பி.யிடம் இருந்தது வினோதம்தான் என்று பப்ளிக் பிராசிகியூட்டர் வாதிட்டார். பெங்களூர் மேற்கு சட்டம் ஒழுங்கு பிரிவின் துணை கமிஷனர் ஹை கிரவுண்ட்ஸ் போலீஸ் மீதான குற்றச்சாட்டுக்களோடு சம்பந்தப்பட்டவரல்ல. சதாசிவத்திற்குச் சாதகமான இடைக்காலத் தடை, அப்துல் சலீம் தாக்கல் செய்த ரிட் மனு இவையும் அவர் சம்பந்தப்பட்டவையல்ல. ரஷீத் கொலைக் குற்றச்சாட்டு தொடர்பாக ஹை கிரவுண்ட்ஸ் போலீஸ் மீதான புகார்களில் அவர் இவ்வளவு ஆர்வம் காட்டியது ஏன்? அவருக்கு ஹை கிரவுண்ட்ஸ் போலீஸுடன் நெருங்கிய தொடர்பு இருந்தது உறுதி. ரஷீத் விவகாரம்தான் அந்தத் தொடர்பு.

டி.சி.பி. (மேற்கு), தான் சி.பி.ஐ. விசாரணைக்குத் தயாராக இருந்ததாகத் தந்த பலவீனமான பதில் திருப்தியளிக்கவில்லை.

குற்றவியல் நடைமுறைச் சட்டத்தின் 313ஆவது பிரிவு, குற்றம் தொடர்பான சான்றுகளை நீதிமன்றம் ஆய்வு செய்வதை அனுமதிக்கிறது. குற்றவாளிகள் அதற்கு விளக்கமளிக்க வேண்டும். நாகராஜ், நாராயணப்பா, மோகன், பிரசன்னா ஆகியோர், சான்றாவணங்கள் 151, 152, 153, 154 மற்றும் 177, ஆகியவற்றில் உள்ள பதிவுகள் உண்மையல்ல என்றும் ஏ.சி.பி இக்பாலும், கப்பன் பார்க் இன்ஸ்பெக்டர் நாகராஜும் கட்டாயப்படுத்தி அவற்றை எழுத வைத்தார்கள் என்றும் கூறியுள்ளனர். அவர்கள் நால்வருமே ஆகஸ்ட் 16, ரஷீத் காணாமல் போன அன்று தாங்கள் அவருடன் இல்லை என்றும் சொல்லியிருக்கிறார்கள். சி.ஆர்.பி.சி. பிரிவு 313இன் கீழ் விசாரிக்கப்பட்டபோது உத்தப்பா, தனது பதிலைத் துணை கமிஷனரின் அறிவுரைப்படி தயாரித்த தாகத் தெரிவித்துள்ளார்.

ஏ.சி.பி. இக்பாலின் அறிக்கையிலிருந்து, ரஷீத், ஹை கிரவுண்ட்ஸ் போலீஸிடம்தான் இருந்தார் என்பதும், உத்தப்பாவின் அறிவுரைப்படியே, தாசப்பா, ராமானுஜா

ஆகியோரின் வாக்குமூலங்களைச் சென்னபசவய்யா தயாரித்தார் என்பதும் துணை கமிஷனரின் கவனத்திற்கு வந்தபோது அவை, இரகசியமாக சி.ஓ.டி. விசாரணைக் கோப்பில் சேர்க்கப்பட்டன. ஏனெனில், அறிக்கை தந்ததோடு ஏ.சி.பி. இக்பாலின் பணி முடிந்துவிட்டது. தனக்கோ, ஏ.சி.பி. இக்பாலுக்கோ சி.ஓ.டி. விசாரணையோடு எந்தத் தொடர்புமில்லை என்பதைச் சென்னபசவய்யா ஒப்புக்கொண்டார். எனவே, ரஷீத் மரணம் குறித்து சி.ஓ.டி விசாரணை நடந்தபோது, தாசப்பா, ராமானுஜா ஆகியோரின் வாக்குமூலங்களைப் பசவய்யா தயாரிக்க வேண்டிய அவசியமில்லை. அந்த வாக்குமூலங்களில் பசவய்யா கையொப்பமிடவோ தேதியிடவோ இல்லை. சி.ஓ.டி என்னும் வேறொரு நிறுவனம் வழக்கை விசாரித்துக்கொண்டிருக்கும் போது, அந்த வாக்குமூலங்கள் ஏன் தயாரிக்கப்பட்டன என்றும் அவர் கூறவில்லை. இவையெல்லாம் பப்ளிக் பிராசிகியூட்டரின் வாதங்கள்.

மேலும், மகாதேவப்பா தன் சாட்சியத்தில், தாசப்பா, ராமானுஜாவின் வாக்குமூலங்களைத் தன்னுடைய விசாரணைக் கோப்பில் பார்த்ததாகவும், அவற்றைத் தான் பதிவு செய்யவில்லை யென்றும், அவை எவ்வாறு தன் கோப்பில் வந்தனவென்று தெரியவில்லை என்றும் கூறியுள்ளார்.

சி.ஓ.டி. விசாரணை முழுவதும் மகாதேவப்பா ஒருவராலேயே நடத்தப்பட்டது. எனவே சாதாரணமாக தாசப்பா, ராமானுஜா வின் வாக்குமூலங்கள் பதிவு செய்யப்பட்டது அவருக்குத் தெரிந்திருக்க வேண்டும். சி.ஓ.டி. கோப்பில் அவை எப்படி வந்தன என்பது விடை காணப்படாத புதிராகவே உள்ளது என்று பப்ளிக் பிராசிகியூட்டர் வாதிட்டார். எனவே தாசப்பா, ராமானுஜாவின் வாக்குமூலங்கள் உத்தப்பாவின் உத்தரவின் பேரில் உருவாக்கப்பட்டவை என்றார் அவர்.

தன்னுடைய பிரச்சினைகளைத் தீர்ப்பதில் தீவிரமாக ஈடுபட்டிருந்த ரஷீத்தைத் தாக்க சதாசிவம் ஆட்களை அனுப்பினார் என்பதை நீதிபதி ஏற்கவில்லை. ரஷீத், சதாசிவத்தின் நன்மைக்காக எத்துணை ஆர்வமாக உழைத்தார் என்பதை முத்தண்ணாவும் சீதாராம் ஐயங்காரும் விளக்கியிருந்தார்கள். சதாசிவத்திற்காகவே ரஷீத் கல்லூரிக்குச் சென்றார். ரஷீத்தைப் போலீஸ் தாக்கியதற்குச் சீதாராம் ஐயங்காரே சாட்சி (அரசுத் தரப்பு சாட்சி 34). ஆகஸ்ட் 12க்குப் பிறகு, ரஷீத் பெங்களூரில் செய்ததெல்லாம் தனது வாடிக்கையாளர் சதாசிவத்திற்காகவே. தனக்காக அர்ப்பணித்துக்கொண்ட ஒருவரைக் கொல்ல சதாசிவத்திற்கு எந்தக் காரணமும் இல்லை.

இதற்கிடையில், நாராயணன், தனது ஜாமீன் மனு நிராகரிப்பிற்கு எதிராக முறையீடு செய்யப் பிரசித்தி பெற்ற மூத்த வழக்கறிஞர் ராம் ஜெத்மலானியை நியமித்தார். ராம் ஜெத்மலானி, உச்ச நீதிமன்றத்தில் மனு தாக்கல் செய்தார். சேலத்தில் வழக்கு விசாரணை நடந்துகொண்டிருப்பதால் உச்ச நீதிமன்றம் அதை ஏற்கவில்லை. ராம் ஜெத்மலானி, மனுவைத் திரும்பப்பெற ஒப்புக்கொண்டார். ஆனால், இந்த மனுவைச் சேலம் அமர்வு (செஷன்ஸ்) நீதிமன்றத்தில் தாக்கல் செய்யலாம் எனக் கருத்துரைக்குமாறு கேட்டார். அவ்வாறே கருத்துத் தெரிவிக்கப்பட்டது.

அந்த ஆணையுடன் ராம் ஜெத்மலானி சேலம் வந்தார். அது பெரும் தாக்குதலாக இருந்தது. அது ஒரு கருத்துரைதான். அமர்வு நீதிபதி அதை நிராகரித்திருக்கலாம். ஆனால் அவர் சி.பி.ஐ.க்கு நோட்டீஸ் வழங்கினார். சி.பி.ஐ. பதில் மனு தாக்கல் செய்தது. உயர் நீதிமன்றம் ஏற்கெனவே நிராகரித்துள்ளதால் நாராயணனை ஜாமீனில் விடுவிக்க முடியாது என்று கூறியது.

மூன்று முக்கியச் சாட்சிகள், சீனிவாசன், சத்தியபிரகாஷ் லாட்ஜ் உரிமையாளர்கள் போஜராஜ், அவரது மகன் சுதாகர் ஆகியோர் பிறழ் சாட்சிகளாக மாறிவிட்டதால், டி.சி.பி. ஏன் சிறையில் வாட வேண்டும் என்று ராம் ஜெத்மலானி வாதிட்டார்.

அந்த நேரத்தில் புதிய பப்ளிக் பிராசிகியூட்டர் நடராஜன் குழப்பிவிட்டார். ஜாமீனில் விடுவதற்கு எதிராக வாதிடு வதற்குப் பதிலாகக் குற்றப் பத்திரிகை தாக்கல் செய்யப்பட்டு விட்டதால், டி.சி.பி.க்கு ஜாமீன் தருவதால் பிரச்சினையேதும் இல்லை என்றார்.

அமர்வு நீதிபதி டி.சி.பி.க்கு ஜாமீன் வழங்கினார். வழக்கு நடக்கும்போது டி.சி.பி. சேலத்தை விட்டுப் போகக் கூடாது என்னும் நிபந்தனை விதிக்கப்பட்டபோதிலும் சி.பி.ஐ.க்கு அது பின்னடைவுதான். சி.பி.ஐ.யே அதை விலைகொடுத்து வாங்கியது எனலாம். டி.சி.பி. நேஷனல் ஹோட்டலில் தங்கினார்.

ரகோத்தமன், பப்ளிக் பிராசிகியூட்டர் நடராஜனின் வீட்டிற்கு ஒரு இன்ஸ்பெக்டரை அனுப்பி வழக்கு ஆவணங்கள் அனைத்தையும் திரும்பப் பெற்றார். நடராஜனின் சேவை இந்த வழக்கிற்குத் தேவையில்லை என்றும் தெரிவித்துவிட்டார்.

சி.பி.ஐ. கொல்கத்தாவில் துணை சிறப்புச் சட்ட ஆலோசக ராக இருந்த ஏ.டி. தாந்தேவை வரவழைத்தது. அவரது குடும்பம் சென்னையில் இருந்தது.

தாந்தே வழக்கு விசாரணைக்குப் பொறுப்பேற்றார். ஜலப்பா, சதாசிவம் இடையே இருந்த போட்டியை நிறுவுவதற்காக சி.பி.ஐ. கர்நாடக அரசின் கல்வித்துறைச் செயலாளரை வரவழைத்தது. பின்னர் ஒவ்வொருவராகச் சாட்சிகளை அழைத்தார்கள்.

சி.பி.ஐ. குழுவினர் அருகிலிருந்த விருந்தினர் மாளிகையில் தங்கினார்கள். அங்கேயே அவர்களுக்கும் சாட்சிகளுக்கும் சாப்பாடு. அதன் பொறுப்பாளர் ஐயரும் அவரது மனைவியும். நாள்தோறும் 15 பேருக்குச் சமைத்தார்கள். 4 கான்ஸ்டபிள்கள், ஒரு டிரைவர், 4 அல்லது 5 சாட்சிகள், அவர்களது பாதுகாவலர்கள் ஆகியோர் அதில் அடங்குவார்கள். வாழை இலையில் சாப்பாடு தாராளமாக வழங்கப்பட்டது. பொரியல், அவியல், வறுவல், ஊறுகாய். ஒவ்வொரு நாளும் ஒரு வித்தியாசமான சாப்பாடு. நாள்தோறும் ஒரு வித்தியாசமான ஊறுகாயை ஐயரே தயாரித்தார். சின்ன மாங்காய், மாகாணி, வடுமாங்கா, தொக்கு, அப்பளம், வடாம், மோர் மிளகாய் வற்றல், பருப்புப் பொடி, வற்றல் குழம்பு அல்லது மோர்க் குழம்பு, ரசம், சாம்பார், தயிர், ஒரு இனிப்பு, ஏதேனும் ஒரு பாயசம்–சேமியா பாயசம், பச்சைப் பருப்புப் பாயசம் அல்லது அரிசிப் பாயாசம். பாயாசம் இல்லையென்றால், மைசூர்பாக்கு அல்லது ஜாங்கிரி அல்லது பூந்தி லட்டு.

சிவப்பாவுக்கு இனிப்பு ரொம்பப் பிடிக்கும். ஒரு நல்ல சாப்பாடு இனிப்புடன் முடிய வேண்டும், இல்லையென்றால் அது சாப்பாடே இல்லை என்று சொல்லுவார்.

ரகோத்தமன் சாப்பாட்டிற்குத் தன் சொந்தக் காசைச் செலவழித்தார். அதற்காகத் தன் மனைவி ஜானியின் நகைகளை அடகுவைத்தார். அந்தச் செலவை சி.பி.ஐ. ஈடுகட்டும் என்ற நம்பிக்கையில். ஆனால் அது திரும்பக் கிடைக்கவேயில்லை.

22

அழையா விருந்தினர்

வழக்கமாக அரசுத் தரப்பு சாட்சிகள் விசாரணை நாளன்று காலை 10 மணிக்கு ரயில்வே விருந்தினர் விடுதிக்கு வரவழைக்கப்படுவர். அங்கு, அவர்களுக்கு வழக்கின் விவரம், அவர்களது சாட்சியம் குறித்து விளக்கப்படும்.

சஞ்சய் காந்தி கல்வியியல் கல்லூரியின் உரிமையாளர் சதாசிவம், ரகோத்தமனின் 35ஆவது சாட்சி. அவர் சாட்சியமளிக்கும் முறை வந்தபோது, சி.பி.ஐ.க்கு நன்றி சொன்னார். தனது உயிருக்கு அச்சுறுத்தல் இருப்பதைச் சொன்னார். சாட்சியமளிக்கத் தயங்கினார். ரகோத்தமன் பொறுமையிழந்தார்.

சதாசிவம் பின்வாங்கும் ஆபத்தை எதிர் கொள்ள விரும்பவில்லை என்றபோதும் –

"உங்களுக்காக ரஷீத் இரையாவதை நீங்கள் தடுக்கவில்லை. அந்த வகையில் நீங்கள் நேர்மையற்றவர். அவர் உயிருக்கு ஆபத்து என்று உங்களுக்குத் தெரியும். ஆனால் அவரை விலக்க வில்லை. ஜலப்பாவையோ வேறு எவரையுமோ காட்டிலும் நீங்களே பெரிய கொலைகாரர். இந்த வேலைக்கு உங்களுக்கு வேறு உள்ளூர் ஆள் கிடைக்கவில்லையா? உங்களுடைய நயவஞ்சகமான ஆள்மாறாட்டத்தால் ரஷீத் கொல்லப்பட்டார். நீங்கள் அவரது மனைவியை விதவையாக்கி, இரு குழந்தைகளைத் தந்தையற்றவராக்கினீர்கள். இந்தக் கொலையே உங்கள் வணிகப் போட்டியின்

விளைவுதானே? மற்றவர்கள் சாட்சியமளிக்கும்போது நீங்கள் ஏன் அளிக்கக் கூடாது? நீங்கள் சாட்சியமளிக்கவில்லையென்றால், நாங்கள், உங்களை ஓமலூரில் ரஷீத்தின் உடல் கண்டெடுக்கப் பட்ட அதே இடத்திற்கு எடுத்துச் செல்வோம். ஆனால், இம்முறை உங்களை அடையாளமே தெரியாமல் ஆக்கிவிடுவோம்" என்றார் ரகோத்தமன்.

இந்த எச்சரிக்கை வேலை செய்தது. சதாசிவம் சாட்சிக் கூண்டில் ஏறி, உண்மையைச் சொன்னார்.

ரஷீத்தின் மனைவி அரசுத் தரப்பு சாட்சி 38. அவருடன் உறவினர்கள் ஐவர் வந்திருந்தார்கள். அவர் பெரிதும் ஆங்கிலத்திலேயே பேசினார். தன் கணவரைக் கொன்றவர்களைக் கண்டறிந்ததற்காக ரகோத்தமனுக்கு நன்றி தெரிவித்தார். அதைத் தெரிந்துகொண்டதில் தெளிவு பிறந்ததாகத் தெரிவித்தார். அவர் சாப்பிட மறுத்துவிட்டார். விசாரணையின்போது சிறப்பு பிராசிகியூட்டர், சந்தியா லாட்ஜிலிருந்து உத்தப்பாவின் ஆட்கள் ரஷீத்தை அழைத்துச் செல்லும்முன் ரஷீத், தனது திருமண நாளுக்காக அனுப்பிய தந்தியையும் வாழ்த்து அட்டையையும் சௌதாவிடம் காட்டினார். அவற்றைப் பார்த்ததும் அவர் கட்டுப்படுத்த முடியாமல் உடைந்து அழுதார்.

நீதிபதி குற்றவாளிகளின் வக்கீல்களைப் பார்த்து, "குறுக்கு விசாரணை செய்கிறீர்களா?" என்று கேட்டார். வக்கீல்கள் ஏழு பேரும் எழுந்து நின்று "இல்லை" என்று பதிலளித்தார்கள்.

பின்னர் வி.சி. ஜோசப் அழைக்கப்பட்டார். அவர் நீதிமன்ற வாயில்வரை வந்துவிட்டுப் பின் திரும்பித் தனது காரை நோக்கி ஓடினார். ரகோத்தமனின் காலில் விழுந்தார். "என்னை மன்னித்துவிடுங்கள். என்னால் முடியாது, ஒலி குமார் எனக்காகக் காத்துக்கொண்டிருக்கிறான்" என்றார்.

"ஒலி குமாரா? நீங்கள் என்ன சொல்கிறீர்கள்?" ரகோத்தமன் கேட்டார். ஒலி குமார் பெங்களூரில் இருக்கும் ஒரு ரவுடி. ஜோசப்பிற்குச் சம்மன் வந்தவுடன், அவன் அவரை மிரட்டியதோடு, அவரைப் பின்தொடர்ந்து சேலத்திற்கும் வந்திருக்கிறான்.

சி.பி.ஐ. குழுவினர் ஜோசப்பை நீதிமன்றத்திற்குள் அனுப்ப முயன்றனர். "பயப்படாதீர்கள், நாங்கள் உங்களுக்குப் பாதுகாப்புத் தருகிறோம்" என்றும் சொன்னார்கள். "நீங்கள் என்னை அனுப்பினால் நான் பொய்தான் சொல்வேன்" என்றார் ஜோசப்.

ஒலி குமார் தன்னை மிரட்டியதாகவும், சாட்சி சொல்ல வேண்டியிருந்தால், ஆகஸ்ட் 16 அன்று ரஷீத்தை ரயில் நிலையம் அழைத்துச் சென்று ஐலண்ட் எக்ஸ்பிரஸ்ஸில் ஏற்றிவிட்டது

தானே என்றும், ராஜன் அல்லவென்றும் சொல்ல வேண்டும் என்று அச்சுறுத்தியுள்ளதாகவும் சொன்னார் ஜோசப்.

சி.பி.ஐ. குழுவினர் ஜோசப்பிடம், ஒலி குமாரைக் காட்டுங்கள் என்று கேட்டார்கள். எதிரிகள் குழுவின் மீது பெட்ரோல் ஊற்றிக் கொளுத்திய சம்பவத்திற்குப் பிறகு ஒலி குமார் ஒரு பெரிய ரவுடியாகிவிட்டான். நெடுஞ்சாலையில் செல்லும் வாகன ஓட்டிகளை மிரட்டி, பெட்ரோல், டீஸல் திருடி அவன் பிழைப்பு நடத்தினான். ஒலி குமாருடன் இரண்டு மூன்று நபர்கள் நீதிமன்ற வளாகத்தைச் சுற்றிவருவதாக ரகோத்தமனின் கவனத்திற்கு வந்தது.

மற்ற சாட்சிகளையும் அவர்கள் அச்சுறுத்தக்கூடும் என்று ரகோத்தமனுக்குத் தோன்றியது. இப்போது அதுவும் ஒரு பிரச்சினைதான். ஏனெனில் அவர்கள் இதுவரை பாதியளவு சாட்சிகளைத்தான் விசாரித்துள்ளனர். தனிநபர் சாட்சியாளர் களும் உள்ளனர். உதாரணமாக, ஹோட்டல் வரவேற்பாளர்கள். அவர்கள் அச்சுறுத்தலுக்கு ஆளாகிவிடுவார்கள் என்பதில் சந்தேகமில்லை.

ரகோத்தமன் ஜோசப்பைத் திரும்பிப் போய்விடுமாறு சொன்னார். இன்னொரு சாட்சி பிறழ் சாட்சியாவதை அவர் விரும்பவில்லை. சாட்சிகளுக்குப் பாதுகாப்பு தருவதில் உள்ளூர் போலீஸுக்குத் திறனில்லை. அல்லது அவர்கள் குற்றவாளிகளுடன் கைகோர்த்துள்ளார்கள் என்று ரகோத்தமன் கவலைப்பட்டார்.

இன்னொரு சம்பவம் அவரது கருத்தை உறுதிப்படுத்தியது.

ஒருநாள் பிற்பகல் நீதிமன்ற நடவடிக்கை தொடங்குமுன், ரகோத்தமன், சிவப்பாவை மதிய உணவுக்காகக் கோவை ஸ்ரீ அன்னபூர்ணா ஹோட்டலுக்கு அழைத்துப் போனார். போய்ச் சேர்ந்ததும், வண்டியையும் ஓட்டுநரையும் திருப்பி அனுப்பி விட்டார். ஒரு மணிநேரம் கழித்து வந்தால் போதும் என்று சொல்லியனுப்பினார்.

இரண்டாவது மாடியில், குளிர்சாதன அறையில், அவர்கள் தாங்கள் சொல்லியிருந்த உணவு வருவதற்காகக் காத்திருந்த போது, டி.சி.பி. (மேற்கு) நாராயணன், அவரது மனைவி, மைத்துனர் (இவர் ஒரு வழக்கறிஞர், இளைஞர்), மேலும் ஒரு இளம்பெண் ஆகியோர் அங்கு வந்தார்கள். வழக்கமாக நாராயணனின் மனைவி நீதிமன்றத்திற்கு வருவதில்லை. அந்த இளம் பெண்ணையும் ரகோத்தமன் இதுவரை பார்த்ததில்லை.

ரகோத்தமனைப் பார்த்ததும், நாராயணன், அவர்களுக்குச் சர்வர் காட்டிய மேசைக்குச் செல்லாமல் ரகோத்தமனும் சிவப்பாவும் அமர்ந்திருந்த மேசைக்கு வந்து வேண்டுமென்றே

அதைச் சுற்றி வரத் தொடங்கினார். எடுத்து வைக்கும் ஒவ்வொரு அடியும் இவர்களை வெறுப்பேற்றுவதாக இருந்தது. அங்குப் போலீஸார் யாரும் இல்லை. சற்று நேரத்திற்குப் பின் நாராயணன் சாவகாசமாக நடந்து தன் மேசைக்குப்போனார்.

நாராயணன், ரகோத்தமனுக்கு ஒரு செய்தியைச் சொல்வது போலிருந்தது. அவரது கண்களும் சைகைகளும் ரகோத்தமனைப் பார்த்து, "உன்னால் என்னை என்ன செய்துவிட முடியும்?" என்று கேட்பது போலிருந்தது.

நாராயணன், சிறையில் களி தின்றுகொண்டிருக்க வேண்டியவர். இந்த ரெஸ்டாரண்டில் உட்கார்ந்திருக்கும் அவரைக் கட்டுப்படுத்த ஒரு போலீஸ்காரரும் இல்லை.

சிவப்பா கொந்தளித்தார். "இங்கே என்ன நடந்துகொண்டிருக்கிறது ரகோத்தமன்? என்ன உங்கள் தமிழ்நாடு போலீஸ்? அவன் ஒரு குற்றவாளி, இங்கே நம்மோடு அமர்ந்து சாப்பிடுகிறான்."

டி.சி.பி. தன்னைப் பார்த்துக் கேலியாகச் சிரிப்பதைப் பார்த்துக்கொண்டே, ஒரு வார்த்தையும் பேசாமல் ரகோத்தமன் கீழே போலீஸார் இருக்கிறார்களா என்று பார்ப்பதற்காக இறங்கிச் சென்றார்.

அங்கே குளிர்சாதன வசதி இல்லாத பகுதியில், மற்ற குற்றவாளிகள் எல்லோரும் சிரித்துப் பேசியபடி சாப்பிட்டுக் கொண்டிருந்தார்கள். அவர்கள் முகங்களில் கவலையின் அறிகுறி ஏதுமில்லை. அங்குப் போலீஸார் யாரும் இல்லை.

வெளியே, ஒரு சப்-இன்ஸ்பெக்டர், ஒரு தேநீர்க் கடையின் முன் நின்று சிகரெட் புகைத்துக்கொண்டிருந்தார். "இங்கு என்ன செய்துகொண்டிருக்கிறீர்கள்?" என்று ரகோத்தமன் கேட்டார். "அமைச்சர் அன்னபூர்ணாவில் சாப்பிட்டுக்கொண்டிருக்கிறார்." என்றார் எஸ்.ஐ.

"எந்த அமைச்சர்?" ரகோத்தமன் கேட்டார்.

"கர்நாடக அமைச்சர் ஜலப்பா." அந்த சப்-இன்ஸ்பெக்டருக்கு ஜாமீனில் இருக்கும் ஜலப்பா பற்றி மட்டுமே சொல்லப்பட்டிருந்தது. மற்ற குற்றவாளிகள் பற்றி அவருக்கு எதுவும் தெரியாது.

ரகோத்தமன் ஹோட்டல் வரவேற்பு மேசைக்கு ஓடினார். உடனடியாக ஒரு போட்டோகிராபர் வேண்டும், அங்கு நடப்பதைக் காமிராவில் பதிவு செய்ய வேண்டும்.

வரவேற்பாளரைப் பார்த்துக் கத்தினார். "பக்கத்திலுள்ள ஸ்டுடியோ ஒன்றிலிருந்து ஒரு போட்டோகிராபரை வரச் சொல்லுங்கள். சீக்கிரம், சீக்கிரம்."

வரவேற்பாளர், மேனேஜரை அழைத்தார். அவர், போட்டோ ஸ்டுடியோக்கள் இப்போது திறந்திருக்காது, உணவு இடைவேளை முடிந்த பிறகே திறக்கும் என்றார்.

அப்போது ஒரு போலீஸ் வேன் வாசலில் வந்து நின்றது. கைதிகள் வேனை நோக்கிச் சென்றார்கள். ரகோத்தமன் ஓடிச் சென்று வேனில் ஏறினார். டி.சி.பி. (மேற்கு) நாராயணன், ரகோத்தமன் வேனில் இருப்பதைப் பார்த்துக் கன்னடத்தில் உரத்த குரலில் கத்தினார். “முட்டாளே, நீ எங்களை ஒரு வேளை உணவை அமைதியாகச் சாப்பிட விட மாட்டாயா? எவ்வளவு நாளைக்கு நீ என்னைச் சிறையில் வைக்க முடியும்? இந்த வழக்கு முடிந்த பிறகு என்ன நடக்கிறது என்று பார்.”

போண்டா சாந்தா, டி.சி.பி.யைப் பார்த்துக் கத்தினான். “ஏய், போய் பேசாம உட்கார். நீ போலீஸ் அதிகாரியா இருக்கவே தகுதியில்லாதவன். உன்னால ஒரு பிணத்தைக்கூட ஒழுங்கா அழிக்க முடியல. நீயெல்லாம் போலீஸ் அதிகாரின்னு சொல்லிக்கிற.”

பின்னர் போண்டா சாந்தா, கைகளைக் கட்டிக்கொண்டு, ரகோத்தமனிடம் பணிவாகச் சொன்னான்: “அவன விடுங்க சார். புகார் எதுவும் பண்ணாதீங்க... போலீஸுக்கும் கெட்ட பேர் வரும். அவங்க பேர்ல நடவடிக்கை எடுப்பாங்க... சஸ்பெண்ட் பண்ணுவாங்க.”

அடுத்த நாள் காலை, சிவப்பாவின் ஆலோசனைப்படி, ரகோத்தமன் மாவட்ட எஸ்.பி. சி.வி. ராவிடம் புகாரளித்தார். குற்றவாளிக் கைதிகள், எந்தவிதப் போலீஸ் காவலும் இல்லாமல் பிக்னிக் அனுபவித்தார்கள் என்று புகார் செய்தார். எஸ்.பி. வியப்படைந்ததாகத் தெரியவில்லை. புகாரை டி.எஸ்.பி.க்கு அனுப்பி விசாரிக்கச் சொல்கிறேன் என்றார்.

ஒலி குமார், தன் கூட்டாளிகளிடம், வழக்கு முடிந்த பின் ரகோத்தமனை உதைப்பேன் என்று சொல்லிக்கொண்டிருந்ததாக அன்று மாலை, காலா ரகோத்தமனை எச்சரித்தான்.

ரகோத்தமனின் கல்லூரி நண்பர், அன்பு கணபதி என்பவர் தமிழ்நாடு அரசின் விவசாயத்துறை அதிகாரியாக இருந்தார். அவர் ரகோத்தமனை விவசாயத் துறை அமைச்சர் வீரபாண்டி ஆறுமுகம் அவர்களிடம் அழைத்துச் சென்றார். ரகோத்தமன் அவரை ஒருமுறை ஒரு ரயில் பயணத்தின்போது சந்தித்திருக்கிறார். அவர்மீதும் அவரது மைத்துனர் கொலை சம்பந்தமான வழக்கு இருந்தது.

ரகோத்தமன் அமைச்சர் வீரபாண்டி ஆறுமுகத்தைப் பார்க்கப் போனபோது அவர் மகன் ராஜா, தி.மு.க.வின் மாவட்டச்

செயலாளராகியிருந்தார். வீடு விழாக்கோலம் பூண்டிருந்தது. ரகோத்தமனும் விழாவில் கலந்துகொண்டார். அமைச்சரிடம், ரவுடிகள் தனது சாட்சிகளை மிரட்டுவது பற்றியும், போலீஸ் தனக்கு உதவாதது பற்றியும் கூறினார்.

அமைச்சர் ஆறுமுகம், ரவுடிகள் நீதிமன்ற வளாகத்தின் பக்கம் வராமல் பார்த்துக்கொள்வதாக உறுதியளித்தார். அவர்கள் சேலத்திலேயே இருக்கமாட்டார்கள் என்றார். ரகோத்தமன், ஒலி குமார் பற்றிச் சொல்லிவிட்டு, இந்த விஷயம் இரகசியமாக இருக்கட்டும் என்றும் கேட்டுக்கொண்டார். இரண்டு நாட்களுக்குப்பின் ஒலி குமார் நீதிமன்றத்திற்கு வருவதை நிறுத்திக்கொண்டான்.

ரகோத்தமன் அமைச்சருக்கு நன்றி தெரிவித்தார். ஒலி குமார் சேலத்தைச் சேர்ந்தவன்தான் என்றும் எனவே அவனை எளிதாகவே விலக்க முடிந்தது என்றும் அமைச்சர் சொன்னார். அமைச்சர் தனது ஆட்களை நீதிமன்ற வளாகத்தில் நிறுத்தி ஒலி குமாரை எச்சரித்து அனுப்பியிருந்தார். (சில ஆண்டுகளுக்குப்பின் ஒலி குமாரைக் காலா கொன்றுவிட்டதாக ரகோத்தமன் கேள்விப்பட்டார்.)

அடியாட்களை விரட்டியபின் ரகோத்தமன் ஒரு வாரம் விடுமுறை எடுத்துக்கொண்டு சென்னை திரும்பினார். ஞாயிற்றுக்கிழமை காலை சுமார் 08.00 மணியளவில், ஒரு எதிர்பாராத விருந்தாளி வீட்டிற்கு வந்தார். அழைப்பு மணி ஒலிப்பது கேட்டு கதவைத் திறந்த ரகோத்தமனின் மனைவிக்கு அவர் யாரெனத் தெரியவில்லை, ரகோத்தமன் குளித்துக்கொண்டிருந்தார். குளியலறைக் கதவைத் தட்டிய ஜானி, “உங்கள பாக்க யாரோ வந்திருக்காங்க” என்றார்.

“யாரது?” ரகோத்தமன் கேட்டார்.

“எனக்குத் தெரியல. நா இதுக்கு முன்ன அவரப் பாத்ததில்ல.”

குளித்து முடித்துவிட்டு, சட்டையை அணிந்தபடி, வரவேற்பறைக்கு வந்தார் ரகோத்தமன். அங்கே அமர்ந்திருந்தது, ஜலப்பா.

ரகோத்தமனுக்கு ஒரு நிமிடம் மூச்சே நின்றுவிட்டது. இது கனவல்ல, நிஜம். அது ஜலப்பாதான். முழு வெள்ளாடையில் வந்திருந்தார். வெள்ளைச் சட்டை, வெள்ளைக் காற்சட்டை. ஸ்டீல் பிரேம் மூக்குக் கண்ணாடி, வெள்ளை நிறக் கைக்குட்டை. குறுகத் தரித்த தன் தலைமுடியை நீவியபடி – அது அநேகமாக வழக்கை – நின்றிருந்தார்.

ஜலப்பா சிறிய ஒற்றை நாற்காலியில் உட்கார்ந்திருந்தார். அதைப் பல வருடங்களுக்கு முன் ரகோத்தமன் டெல்லியில் 100 ரூபாய்க்கு வாங்கியிருந்தார். அது உயரம் குறைவான நாற்காலி. கைப்பிடிகள் கிடையாது. ரகோத்தமன் எப்போதோ அதைத் தூக்கி எறிந்துவிட நினைத்தார். ஆனால் ஜானி ஒப்புக்கொள்ள வில்லை. அது நல்ல வலுவான நாற்காலி. அதுவும் அவர்கள் குடும்பத்தில் ஒரு உறுப்பினர்தான். எனவே ரகோத்தமன் அதற்குச் சிகப்பு வண்ணம் தீட்டியிருந்தார். அதேபோல் இன்னும் இரண்டு நாற்காலிகள் இருக்கின்றன.

ரகோத்தமனைப் பார்த்ததும், ஜலப்பா கைகளைக் கட்டியபடி எழுந்து நின்றார். அவர் சுமார் ஐந்தடி உயரம் இருந்தார்.

ஒலி குமார் சேலத்திலிருந்து விரட்டப்பட்ட பிறகு, ரகோத்தமனுக்கு அரசியல் செல்வாக்கு இருக்கிறது, அது அவருக்கு ஆதரவாக இருக்கிறது என்று ஜலப்பா கருதியிருப்பார்போலும் என்று ரகோத்தமன் நினைத்தார்.

டெல்லியில் காங்கிரஸ் அரசாங்கம் வீழ்ந்து வி.பி. சிங் பிரதமரானார். கோலாரில் ஜலப்பாவின் கல்லூரி பட்டமளிப்பு விழாவிற்கு அவர் வரவிருந்தார். ஆட்சி மாற்றத்தைத் தொடர்ந்து சி.பி.ஐ. டைரக்டரும் மாறினார்.

டைரக்டர் மாறிய பின் ரகோத்தமன் என்று ஒருவர் இருப்பதையே சி.பி.ஐ. மறந்துபோனது. வழக்கு எவ்வாறு செல்கிறது என்று எஸ்.பி.யோ, டி.ஐ.ஜி.யோ கேட்கவில்லை. பப்ளிக் பிராசிகியூட்டர் மட்டுமே வழக்கைக் கவனித்தார். அறிக்கைகள் சமர்ப்பிக்கப்பட்டன. ஆனால் அவற்றை யாராவது படித்தார்களா என்பது தெரியவில்லை. தனது மனைவியின் நகைகளை அடகு வைத்துச் சாட்சிகளுக்கும், போலீஸாருக்கும் சாப்பாடு தர ரகோத்தமன் செலவழித்த ரூ. 65000/- இன்னும் திரும்பக் கிடைக்கவில்லை.

"சார், நீங்கள் ஏன் இங்கே வந்தீர்கள்? இது சரியல்ல. இது உங்களுக்கும் நல்லதல்ல, எனக்கும் நல்லதல்ல" என்று ஜலப்பாவிடம் ரகோத்தமன் சொன்னார்.

இருவருமே நின்றபடி இருந்தார்கள். முதன் முறையாக ரகோத்தமன் ஜலப்பாவை, டி.சி.பி. நாராயணன் கைது செய்யப்படுவதற்கு முன்னால், உள்துறைச் செயலாளர் அலெக்ஸாண்டரின் வீட்டில் வைத்துப் பார்த்திருக்கிறார். உள்துறைச் செயலாளர் சி.பி.ஐ.யில் யாரையோ பிடித்து இந்தச் சந்திப்புக்கு ஏற்பாடு செய்திருந்தார்.

அலெக்ஸாண்டர், ஏற்கெனவே ரகோத்தமன் தனது அலுவலகம் வந்தபோது சொன்னதையே திரும்பவும் சொன்னார். "வழக்கு முடிந்துவிட்டது. சி.பி.ஐ. ஏன் அதைத் திரும்பவும் கிளறுகிறது?"

இந்த வழக்கைச் சமாளிக்க ஜலப்பாவிற்கு ரகோத்தமனின் உதவி தேவைப்படுகிறது என்று அலெக்ஸாண்டர் சொல்லிக் கொண்டிருந்தபோதே சரியாக ஜலப்பா உள்ளே வந்தார். முழுதும் வெள்ளை நிற ஆடையில் இருந்த அந்தக் குள்ளமான மனிதர் எதுவும் பேசாமல் மற்றொரு சோபாவில் உட்கார்ந்தார்.

ரகோத்தமன் பொறியில் சிக்கியதாக உணர்ந்தார். அவர் தங்களிடம் இலஞ்சம் பெற வந்தார் என்று அவர்கள் சொல்லி விடலாம். ஆனாலும், விளக்கமளித்தார். "நான் ஆவணங்களின் படியே நடவடிக்கை எடுக்கிறேன். அவற்றைப் பொய்யாக்கவோ குற்றச்சாட்டுக்களைப் புறக்கணிக்கவோ இயலாது. ஜலப்பா சம்பந்தப்படவில்லையெனில் அவர் கவலைப்பட எதுவுமில்லை. விசாரணை நடந்துகொண்டிருப்பதால் நான் இதற்கு மேல் எதுவும் பேச முடியாது."

அதன் பின் ரகோத்தமன் அலெக்ஸாண்டரின் வீட்டிலிருந்து விரைவாக வெளியேறினார். டிரைவரிடம் சி.பி.ஐ. அலுவலகம் போகுமாறு சொன்னார். எஸ்.பி.யிடமும் டி.ஐ.ஜி.யிடமும் நடந்ததைச் சொல்ல வேண்டும் என்று விரும்பினார்.

இப்போது ரகோத்தமனின் வீட்டில், ஜலப்பா ஒரேயொரு எளிய கோரிக்கையே வைத்தார். "சாட்சிகள் தாங்கள் விரும்புவதைச் சொல்ல ரகோத்தமன் அனுமதிக்க வேண்டும், யாரையும் அச்சுறுத்த வேண்டாம்" என்றார். ரகோத்தமன் தனிப்பட்ட முறையில் வழக்கில் ஈடுபாடு காட்ட வேண்டாம் என்றும் சொன்னார். இருவரும் நின்றபடியே இருந்தார்கள். ஜலப்பா கைகளைக் கட்டிக்கொண்டிருந்தார்.

ஜானி இரண்டு சில்வர் டபரா தம்ளர்களில் பில்டர் காப்பி கொண்டு வந்து மேசை மீது வைத்துவிட்டு, "சூடாக இருக்கிறது. தயவுசெய்து குடியுங்கள்" என்று சொல்லிவிட்டுப் போனார்.

ரகோத்தமனால் இதற்கு மேலும் அவரை நிற்க வைத்திருக்க முடியவில்லை. "உட்காருங்க, காபி எடுத்துக்குங்க" என்றார்.

ஜலப்பா உட்கார்ந்து காபியை மெதுவாகப் பருகினார். "நான் அந்த உடலைச் சரியாக அழித்திருந்தால், இந்த வழக்கு வந்திருக்காது. எப்படி அழிக்க வேண்டும் என்று எனக்குத் தெரியும். இந்தப் போலீஸ்காரர்கள் காரியத்தைக் கெடுத்துவிட்டார்கள்.

நான் பார்த்துக்கொள்கிறேன், நானே ஹோட்டலிலிருந்து கூட்டிப்போகிறேன் என்றுதான் சொன்னேன். இந்தப் போலீஸ் ராஸ்கல்கள், எல்லாம் தங்கள் கட்டுக்குள் இருப்பதாகச் சொன்னார்கள். நான் அதை அவர்களிடம் விட்டதுதான் தவறு. இப்போது பாருங்கள் நாம் எங்கே இருக்கிறோம் என்று. எல்லாம் கேலிக்கூத்தாகிவிட்டது."

ரகோத்தமன் அவரது இந்த ஒப்புதல் வாக்குமூலத்திற்கு மனதிற்குள் நன்றி கூறிக்கொண்டார். இது பற்றி யோசித்துக் கொண்டிருந்தபோது ஜலப்பா மெதுவாகச் சொன்னார். "உங்கள் அம்மாவிற்குப் புற்று நோய் என்று கேள்விப்பட்டேன். வருந்துகிறேன்."

ரகோத்தமனின் அம்மாவுக்கு வயிற்றுப் புற்று நோய். அவர் சென்னையில் ரகோத்தமனோடுதான் இருந்தார். மாதக்கணக்கில் ஜானிதான் அவரைக் கவனித்துக்கொண்டார். ரகோத்தமன் வழக்குகளுக்காக ஊர் ஊராகச் சுற்றிக்கொண்டிருப்பார். அரசு மருத்துவமனையில் பரிசோதித்துவிட்டு, நோய் முற்றிவிட்டது ஒன்றும் செய்ய முடியாது என்று சொல்லிவிட்டார்கள். அதன் பின் அவர் தனது கிராமத்திற்குப் போய்விட்டார். சென்னை யிலிருந்து 200 கி.மீ. தொலைவில் உள்ள உளுந்தூர்பேட்டைக்கு.

ஜலப்பா ரகோத்தமனைப் பற்றிய விவரங்களைச் சேகரித்து வைத்திருந்தார். "நீங்கள், பணத்திற்காகக் கவலைப்படாதீர்கள். அம்மாவை சிகிச்சைக்கு அமெரிக்காவுக்கு அனுப்பலாம். எல்லாவற்றையும் நான் பார்த்துக்கொள்கிறேன். இதை நான் மனிதாபிமான அடிப்படையில்தான் சொல்கிறேன். நான் உங்களுக்கு இலஞ்சம் கொடுக்கிறேன் என்றோ வேறு விதமாகவோ நினைத்துவிடாதீர்கள். நான் எல்லாவற்றையும் சமாளித்து விட்டேன் இதுவரை. இப்போது நீங்கள் தயவுசெய்து..."

"இதோ பாருங்க ஜலப்பா சார்," ரகோத்தமன் குறுக்கிட்டார். "எல்லாவற்றையும் நீங்க சமாளிச்சதுபோல என்னை இந்த வழக்கிலிருந்து மாத்திடுங்க. இதில எனக்குத் தனிப்பட்ட அக்கறை ஒன்றுமில்ல. சிறப்பு குற்றப் பிரிவிலிருந்து மாத்திட்டா எனக்குக் கவலையில்லை. என் அம்மா, நா இந்த வழியில பணம் வாங்கினேன்னு தெரிஞ்சா, உடனே உயிரை விட்டுவிடுவார். அது புற்றுநோய் மரணத்தைவிட மோசமானது. இனி இதுபோலப் பேசாதீங்க."

ஜலப்பா எழுந்தார். இரு கரங்களையும் கூப்பி வணக்கம் என்றார். புறப்பட்டார். ரகோத்தமன் ஜானியைக் கூப்பிட்டு, தம்ளர்களை எடுக்கச் சொன்னார். "இவன் யாருன்னு தெரியுமா?"

குற்றமும் தீர்ப்பும்

ஜானி பதிலேதும் சொல்லும் முன் அவரே சொன்னார். "இவன்தான் கர்நாடக உள்துறை அமைச்சர், கொலைக் குற்றவாளி ஜலப்பா"

"ஓ இவன்தான் அவனா? ஆமாம், அவன் எதுக்கு இந்த சூட்கேஸை இங்கே வைத்துவிட்டுப் போகிறான்?"

அப்போதுதான், ஜலப்பா உட்கார்ந்திருந்த நாற்காலியின் பின்புறமாக வைக்கப்பட்டிருந்த சூட்கேஸை ரகோத்தமன் பார்த்தார்.

ரகோத்தமன் கீழிறங்கி ஓடினார். காலனி வாயிலை நோக்கி ஜலப்பா வேகமாக நடப்பதைப் பார்த்தார். "மிஸ்டர் ஜலப்பா, மிஸ்டர் ஜலப்பா" என்று கத்திக்கொண்டே பின்னால் ஓடினார்.

ரகோத்தமன் ஓடி வருவதைப் பார்த்துவிட்டு ஜலப்பா நின்றார். ரகோத்தமன் மூச்சு வாங்க ஓடி ஜலப்பாவை நெருங்கினார். "நீங்கள் என் வீட்டுக்கு வரும்போது ஒரு சூட்கேஸை எடுத்து வந்தீர்கள். ஏன் அதை அங்கேயே விட்டுவிட்டீர்கள். திரும்ப வந்து அதை எடுத்துக்கொண்டு போங்க. இல்லாவிட்டால் நான் இப்பவே உங்களைக் கைது செய்வேன்" என்றார் ரகோத்தமன்.

ஜலப்பா ஒன்றும் பேசாமல் திரும்ப வந்து சூட்கேஸை எடுத்துச் சென்றார். ரகோத்தமன் ஜலப்பாவுடன் வெளி வாயில்வரை சென்று அங்குக் காவலுக்கு நின்ற கான்ஸ்டபிளைப் பார்த்துக் கத்தினார். "என்ன போலீஸ் நீ.. யார் வந்தாலும் உள்ளே விட்டுவிடுவாயா?"

திரும்ப வீட்டிற்குள் வந்த பின்னும் ரகோத்தமனின் கோபம் அடங்கவில்லை. ஜானி அவரைச் சமாதானப்படுத்தினார். "ஏங்க... இவ்வளவு கோபம் உடம்புக்கு நல்லதில்லை."

23

கடைசி சாட்சி

சி.பி.ஐ. மரபுப்படி, விசாரணை அலுவலர் தான் ஒரு வழக்கின் கடைசி சாட்சியாவார். ரகோத்தமனைக் குறுக்கு விசாரணை செய்ய டெல்லியிலிருந்து ராம் ஜெத்மலானி வரவழைக்கப் பட்டார். ரகோத்தமன் காலை 11 மணிக்குச் சாட்சிக் கூண்டில் ஏறினார்.

அதுவரை நடந்த புலனாய்வு விவரங்களை நினைவுபடுத்திக்கொள்ள ரகோத்தமனுக்குப் பப்ளிக் பிராசிக்யூட்டர் தாந்தே உதவினார். ரகோத்தமனின் முதன்மை வாக்குமூலம் முடிந்த வுடன், ராம் ஜெத்மலானி சாட்சிக் கூண்டை நெருங்கி, தாழ்ந்த குரலில் கேட்டார்:

"நீங்கள் நேர்முகத் தேர்வு அதிகாரிதானே?"

"ஆமாம் சார்..."

"இதற்கு முன் கொலை வழக்கு ஏதும் விசாரித்திருக்கிறீர்களா?"

"இல்லை."

"ஒரு பிணத்தைப் பார்த்திருக்கிறீர்களா?"

"பயிற்சியின்போது பார்த்திருக்கிறேன். கொலை செய்யப்பட்ட ஒரு பிணத்தையும் தற்கொலை செய்துகொண்ட ஒருவரின் பிணத்தையும் பார்த்திருக்கிறேன்."

"நீங்கள் பின்பற்றிய நடைமுறை என்ன வென்பது எனக்குத் தெரியும். இந்த வழக்கில் நீங்கள் எந்த விசாரணையும் செய்யவில்லை. நீங்கள் ஒரு

இலஞ்சப் பேர்வழி. உங்களுக்குக் கொடுக்கப்பட்ட பணம் குறைவு என்பதால் வேண்டுமென்றே இந்தக் குற்றவாளிகள் மீது பொய் வழக்குப் போட்டிருக்கிறீர்கள்."

ரகோத்தமன் பப்ளிக் பிராசிகியூட்டரைப் பார்த்தார். இந்தக் கேள்விக்கு நான் பதில் சொல்ல வேண்டுமா என்று மௌனமாகக் கேட்பது போலிருந்தது.

தாந்தே உடனே எழுந்து நீதிபதியைப் பார்த்து, "யுவர் ஆனர், இது சம்பந்தமில்லாத கேள்வி. அவரிடம் ஆதாரம் இருந்தால் காட்டட்டும். அவர் ஒரு மூத்த வழக்கறிஞர். எப்படி நடந்துகொள்ள வேண்டும், எப்படிக் கேள்விகள் கேட்க வேண்டும் என்று அவருக்குத் தெரியும்."

நீதிபதி, ஜெத்மலானியைப் பார்த்து, "ரகோத்தமன் பணம் பெற்றார் என்பதற்கு உங்களிடம் ஆதாரம் இருக்கிறதா?" என்று கேட்டார்.

"யுவர் ஆனர், முதல் விசாரணை அலுவலர், மிக எச்சரிக்கையாக விசாரித்து இந்த வழக்கை முடிவு செய்ய இருந்தார். ஆனால் இவர் புது டெல்லி சொன்னபடி இதை அரசியலாக்கி விட்டார். கர்நாடகத்தில் ஜனதா கட்சி ஆட்சி நடக்கிறது. மத்தியில் காங்கிரஸ் ஆட்சி நடக்கிறது. இவர் ஒரு கருவியாகிவிட்டார்."

நீதிபதி குறுக்கிட்டு, வழக்கு சம்பந்தப்பட்ட கேள்விகளை மட்டும் கேளுங்கள் என்று உத்தரவிட்டார்.

உயர் நீதிமன்றத்திலும், உச்ச நீதிமன்றத்திலும் மூத்த வழக்கறிஞர்கள், நீண்ட விவாதங்களின்போது எப்படி மேசையில் சாய்ந்துகொண்டு பேசுகிறார்கள் என்று ரகோத்தமன் பார்த்திருக் கிறார். அதே மாதிரியில், ஜெத்மலானியும் தனக்கென ஒரு பெஞ்சை வரவழைத்து அதன் மீது சாய்ந்துகொண்டார். பேசும் போது, ஒரு நாற்காலியை இழுத்து, அதன் மீது காலைத் தூக்கி வைத்துக்கொண்டார். அவர் 70 வயதை நெருங்கிக்கொண் டிருக்கிறார். ஜெத்மலானி தன் கால்களை நாற்காலியின் மீது தூக்கி வைத்திருப்பதை நீதிபதி உற்றுப் பார்த்திருந்தார். அதை ஜெத்மலானி கவனிக்கவில்லை. நீதிபதிக்குக் கோபம் வந்துவிட்டது. "மூத்த வழக்கறிஞரே... நீங்கள் கால் வைத்திருக்கும் அந்த நாற்காலி, ஒரு வழக்கறிஞர் உட்காருவது." ஜெத்மலானி, முகத்தில் ஒரு கேள்விக்குறியோடு நீதிபதியைப் பார்த்தார்.

நீதிபதி தொடர்ந்து கோபமான குரலில் சொன்னார்: "அந்த நாற்காலியில் ஒரு வழக்கறிஞர் வழக்கமாக உட்காருவார். அதற்கென ஒரு மரியாதை இருக்கிறது என்று நீங்கள்

நினைக்கவில்லையா?" ஜெத்மலானி மன்னிப்புக் கேட்டுக்கொண்டு காலை எடுத்துவிட்டார்.

ரகோத்தமனைத் தொடர்ந்து குறுக்கு விசாரணை செய்தார். முந்தைய விசாரணை அதிகாரி, எல்லாத் தடயங்களையும் சேகரித்து, எல்லாச் சாட்சிகளையும் விசாரித்துவிட்டார். ஆனால் ரகோத்தமன் இந்த வழக்கை ஊதிப் பெரிதாக்கிவிட்டார் என்று குற்றம் சாட்டினார். ரகோத்தமன் அதை மறுத்தார். உண்மையில், முந்தைய விசாரணை அதிகாரி, முழுமையான விசாரணை செய்யவில்லை. அவர் பிணக் கூராய்வு அறிக்கையைக்கூடப் பெறவில்லை என்றார்.

விசாரணை மதியம் 01.30வரை தொடர்ந்தது. பின்னர் நீதிபதி, எதிர்த் தரப்பு வேறு சாட்சிகளைக் குறுக்கு விசாரணை செய்ய விரும்புகிறார்களா என்று கேட்டார். அவர்கள் இல்லை என்று சொன்னபின், வாய்மொழி வாதங்களுக்கான தேதி பின்னர் அறிவிக்கப்படும் என்றார். சி.பி.ஐ. வழக்கின் விவரங்களைத் தொகுத்து 120 பக்க அறிக்கையைச் சமர்ப்பித்தது. வாய்மொழி வாதங்களுக்கான தேதிக்கு ஒரு வாரம் முன்னதாக அந்த அறிக்கையின் நகல் எதிர்த் தரப்புக்குத் தரப்பட்டது.

வி.பி. சிங் அரசு கவிழ்ந்த 1990, நவம்பர் 7 அன்று இந்த வழக்கின் தீர்ப்பு வழங்கப்பட்டது.

முச்சாண்டி கூடுதல் தலைமை ஜுடிஷியல் மாஜிஸ்டிரேட் முன்னிலையில் சீனிவாசன் கொடுத்த வாக்குமூலமும் சத்திய பிரகாஷ் லாட்ஜ் உரிமையாளர்கள் போஜராஜ், அவரது மகன் சுதாகர் ஆகியோரது வாக்குமூலங்களும் ஏற்கப்படவில்லை. அவர்களே அதிலிருந்து பின்வாங்கிவிட்டார்கள்.

சப் – இன்ஸ்பெக்டர் எம்.பி. உத்தப்பா, (குற்றவாளி 2–ஏ 2) சதித் திட்டம் தீட்டியமைக்காக இ.த.ச. பிரிவு 120பி–யின் கீழ் 5 ஆண்டு கடுங்காவல் தண்டனை அனுபவிக்க வேண்டும். கடத்தலுக்காகப் பிரிவு 365இன் கீழ் 18 மாதங்கள். சட்டங்களைத் தவறாகப் பயன்படுத்தியமைக்காகப் பிரிவு 32இன் கீழ் ஓராண்டு, சட்டவிரோதமாக அடைத்து வைத்ததற்காகப் பிரிவு 342, 120பி–யின் கீழ் ஓராண்டு, குற்றவாளிகளைக் காப்பாற்றுவதற்காகத் தடயங்களை மறைத்தல் மற்றும் உண்மைக்கு மாறான தகவல்களைத் தருதலுக்காகப் பிரிவு 201இன் கீழ் 3 ஆண்டுகள், அரசு அலுவலராகத் தவறான ஆவணங்கள் தயாரித்தமைக்காகப் பிரிவுகள் 201, 218இன் கீழ் தலா 2 ஆண்டுகள், கொலை செய்தமைக்காகப் பிரிவு 302 மற்றும் 120பி–யின் கீழ் வாழ்நாள் சிறை விதிக்கப்பட்டது.

மூன்றாவது குற்றவாளி பி. கிருஷ்ணன் குட்டி நாயருக்கு, பிரிவு 120பி-யின் கீழ் 2 ஆண்டுகள் கடுங்காவல், பிரிவு 342இன் கீழ் ஓராண்டு.

என். நாகராஜுக்கு (ஏ 4), பிரிவு 120பி-யின் கீழ் 5 ஆண்டு கடுங்காவல், பிரிவு 365இன் கீழான குற்றங்களுக்கு 18 மாதங்கள். பிரிவு 342இன் கீழ் ஓராண்டு. பிரிவு 201இன் கீழ் 2 ஆண்டுகள், பிரிவுகள் 342, 302, 34இன் கீழ் வாழ்நாள் சிறை.

என். நாராயணப்பா (ஏ 5), பிரிவு 120 பி-யின் கீழ் 5 ஆண்டு கடுங்காவல், 342இன் கீழ் ஓராண்டு, பிரிவு 201இன் கீழ் வாழ்நாள் சிறை விதிக்கப்பட்டார்.

ஏ. மோகன், (ஏ 6) பிரிவு 120பி-யின் கீழ் 2 ஆண்டு கடுங்காவல், 342இன் கீழ் ஓராண்டு, பிரிவு 365இன் கீழ் கடத்தலுக்காக 18 மாதங்கள் விதிக்கப்பட்டார்.

பிரசன்னா (ஏ 7) பிரிவு 120-பியின் கீழ் 2 ஆண்டு கடுங்காவல், 342/120பி-யின் ஓராண்டு, பிரிவு 365இன் கீழ் கடத்தலுக்காக 18 மாதங்கள் விதிக்கப்பட்டார்.

இறுதியாக கே. நாராயணன், (ஏ 11) பிரிவு 201இன் கீழ் 2 ஆண்டுகள் கடுங்காவல், பிரிவு 218இன் கீழ் 2 ஆண்டுகள் விதிக்கப் பட்டார்.

பல்வேறு பிரிவுகளின் கீழான தண்டனையை அவர்கள் ஏக காலத்தில் அனுபவிக்க வேண்டும்.

கிருஷ்ணன் குட்டி நாயர், மோகன், பிரசன்னா ஆகியோரது தண்டனைக் காலம் அவர்கள் ஏற்கெனவே விசாரணைக் கைதிகளாகச் சிறையில் கழித்த காலத்திற்குச் சரி செய்யப்பட்டு அவர்கள் விடுதலை செய்யப்பட்டார்கள். டி.சி.பி. நாராயணனின் தண்டனைக் காலத்தில் ரிமாண்டில் இருந்த காலம் கழிக்கப்படும். சுப்பிரமணியம் (ஏ 1), கோவிந்த பிரசாத் (ஏ 8), கே. பாண்டியன் (ஏ 9), காலா (ஏ 10), ஜலப்பா (ஏ 12), போண்டா சாந்தா (ஏ 13), குட்டி என்றழைக்கப்படும் தேவராஜன் (ஏ 14), மணி (ஏ 15), கோவிந்தசாமி (ஏ 16), பாபு (ஏ 17), ராஜு (ஏ 18) ஆகியோர் விடுதலை செய்யப்பட்டார்கள். இவர்களில் கடைசி நால்வரில் மூவர் சுப்பிரமணியத்தின் நண்பர்கள், ஒருவர் ரெயில்வே கேங்மேன்.

தண்டிக்கப்பட்ட போலீஸ் அலுவலர்கள் மேல் முறையீடு தாக்கல் செய்தார்கள். டி.சி.பி. நாராயணன், நாயர், நாகராஜ், மோகன், நாராயணப்பா, பிரசன்னா ஒவ்வொருவரும் தனித் தனியே மேல் முறையீடு தாக்கல் செய்தார்கள்.

ஜலப்பா, போண்டா சாந்தா, புரோக்கர்கள், ரவுடிகள் ஆகியோரது விடுதலையை எதிர்த்து சி.பி.ஐ. சென்னை உயர் நீதிமன்றத்தில் மேல் முறையீடு தாக்கல் செய்தது.

சீனிவாசனின் ஒப்புதல் வாக்குமூலம் இரண்டுமுறை பதிவு செய்யப்பட்டது. ஒருமுறை சி.பி.ஐ.யால். மற்றொரு முறை மாஜிஸ்டிரேட் முன்னிலையில். அதன் பிறகே அவருக்கு விடுவிப்பு (PARDON) வழங்கப்பட்டது. சீனிவாசன், போஜராஜ், சுதாகர் ஆகியோரின் ஒப்புதல் வாக்குமூலங்களைக் கருத்தில் கொள்ளாததன் மூலம் நீதிபதி தவறிழைத்துள்ளார் என்பது சி.பி.ஐ. மேல் முறையீட்டின் அடிப்படை.

சுமார் பதினோரு ஆண்டுகளுக்கும் மேலாக மேல் முறையீடு விசாரணைக்கு வரவில்லை. அது ரயில்வே நடைமேடையில் விடப்பட்ட அனாதையைப் போலக் கிடந்தது.

ரகோத்தமன் தனது அடுத்த வழக்கை விசாரித்துக் கொண்டிருந்தார். ராஜீவ் காந்தி படுகொலை வழக்கு. அந்த வழக்கில் அவரே முதன்மைப் புலனாய்வு அலுவலர்.

ரஷீத் வழக்கு பற்றிக் கவலைப்பட யாரும் இல்லை. பிறகு 2002 ஜூலையில் எதிர்த் தரப்பு வக்கீல் நடராஜன், ரகோத்தமனை அழைத்துக் கிண்டலாகச் சொன்னார். "இந்தச் செய்தி உங்களுக்கு ஆர்வமூட்டாது என்பது தெரியும். ஏனென்றால் இந்த வழக்கில் இப்போது ஜலப்பா இல்லை. உங்கள் வழக்கு விசாரணைக்கு வருகிறது."

சிறப்பு பப்ளிக் பிராசிகியூட்டர் ரங்கநாதனும் மேல் முறையீடு விசாரணைக்கு வருவது பற்றி ரகோத்தமனுக்குச் சொல்ல வில்லை. சி.பி.ஐ. இணை இயக்குநர் கார்த்திகேயன் ரங்கநாதனைச் சிறப்பு பப்ளிக் பிராசிகியூட்டராக ராஜீவ் காந்தி படுகொலை வழக்கில் நியமித்திருந்தார். ஆனால் ரங்கநாதன் வெற்றிகரமான வழக்கறிஞர் அல்ல.

ரகோத்தமன், ரங்கநாதனைக் கூப்பிட்டு, ஏன் தனக்கு ரஷீத் வழக்கு பற்றிச் சொல்லவில்லை என்று கேட்டார். ரங்கநாதன், தான் சொல்ல நினைத்ததாகவும் தனது மகனின் கல்லூரி சேர்க்கை சம்பந்தமாக விசாகப்பட்டினம் சென்றுவிட்டதால், சொல்ல முடியவில்லை என்றும் கூறினார். "நான் இப்போதுதான் திரும்பி வந்தேன், உங்களைத்தான் தொடர்புகொள்ளவிருந்தேன்... அதற்குள் நீங்களே அழைத்துவிட்டீர்கள்."

ரகோத்தமன் அதை நம்பவில்லை. எனினும், அவருக்கு வழக்கு பற்றித் தெரிவிக்கப் புறப்பட்டுப் போனார். ராஜீவ்

குற்றமும் தீர்ப்பும்

காந்தி படுகொலை வழக்கில் தினகர் என்பவர் சிறப்பு பப்ளிக் பிராசிகியூட்டராக இருந்தார். அவர் உயர் நீதிமன்ற நீதிபதியாகி யிருந்தார். அவரே ரஷீத் கொலை வழக்கு மேல் முறையீட்டை விசாரிக்கவிருந்தார். ரகோத்தமனுக்கு நம்பிக்கை ஏற்பட வில்லை.

பல ஆண்டுகளுக்கு முன்பு தைத்து வைத்திருந்த ஒரே ஒரு சூட்டை அணிந்துகொண்டு ரகோத்தமன் நீதிமன்ற வளாகத்துள் நுழைந்தபோது, மேகங்கள் தாழ்வாகத் திரண்டிருந்தன. ரகோத்தமன், அமர்வு நீதிமன்றம் அல்லது உயர் நீதிமன்றம் செல்லும்போது மட்டுமே அந்தச் சூட்டை அணிவார். அந்தப் பழைய கோட்டை அணிந்துகொண்டு, அவரால் மெதுவாகவே நடக்க முடிந்தது. இறுக்கிப் பிடித்து, மூச்சுத் திணறச் செய்தது. கடந்த சில ஆண்டுகளில் ரகோத்தமனின் உடல் பருமனாகிவிட்டது.

நீதிமன்ற அறைக்கு வெளியே, ஹை கிரவுண்ட்ஸ் போலீஸ் நிலைய தலைமைக் காவலர்கள் நாராயணப்பாவும் நாகராஜும் சுற்றிக்கொண்டிருப்பது தெரிந்தது. பின்னர் அவர்கள் பார்வை யாளர்களிடையே அமர்ந்தார்கள். சில போலீஸ் அலுவலர் களிடையே உட்கார்ந்திருந்த ரகோத்தமனைப் பார்த்துக் கேலியாகச் சிரித்துக்கொண்டிருந்தார்கள்.

என்ன நடக்கிறது என்று புரிந்து கொள்வதற்கு முன்பே நீதிபதி தினகர் வழக்கை முடித்துவிட்டார். ஐந்தே நிமிடங்களில் எல்லாம் முடிந்துவிட்டதைப் போலிருந்தது.

ரஷீத்தின் மரணம் ஆகஸ்ட் 16 அன்று இரவு சத்தியபிரகாஷ் லாட்ஜில் நிகழ்ந்திருக்கலாம் என்று முடிவு செய்ததில் விசாரணை நீதிபதி தவறிழைத்துவிட்டார். அது அங்குதான் நிகழ்ந்தது என்பதற்குச் சான்றுகள் இல்லை. பிணக் கூராய்வு அறிக்கையின்படி மரணம் ஆகஸ்ட் 16 மாலை முதல் ஆகஸ்ட் 18 மாலைக்குள் நடந்திருக்கலாம். அவ்வளவுதான் சொல்ல முடியும்.

சத்தியபிரகாஷ் லாட்ஜின் வரவேற்பாளரும் ரூம்பாயும் ரஷீத் அறை எண் 11இல் இரவு 11 மணிக்கு இறந்தார் என்று சொன்னதை விசாரணை நீதிபதி ஏற்றுக்கொண்டுள்ளார். ஆனால் அவர்கள் தங்கள் வாக்குமூலத்தைத் திரும்பப் பெற்றுவிட்டார்கள். சத்தியபிரகாஷ் லாட்ஜில் ரஷீத் இறந்தார் என்பதற்குச் சான்றுகள் இல்லை.

இரண்டு போலீஸார் ரஷீத்துடன் சத்தியபிரகாஷ் லாட்ஜுக்குப் போனார்கள் என்பதற்காக அவர்களுக்குக் கொலையில் பங்கிருக்கிறது என்று சொல்ல முடியாது. ஆகஸ்ட் 14க்கும் 16க்கும் இடையே ரஷீத் போலீஸ் கண்காணிப்பில்

இருந்தார் என்பதற்காகப் போலீஸ் அவரைக் கொன்றுவிட்டது என்று முடிவு செய்துவிட முடியாது.

விசாரணை நீதிமன்றம், புரோக்கர்களையும் ரவுடிகளையும் அவர்களுக்கு ரஷீத் மரணத்தில் எந்தப் பங்கும் இல்லை என்று விடுவித்துவிட்டது.

ரஷீத்தை சத்தியபிரகாஷ் லாட்ஜிலிருந்து ரயில் நிலையம் அழைத்துச் சென்று ஐலேண்ட் எக்ஸ்பிரஸ்ஸில் ஏற்றி விட்டது யாரென்று கண்டறிந்து விசாரிக்காததால், இந்த அநீதி நேர்ந்துள்ளது. இதை விசாரித்திருந்தால் உண்மை வெளிவந்திருக்கும்.

எனவே ரஷீத்தின் மரணத்திற்கு இந்த மேல் முறையீட்டாளர்கள் யாரும் பொறுப்பாக முடியாது என்று இந்த நீதிமன்றம் தீர்மானிக்கிறது. சந்தியா லாட்ஜில் தன்னை அடிக்க வந்த சதாசிவத்தின் ஆட்களிடமிருந்து தப்பித்த ரஷீத்தை ஹை கிரவுண்ட்ஸ் போலீஸ் ஸ்டேஷன் கூட்டிவந்த ஸ்ரீ ஜகத்குரு ரேணுகாச்சார்யா, கல்லூரி பியூன்கள், தாசப்பா, ராமானுஜாவை முன்நிறுத்தவோ விசாரிக்கவோ சி.பி.ஐ. தவறிவிட்டது,

கொலை நடந்தது பற்றி எஸ்.ஐ. உத்தப்பாவுக்குத் தெரியும் என்று நிரூபிக்க அரசுத் தரப்பு தவறிவிட்டது. அவர் குற்றவாளி களை மறைத்தாரா என்ற கேள்விக்கே இடமில்லை. ரஷீத்தின் உடல் அது கண்டெடுக்கப்பட்ட இடத்திற்குக் கொண்டு செல்லப்பட்டது என்பதை அரசுத் தரப்பு நிரூபிக்கவில்லை. டி.சி.பி. (மேற்கு) எவ்வாறு பிரிவு 201இன் கீழ் தண்டிக்கப்பட்டார் என்பது விளங்கவேயில்லை.

இவ்வாறெல்லாம் சொல்லி, நீதிபதி போலீஸ் அலுவலர்களின் தண்டனைகளை ரத்து செய்து சி.பி.ஐ.யின் மேல் முறையீட்டையும் நிராகரித்தார்.

ரகோத்தமன் எழுந்து நீதிமன்ற அறையை விட்டு வெளியே வந்தார். பப்ளிக் பிராசிகியூட்டர் ரங்கநாதன், ரஷீத்தை ஒருவர் ரயில் நிலையத்திற்குக் கூட்டிப்போனார் என்பது உண்மையல்ல அது போலீஸின் கற்பனை என்பதைக்கூட எடுத்துச் சொல்லவில்லை. இல்லாத ஒருவரை எப்படிக் கொண்டுவர முடியும், விசாரிக்க முடியும்? அப்படியே இருந்தாலும் அவர் எதிர்த் தரப்பு சாட்சிதானே. எதிர்த் தரப்பு ஒரு சாட்சியைக்கூட முன்நிறுத்தவில்லை.

அவ்வளவுதான், எல்லாம் முடிந்தது என்பதைக் கசப்போடு உணர்ந்தார் ரகோத்தமன். வழக்கு இனி சமாதி அடைந்துவிடும். சி.பி.ஐ. இந்தத் தீர்ப்புக்கு எதிராக மேல் முறையீடுகூடச் செய்யாது.

அவர் வெளியே வந்தபோது வானம் இருண்டு மழைத் தூறல் விழ ஆரம்பித்தது. வராந்தாவில் நின்று கொஞ்சம் மூச்சு விட்டுக்கொள்ளலாம் என்று கோட் பட்டன்களைக் கழற்றிக் கொண்டிருந்தபோது அந்தத் தலைமைக் காவலர்கள் தன்னைக் கடந்து செல்வதைப் பார்த்தார். அவர்கள் முகங்களில் ஏளனச் சிரிப்பு.

"சார், நல்லா இருக்கீங்களா?" என்று அவர்களில் ஒருவர் ரகோத்தமனைக் கேட்டார். கோட்டை இறுகப் பிடித்தபடி, ரகோத்தமன் கொட்டும் மழையில் இறங்கி நடக்கத் தொடங்கினார்.

நூலாசிரியரின் பின்னுரை

ரகோத்தமன்

பல தொடர் நிகழ்ச்சிகள் என்னைக் குப்புசாமி ரகோத்தமனிடம் இட்டுச் சென்றன. நான் சென்னையை விட்டுச் செல்லத் தயாராகிக்கொண்டிருந்தேன். வித்தியாசமான 13 ஆண்டுகளை இங்கு தயக்கத்தோடுகழித்துவிட்டேன். கல்லூரி முடித்த பின் மெட்ராஸை விட்டுப் போவது கடினமாக இருந்தது. சென்னையை விட்டுப் போவது இன்னமும் கடினம்.

கொரோனா வைரஸோடு ஒரு கண்ணாமூச்சி விளையாட்டு நடந்துகொண்டிருந்தது. அந்தச் சமயத்தில்தான் என் நண்பர், ஓய்வு பெற்ற காவல்துறை இயக்குநர் (டி.ஜி.பி.) திரு அனூப் ஜெய்ஸ்வால், ரகோத்தமன் எழுதிய ஒரு புத்தகத்தை என்னிடம் கொடுத்தார். சுமார் 34 ஆண்டுகளுக்கு முன்னால், சி.பி.ஐ.யில் டி.எஸ்.பி.யாக இருந்தபோது அவர் புலனாய்வு செய்த ஒரு கொலை வழக்கு பற்றியது அந்தப் புத்தகம்.

நியூட்டனின் மடியில் விழுந்த ஆப்பிள் போல இருந்தது அந்தப் புத்தகம். பழைய நினைவுகளைக் கிளறிவிட்டது. அந்த வழக்கு பற்றி எனக்கு லேசாக நினைவிருந்தது. அப்போது நான் என்னை ஒரு பத்திரிகையாளனாகக் கற்பனை செய்து கொண்டிருந்தேன். நான் வேலை பார்க்கத் தொடங்கி

யிருந்த பத்திரிகையின் பெங்களூர் பதிப்பு அந்தச் செய்தியை வெளியிட்டது. அதிர்ச்சியூட்டும் ஒரு கொலை, கேவலமான பின் நிகழ்வுகள், இழைக்கப்பட்ட அநீதி பற்றிய கொந்தளிப்பு எல்லாம் இருந்தன அந்தச் செய்தியில்.

ஜெய்ஸ்வாலுக்கு ரகோத்தமனைத் தெரியாது. சென்னை உயர் நீதிமன்றத்தின் நீதிபதி ஒருவர் அந்தப் புத்தகத்தை அவருக்கு அனுப்பியிருந்தார். குற்றவியல் கதைகள் எழுதும் விருப்பம் எனக்குண்டு என்பதை ஜெய்ஸ்வால் அறிவார். அதிலும் உண்மை நிகழ்வு என்றால் அது தனி ரகம்தான்.

அடுத்த நாளே அவரைக் கூப்பிட்டு, நான் அந்தக் கதையை எழுத விரும்புகிறேன் என்று சொன்னேன். அவர் வியப்படையவில்லை. 2020, ஜூலை 27 அன்று ஜெய்ஸ்வால் எனக்கு ரகோத்தமனின் தொலைபேசி எண்ணைத் தந்தார். ரகோத்தமனுக்கும் ஆர்வமிருந்தது. நாங்கள் சந்திக்க ஒப்புக் கொண்டோம்.

கொலை வழக்கு ஒன்றின் புலனாய்வு அதிகாரியைச் சந்திக்கும் ஆர்வத்தில் இருந்தேன். அவர் எளிமையாகவே இருந்தார். நான் ஒன்றும் ஜேம்ஸ்பாண்ட் அல்ல என்றார். சில ஆவணங்களையும் நீதிமன்றத் தீர்ப்புகளையும் என்னிடம் தந்து படிக்கச் சொன்னார். நான் அவற்றில் மூழ்கினேன்.

வாழ்க்கை சில நேரங்களில், நம் விருப்பங்களை நாமே எதிர்பாராத வழிகளில் நிறைவேற்றி வைப்பதுண்டு. ஜூலை, ஆகஸ்ட் மாதங்கள் முழுவதும் நான் ரகோத்தமனைச் சந்திக்கவில்லை. ஜெய்ஸ்வால் என்னிடம் சொன்னார், "ரகோத்தமன் தனக்கு ஒரு உள்ளுணர்வு இருப்பதாகச் சொல்கிறார். நீங்கள் எழுத விரும்பும் இந்தப் புத்தகம் வெளிவருமுன் தான் இறந்துவிடுவோம் என்று அவர் உணர்கிறார்."

அடுத்த நாளே நான் ரகோத்தமனைச் சந்தித்தேன். அன்று செப்டம்பர் 9. அடுத்த இரண்டு மாதங்கள் நாங்கள் தினமும் சந்தித்தோம். சில நேரங்களில் பிற்பகலில், சில நேரங்களில் மாலையில். கே.கே. நகரில், அசோக் பில்லரிலிருந்து 40 நிமிடங்கள் தொலைவில் ஒரு அடுக்குமாடிக் குடியிருப்பின் தரைத்தளத்தில் வாடகைக்குக் குடியிருந்தார். மாத வாடகை ரூ.18,000/-. ரூ.12,000/- என்று தொடங்கி படிப்படியாக உயர்ந்து ரூ.18,000/- ஆகிவிட்டது என்று சொன்னார்.

ரகோத்தமனின் மனைவி இறந்துவிட்டார். அவர் தனியாகவே இருந்தார். மகளுக்குத் திருமணமாகிவிட்டது. சில நேரங்களில், அவரது டீன் ஏஜ் பேரனும் இருபது வயதாகும் பேத்தியும்

அவரைப் பார்க்க வருவதுண்டு. அவர்கள் வருவது அவருக்கு ரொம்பப் பிடிக்கும். பீட்சாவும் பிரியாணியும் வரவழைப்பார். அவர்கள் தொலைக்காட்சிப் பெட்டியில் மூழ்கியிருப்பார்கள்.

அவருக்குக் கிடைக்கும் பென்ஷன் ஒன்றும் அதிகமில்லை. அவரது வீட்டுக் கதவுகள் எப்போதும் திறந்திருக்கும். கதவைத் திறந்துவைத்துவிட்டே கடைகளுக்குப் போவார். ஏன் என்று கேட்டேன். இங்கே யாரும் எடுத்துப் போக எதுவுமில்லை என்பார். அவரிடம் 500 ரூபாய்க்கு மேல் இருந்ததில்லை.

நான் அவரது வீட்டிற்கு வந்து போய்க்கொண்டிருக்கும்போதே, அவரது மனைவி ஜானியின் புகைப்படம் ஒன்று கிடைத்தது. அதைப் பெரிதாக்கி வரவேற்பறையில் மாட்டிவைத்தார். அவர் அந்த அறைக்குள் வரும்போதெல்லாம் அவரது மனைவியின் கண்கள் அவரைப் பின்தொடர்ந்தன. காதல் திருமணம். அவர்கள் சந்தித்தபோது ஜானி கிறிஸ்தவராக இருந்தார்.

அவரது வீடு வறுமை நிலையில் இருந்தது. இரண்டு சிறிய படுக்கையறைகள். எதிர்ச் சுவரில் ஒரு அலமாரி. அதில் ரகோத்தமன் பல்வேறு வெகுமதிகள் வாங்கும் நிகழ்ச்சிகள், கலந்துகொண்ட பிற நிகழ்ச்சிகள் பற்றிய புகைப்படங்கள் இருந்தன. ஒரு பெரிய மர மேசை. அதன்மீது அவரது மடிக்கணினி, உறையிடப்பட்டு ஒரு மூலையில் வைக்கப்பட்டிருந்தது. நான்கு நாற்காலிகள் இருந்தன. அவற்றில் இரண்டு மட்டுமே நல்ல நிலையில் இருந்தன. அவ்வப்போது அவற்றை இடம் மாற்றிப் பயன்படுத்துவார்.

சமையலறை சுத்தமாக இருந்தது. ஒளி புகாச் சன்னல்கள் அறையை இருட்டாகவே வைத்திருந்தன. ரகோத்தமன் காலை 6 மணிக்கு எழுந்துவிடுவார். வீட்டைச் சுத்தம் செய்துவிட்டுக் காலை உணவுக்கு இட்டிலி செய்துகொள்வார். தேங்காய் சட்டினியைவிட வேர்க்கடலை சட்டினி பிடிக்கும். அது விலை மலிவு என்பதும் ஒரு காரணம். மதியத்திற்கு வைக்கும் சாம்பார் இரவுக்கும் வரும். உருளைக்கிழங்கு, வெங்காயம், பீன்ஸ், கேரட், கத்தரிக்காய் எல்லாம் போட்ட சாம்பார்.

சி.பி.ஐ.யிலிருந்து பணி ஓய்வு பெற்றபின், தனியார் துப்பறியும் நிறுவனம் ஒன்றை நடத்தினார். அப்போது வேலைக்கிருந்த ஒரு மலையாளி திடீரென வேலையை விட்டுப் போனபின், அவரே சமைக்கக் கற்றுக்கொண்டார். சுவையான சாம்பாரும் முட்டைக் குருமாவும் வைப்பார்.

நான் அவரைச் சந்தித்தபோதெல்லாம் அவர் திரும்பத் திரும்ப மூன்று சட்டைகளை மட்டுமே அணிவதைப் பார்த்திருக் கிறேன். அவை சுத்தமாக, நன்கு இஸ்திரி போடப்பட்டிருக்கும்.

இளஞ் சிவப்பு, ஆரஞ்ச், இளம்பச்சை போன்ற மிருதுவான நிறங்களையே அணிந்தார். குறுகத் தரித்த தலைமுடி. அன்றாடம் முகச் சவரம். தமிழ்த் தொலைக்காட்சி விவாதங்களில் அடிக்கடி பங்கேற்றதால் இது அவசியமாயிற்று.

இரவுச் செய்திகளைக் கேட்கும்போது கொஞ்சமாக மது அருந்துவார். பிறகு இரவு உணவு, உறக்கம். அவருக்கு இந்த வீடு பிடித்திருந்தது. எனவே வாடகை ஏற்றத்தைப் பொருட்படுத்தவில்லை. அக்கம்பக்கத்தினர் நட்புப் பாராட்டினார்கள். தொடக்கத்தில் என்னைக் குரைத்து வரவேற்றுக்கொண்டிருந்த நாய் நான் அடிக்கடி சென்றதால் குரைப்பதை வெறுத்து மௌனித்துவிட்டது. மெதுவாக வாலை ஆட்டி என் வருகையை அங்கீகரித்தது. அவர் வீட்டில் ஒழுகிக்கொண்டிருந்த ஒரு குழாயை மாற்றுமாறு அவரை நச்சரிக்குமளவுக்கு எனக்கு அவரைப் பிடித்துவிட்டது.

இரண்டு சுற்று மது அருந்திய பிறகு என்னை பிரதர் என்று அழைக்குமளவுக்கு அவருக்கு என்னைப் பிடித்திருந்தது. பின்னர் மது அருந்தாமலும் அப்படியே அழைத்தார். நானும் அவரும் பரஸ்பரம் தொலைபேசியிலும் நேரிலும் சமையல் குறிப்புகள் பரிமாறிக்கொண்டோம். நான் சிக்கன் கப்ரேல் செய்து அதனுடன் சாப்பிடப் பூண்டு ரொட்டியும் தந்தேன். அவர் என்னைத் தொலைபேசியில் அழைத்து அது இரண்டு வேளை சாப்பாடாகியது என்று சொன்னார். சிக்கன் மோமோஸ் தந்தேன். அவர் அதைப் பொரித்து அக்கம்பக்கத்தினருக்கும் கொடுத்தார். தனக்கு மூன்று துண்டுகள் மட்டுமே கிடைத்ததாகச் சொன்னார். ஒரு ஆளுக்குப் பெரிதாக என்ன தேவை இருக்கிறது? அவருடைய குளிர்சாதனப் பெட்டியில் வைக்கவும் இடமில்லை. அவரிடம் சிறிய குளிர்சாதனப் பெட்டியும் பெரிய மனதும் இருந்தன.

அவரிடம் சொல்வதற்கு நிறையக் கதைகள் இருந்தன. பல பிரபல போலீஸ் அதிகாரிகள், உயர்ந்த இடங்களில் இருந்த திறமைசாலிகள் பற்றியெல்லாம். அவருக்கு நெருக்கமாகத் தெரிந்த கதைகளை வைத்துத் தாராளமாக ஐந்து அல்லது ஆறு புத்தகங்கள் எழுதலாம். போபர்ஸ் அல்லது அந்தமான் நிக்கோபார் தீவுகளில் நடக்கும் ஆயுதக் கடத்தல் உட்பட. அவையெல்லாம் வெளிவரத் துடித்து அவருக்குள்ளிருந்து ஆர்ப்பரித்துக்கொண்டிருந்தன.

அவர் காட்சிகளை விவரிக்கும் விதமும் துல்லியமானது. அவர் தந்த மதுவைக் காட்டிலும் சொன்ன கதைகளே எனக்கு அதிக மயக்கம் தந்தன. போதிய சான்றுகள் இல்லாமல்

ஒன்றையும் பிரசுரிக்க முடியாது. அவர் எதையுமே கிரமமாகச் செய்பவர். இப்போது உங்கள் கைகளில் இருக்கும் இந்தப் புத்தகம் இரண்டு மாதங்களுக்கும் மேலாக அவரோடு விவாதித்து, பதிவும் செய்துவைத்திருக்கிற விஷயங்களின் அடிப்படையில் எழுதப்பட்டுள்ளது. அவரது நினைவாற்றல் அபாரமானது. சில நேரங்களில், நள்ளிரவில் அழைத்து ஏற்கெனவே சொல்லியிருந்த விஷயங்களை விளக்குவார். இந்த வழக்கு தொடர்பான நீதிமன்றத் தீர்ப்புகள், சாட்சிகளின் வாக்குமூலங்கள், விசாரணையின்போது கைப்பற்றப்பட்ட பொருட்கள், சி.பி.ஐ. வழக்கறிஞர் தயாரித்த வழக்கு ஆவணங்கள், தாக்கல் செய்யப்பட்ட குற்றப் பத்திரிகை இவை எல்லாவற்றையும் அவர் 1988முதல் பாதுகாத்து வைத்திருக்கிறார்.

1991 மே 21 அன்று சென்னை நகருக்கு வெளியே ராஜீவ் காந்தி படுகொலை செய்யப்பட்ட வழக்கில் விசாரணை அதிகாரியாக ஆதாரங்களைத் தேடி அவர் நியூயார்க் நகருக்குப் போயிருந்தபோது எடுக்கப்பட்ட இரண்டு புகைப்படங்கள் அவரிடமிருந்தன. மங்கிக்கொண்டிருந்த அந்தப் படங்களில் அவர் பருமனாகத் தெரிந்தார்.

விடாமுயற்சி, ஊழலின்மை, பெருந்தன்மை, எடுத்த காரியத்தில் ஈடுபாடு ஆகிய நற்குணங்களால் நிறைந்த பெரிய மனிதர் அவர். தவறான நடைமுறைகளுக்கு எதிராகத் தனி மனிதனாகப் போராடினார்.

கடைசியாக அவருடன் 2021 ஏப்ரல் 10 அன்று பேசினேன். அப்போது நான் கேரளத்தில் இருந்தேன். கடைசியில் சென்னையை விட்டுப் போயே விட்டாயா என்று குறும்புத்தனமாகக் கேட்டார். நான் இன்னும் வெற்றியடையவில்லை என்று சிரித்தபடி சொன்னேன்.

சுமார் ஒரு மாதத்திற்குப் பிறகு ஒரு நண்பர், ரகோத்தமன் எங்கு செல்கிறேன் என்பதைத் தெரிவிக்காமலேயே போய்விட்டார் என்று சொன்னார். கொரோனா வைரஸ் அவருடன் கண்ணாமூச்சி விளையாடியது. அவரைக் கண்டுபிடித்துக் கொண்டுபோய்விட்டது.

அவரை எனக்கு இரண்டு ஆண்டுகளாகத்தான் தெரியும். அவரை இன்னும் முன்னமே சந்தித்திருக்கலாம் என்று பலமுறை தோன்றியிருக்கிறது.

அப்படிச் சந்தித்திருந்தால், மரணம் பற்றிய அவரது உள்ளுணர்வை மாற்றியிருக்க முடியுமோ?